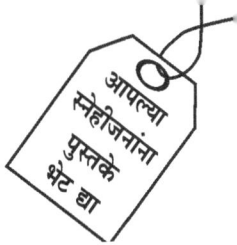

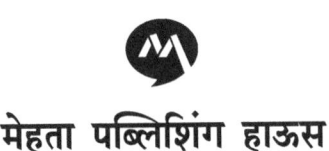

हिरवा चाफा

वि. स. खांडेकर

मेहता पब्लिशिंग हाउस

- *या पुस्तकातील लेखकाची मते, घटना, वर्णने ही त्या लेखकाची असून त्याच्याशी प्रकाशक सहमत असतीलच असे नाही.*

HIRVA CHAPHA by V. S. KHANDEKAR

हिरवा चाफा : वि. स. खांडेकर / कादंबरी

© सुरक्षित

मराठी पुस्तक प्रकाशनाचे हक्क मेहता पब्लिशिंग हाऊस

प्रकाशक : सुनील अनिल मेहता, मेहता पब्लिशिंग हाऊस,
१९४१, सदाशिव पेठ, माडीवाले कॉलनी, पुणे – ४११०३०.

अक्षरजुळणी : इफेक्ट्स, २१/६ब, आयडिअल कॉलनी, कोथरूड, पुणे – ३८.

मुखपृष्ठ : चंद्रमोहन कुलकर्णी

प्रकाशनकाल : १९३८ / १९३९ / १९४४ / १९४९ / १९६२ / १९७७ /
१९८८ / १९९१ / १९९४ / १९९८ /
मेहता पब्लिशिंग हाऊस, पुणे यांची
अकरावी आवृत्ती : नोव्हेंबर, २००५ / डिसेंबर, २००८ /
ऑगस्ट, २०१० / फेब्रुवारी, २०१२ / सप्टेंबर, २०१३ /
नोव्हेंबर, २०१५ / पुनर्मुद्रण : जानेवारी, २०१८

P Book ISBN 9788177666151
E Book ISBN 9788184988932
E Books available on : play.google.com/store/books
m.dailyhunt.in/Ebooks/marathi
www.amazon.in

ती. सौ. अंबाक्का मणेरीकर यांस

पार्श्वभूमी

'हिरवा चाफा' ही माझी पाचवी कादंबरी १९३८ साली प्रकाशित झाली. म्हणजे आज ती फार फार तर दहा वर्षांची चिमुरडी कन्यका आहे. पण तिच्याविषयी दोन शब्द लिहिण्याकरिता मी तिच्याकडे पाहू लागलो तेव्हा माझ्या मनात आले आपल्या हिशोबात काही तरी मोठी चूक होतेय. ही कादंबरी काही दहा वर्षांची परकरी पोर दिसत नाही. प्रणयाच्या स्वप्नसुंदर भूमीत नुकतेच पाऊल टाकणारी मुग्धाही नाही ती! पाच-दहा वर्षे चांगला संसार केलेल्या गृहिणीसारखे तिचे एकंदर रंगरूप वाटते. एखादा नवा बंगला चार-दोन पावसाळ्यांतच जुना दिसू लागावा ना, तसा काही तरी बदल या कादंबरीत झाला आहे. तिच्यावर भविष्यकाळापेक्षा भूतकाळाचीच छाया अधिक गडद पसरलेली दिसते.

असे मला वाटावे यात अस्वाभाविक असे काहीच नाही. या दहा वर्षांत जगाच्या अंतरंगात आणि बहिरंगात किती झपाट्याने बदल झाला आहे. या बदलाची कल्पना मोठमोठ्या मुत्सद्द्यांना किंवा द्रष्टेपणा अंगी असलेल्या तत्त्वज्ञांनासुद्धा पूर्वी आली नसेल.

एकदम नऊ-दहा वर्षांपूर्वीची एक आठवण होऊन मी स्वतःशीच हसलो. त्या वेळच्या वर्तमानकाळाला ही कादंबरी पचायला थोडी जड वाटली होती. एका विद्यापीठाच्या अभ्यासक्रमात ती बी.ए. ला लावण्याचा प्रश्न निघाला होता तेव्हा. पुस्तके लावण्याचा अधिकार असलेल्या पंडितांपैकी एक प्राध्यापक त्या वेळी उद्गारले होते, 'ही कादंबरी तुम्ही बी.ए.ला लावणार? अब्रह्मण्यम्! अहो, या कादंबरीत सोशॅलिझम आहे.'

सोशॅलिझम् म्हणजे झुरळ, पिशाच्च किंवा ब्रह्मराक्षस यांच्यासारखी एखादी तिरस्करणीय अथवा भीतिप्रद चीज असावी, असा त्यांच्या या उद्गारांवरून कुणाचाही ग्रह झाला असता. सुदैवाने अवघ्या दहा वर्षांत सोशॅलिझम म्हणजे काय हे असल्या पढीक पंडितांपेक्षा रस्त्यावरच्या टांगेवाल्याला अधिक समजू लागले आहे. अल्पावधीत या कादंबरीवर भूतकाळाची छाया पसरल्याचा मला जो भास होत आहे, त्याचे कारण ही मधली दहा वर्षे वादळीच होत.

या कादंबरीत समाजवाद आहे किंवा नाही हे तिचा रसास्वाद घेतल्यानंतर वाचकांनी खुशाल आपल्या सवडीने ठरवावे. कुठल्याही वादाची चर्चा अगर तत्त्वाची चर्चा करण्याच्या उच्च हेतूने कादंबरी लेखनाकडे वळणाऱ्या विद्वान साहित्यिकांच्या पंक्तीत बसण्याची माझी पात्रता नाही. तसे पाहिले तर वर्तमानपत्रे वाचण्याची मला लहानपणापासून आवड आहे. १९०८ साली लोकमान्य टिळकांना सहा वर्षांची हद्दपारीची शिक्षा झाली. तेव्हा मी इंग्रजी शाळेत नुकतेच पाऊल टाकले होते. त्यावेळी रोज धडधडणाऱ्या अंत:करणाने मी 'ज्ञानप्रकाश' कसा उघडीत असे, हे मला अजून अंधुकपणे आठवते. पण गेली चाळीस वर्षे विविध वृत्तपत्रे अखंड वाचीत असूनही त्यांतल्या रोमहर्षक घटनांचा, चित्रविचित्र मानवी मनांचा किंवा प्रक्षोभक प्रचलित राजकारणाचा उपयोग करून कथा रचण्याचे कसब अद्यापिही मला अवगत झालेले नाही. जी स्थिती वृत्तपत्रांची तीच विद्वानांत वेळोवेळी जोरजोराने रंगणाऱ्या मोठमोठ्या वादविवादांची! मानवी जीवनावर चिरंतन संस्कार करण्याचे सामर्थ्य या वादविवादांना कारणीभूत होणाऱ्या विचारप्रणालीत असते, हे मला कळते. मी हे सारे वादविवाद लक्षपूर्वक ऐकतो, प्रसंगी त्यात रंगूनही जातो. पण माझे रंगून जाणे हे क्रिकेटचा खेळ पाहणाऱ्या शौकीन प्रेक्षकांसारखे असते. क्रीडांगणावर काही तरी अद्भुत किंवा अनपेक्षित घडले म्हणजे तो प्रेक्षक भान विसरून आपल्या जागेवर उभा राहतो आणि जोरजोराने टाळ्या पिटू लागतो. गेल्या वीस-पंचवीस वर्षांत ह्या राजकीय आणि सामाजिक संघर्षाची, वादविवादाची रस्सीखेच मी अशीच समरसतेने पाहत आलो आहे. पण नुकताच भाजलेला पापड जसा कुरकुरीत लागतो तशी प्रचलित विषयावरील कथा वाचकांना खुसखुशीत वाटते. हे ठाऊक असूनही अशा एखाद्या संग्रामाचे झटकन कथेत रूपांतर करून टाकावे, असे मात्र माझ्या मनात कधीच येत नाही. साहित्यिकाच्या कलेचा विषय अखिल आणि अथांग मानवी जीवन हा आहे. तात्कालिक घडामोडीत चिरंतन जीवनाचे जेथे दर्शन होते तेथेच त्याची कलादृष्टी स्थिरावू शकते. अभिनिवेशाने प्रेरित झालेल्या पक्षांचे अथवा पंडितांचे वादविवाद हे वादळासारखे असतात. त्यात अधूनमधून विजेसारखी बुद्धीची चमक प्रकट होते, गर्जना करणाऱ्या मोठमोठ्या ढगांप्रमाणे रुद्र आणि रम्य शब्दपंक्तीचा

गडगडाट ऐकू येतो, वादळी वाऱ्याने जशी सारी पृथ्वी घुसळून निघाल्याचा भास होतो, त्याप्रमाणे असल्या विवादात प्रत्येक गोष्ट तर्काच्या आणि शास्त्राच्या निकषावर कठोरपणाने घासली जाते. पण वादळाचा पहिला जोर ओसरल्याशिवाय धरणीवर शांत पर्जन्यधारांचा अखंड अभिषेक कधीच सुरू होत नाही. मोठमोठ्या सामाजिक संघर्षांचेही तसेच आहे. त्यांतला सर्व धुरळा खाली बसल्याशिवाय कलावंताला त्यांच्या आड असलेल्या भव्य जीवनतत्त्वांचे दर्शन अथवा सूक्ष्म मानवी भावनांचा साक्षात्कार होत नाही. ते दर्शन अथवा तो साक्षात्कार हेच कलाकृतीचे बीज होऊ शकते. त्या बीजांचा विकास सौंदर्यदृष्टीने केलेल्या एकाग्र चिंतनातून होतो आणि त्या विकासाचा सहज आविष्कार होण्याइतका सुसंवाद कलावंताची बुद्धी, कल्पना व भावना यांच्यामध्ये निर्माण झाला म्हणजे कलाकृती जन्माला येते.

कलेविषयी माझी थोडीफार अशी कल्पना असल्यामुळे माझ्या अमुक कादंबरीत तमुक वाद आला आहे किंवा कुठल्या तरी कथेत मी फलाणा प्रचार केला आहे, असे लोक म्हणू लागतात तेव्हा मला मनातल्या मनात हसू आल्यावाचून राहत नाही. मानवी हृदयावर सौंदर्याच्या द्वारे उन्नत संस्कार करणे, हे कलेचे प्रमुख कार्य आहे. केवळ प्रक्षोभ हे तिचे ध्येय होऊ शकत नाही. ही संस्कारशीलता प्रचारकाच्या भूमिकेवरून लिहिणाऱ्या लेखकांत बहुधा फार कमी प्रमाणात आढळते. केवळ प्रचार हाच ज्याचा आत्मा आहे असे वाङ्मय अल्पायुषी होते, याचे कारण हेच आहे. त्यात क्षोभाचे सामर्थ्य असते. पण क्षोभ म्हणजे जागृती नव्हे आणि विकास तर नव्हेच नव्हे.

कलेमध्ये ही संस्कारक्षमता कशी निर्माण होते हे चार्लस् मॉर्गनच्या 'Portrait in a Mirror' या कादंबरीतल्या चित्रकार नायकाने कलानिर्मितीचा आपला अनुभव वर्णन करताना फार चांगल्या रीतीने सांगितले आहे. तो म्हणतो– 'Painting is a contemplative as well as an executive act to paint a portrait is to discover the spring of life, to know what courses the streams come down from the hills of childhood, to perceive how and with what earthly stain or heavenly reflection they are gathered together in the torrents of youth; perhaps to guess a little of the seas to which they go. But, as this contemplation has a material fruit-- or else is the picture dreamed of, not made-- so it can be no infinite wandering, such as love is, whose delight is unenduring search, but must somewhere conclude. It must conclude, before the portrait can justly be begun not in intellectual understanding of the subject, for understanding can proceed only from a knowledge of past facts, that may be hidden from the artists, but in an imaginative synthesis which is satisfying to him. It is not necessary to the peace of a religious soul that its wisdom be perfect; it is necessary that its faith be sure. So an artist need not be all-knowing, but of his own vision he dare not remain in doubt.'

कलेची निर्मिती कोठल्याही विषयाच्या संपूर्ण ज्ञानातून किंवा निव्वळ बौद्धिक जाणिवेतून होत नाही. ती तशी होत असती, तर आपल्यातल्या अनेक इतिहाससंशोधकांनी वॉल्टर स्कॉट, हरिभाऊ आपटे आणि कन्हैय्यालाल मुनशी यांच्यापेक्षा सरस ऐतिहासिक कादंबऱ्या लिहिल्या असत्या. कलेचा उगम बुद्धीत नसून तो भावना व कल्पना यांच्या अपूर्व संगमात आहे. भावना कुठल्याही अनुभूतीच्या आत सळसळणाऱ्या मानवी जीवनाचे दर्शन घेते; आणि तिने शोधून काढलेले हे अशुद्ध सुवर्ण शुद्ध करून घेऊन त्याला सुंदर अलंकाराचे स्वरूप देण्याचे कार्य, कल्पना करते. बुद्धीचा प्रमुख धर्म विश्लेषण हा आहे. पण विश्लेषण हा शास्त्राचा आत्मा असला तरी कलेत त्याला दुय्यम स्थान आहे. संजीवन हा कलेचा प्राण आहे. म्हणून 'Portrait in a Mirror' चा नायक म्हणतो– धार्मिक मनुष्य जी मन:शांती संपादन करू शकतो ती काही तो अष्टपैलू पंडित असतो म्हणून नव्हे, तर त्याच्या अंगी उत्कट श्रद्धा असते म्हणून! कलावंताचेही तसेच आहे. तो सर्वज्ञ असला पाहिजे असे मुळीच नाही. पण आपल्या कलादृष्टीच्या द्वारे होणाऱ्या जीवनदर्शनावर त्याची अढळ निष्ठा असली पाहिजे.

लेखकाची अशा प्रकारची निष्ठाच कलानिर्मितीला प्रेरक होते, हे जर परीक्षांची पुस्तके निश्चित करणाऱ्या आमच्या पंडितांना ठाऊक असते, तर 'हिरवा चाफा' या कादंबरीत समाजवाद आहे या समजुतीने तिचा विद्यार्थ्यांना स्पर्शसुद्धा होऊ

नये, म्हणून आठ-नऊ वर्षांपूर्वी दक्षता घेण्याच्या भानगडीत ते पडले नसते. कारण माणसाच्या परंपराप्रियतेवर काळाइतक्या कुशलतेने कोणीच सूड घेऊ शकत नाही. ही कादंबरी अद्यापि कोठल्याही विश्वविद्यालयाच्या अभ्यासक्रमात समाविष्ट झाली नसली, तरी तिच्या मातृस्थानी असलेल्या 'उल्का' व 'दोन ध्रुव' या कादंबऱ्यांचा पाठ्यपुस्तके म्हणून अनेक विद्यापीठांनी यापूर्वीच स्वीकार केला आहे. विद्वान लोकांच्या दृष्टीने यात समाजवाद नसावा, हे कदाचित या गोष्टीचे कारण असू शकेल. कदाचित आमचे पंडित 'लांडगा आला रे आला', अशी आरोळी ठोकून विद्यार्थ्यांना ज्याच्यापासून अट्टहासाने दूर ठेवण्याचा प्रयत्न करीत होते. त्या समाजवादाचे काळाने आपल्या जादूने कोकरू करून टाकले असेल. कोणी सांगावे, ती पंडितमंडळीसुद्धा सध्या समाजवादावर व्याख्याने देण्यात दंग असतील. त्यांची ती व्याख्याने लवकरच एखाद्या परीक्षेला लागतीलही.

'उल्का' व 'दोन ध्रुव' या दोन्ही कादंबऱ्या या कादंबरीच्या मातृस्थानी आहेत, असे मी वर म्हटले ते अनेक दृष्टींनी खरे आहे. त्या दोन कादंबऱ्या मी १९३३-३४ साली लिहिल्या. त्या लिहिता लिहिता माझ्या डोळ्यांपुढे ज्या अनेक सामाजिक समस्या उभ्या राहिल्या, त्या सोडविण्याचा प्रयत्न करीत असतानाच 'हिरवा चाफा' या कादंबरीची कथावस्तू मला मिळाली. शिकारीच्या नादाने राजपुत्र चंद्रापीड बरोबरचे सैनिक मागे सोडून एकटाच गहन अरण्यात दौडत जातो आणि पुढे त्याला अकस्मात अद्‌भुतरम्य अच्छोद सरोवराचे दर्शन होते, असे बाणभट्टाने आपल्या कादंबरीत वर्णन केले आहे. प्रत्येक कलावंताला थोड्याफार प्रमाणात हा अनुभव येत असला पाहिजे असे मला वाटले. एक कृती निर्माण करीत असताना तिच्या अनुषंगाने अंधुकपणे मनात येऊन जाणाऱ्या नवनव्या कल्पनांतून अनेकदा त्याच्या पुढच्या कृतींना प्रेरणा मिळते, 'उल्का' व 'दोन ध्रुव' लिहिताना माझेही असेच झाले. त्या कादंबऱ्यांशी प्रत्यक्ष संबंध नसणारे सामाजिक प्रश्न, विचारतरंग, कथाप्रसंग आणि स्वभावचित्रे यांची त्या वेळ माझ्या मनात इतकी गर्दी झाली होती की, त्याला लग्नघरचीच उपमा देण्याचा मोह मला अगदी अनावर झाला. 'जगन्नाथाचा रथ', 'तिसरी भूक', 'क्रौंचवध' व 'हिरवा चाफा' या चार कादंबऱ्याचे स्थूल आराखडे मी त्या गर्दीत आणि धुंदीत आखले.

'हिरवा चाफा' या कादंबरीतल्या मुकुंद आणि सुलभा या दोन पात्रांकडे वाचकांनी बारकाईने पाहिले, तरी मी काय म्हणतो याचा त्यांना सहज उलगडा होईल. 'उल्के'तला चंद्रकांत बाह्यत: मध्यमवर्गातला असला तरी वस्तुत: तो दलितवर्गाचा प्रतिनिधीच आहे. त्यामुळेच त्याच्या स्वभावात बंडखोरपणा उत्पन्न झाला आहे. त्याच्या सामाजिक क्रांतीच्या कल्पना केवळ पुस्तकी नाहीत. पांढरपेशा वर्गात जन्माला येऊनही ज्याला पाळण्यापासून दारिद्र्याचे चटके बसत आले आहेत, आपण माणसामाणसांच्या जगात राहत नसून भक्ष्य आणि भक्षक या दृष्टीने एकमेकांकडे पाहणाऱ्या दोन पायांच्या हिंस्र प्राण्यांच्या सृष्टीत वावरत आहोत, हा कटू अनुभव ज्याने लहानपणापासून चाखला आहे, संस्कृतीचे मोहक मुखवटे घालून माणसातली पाशवी प्रवृत्ती अजूनही सर्वत्र अनिरुद्ध संचार करीत आहे, अशी ज्याची अल्पवयातच खात्री होऊन चुकली आहे, अशा दलितवर्गाच्या अगदी जवळ असलेल्या मध्यमवर्गातल्या तरुणाचे अन्यायाशी झुंज घेणारे मन या स्वभावरेखेच्या द्वाराने मी 'उल्के'त चित्रित करण्याचा प्रयत्न केला. पण असे जिवंत अहोरात्र जळणारे मन मध्यमवर्गात क्वचित पाहायला मिळते. मध्यमवर्गाचे सर्वसामान्य प्रतिनिधी म्हणजे 'दोन धुव्रा'तले दादा, रमाकांत व विद्याधर आणि 'उल्के'तले वसंतराव, माणिकराव व बाबूराव. मध्यमवर्ग बुद्धिमान असला तरी चटकन बंडखोर होणारा वर्ग नाही. त्याची बुद्धी आणि भावना यांच्यामध्ये नेहमीच एक निष्फळ संघर्ष चाललेला असतो. आत्मशक्ती अशी द्विधा झाल्यामुळे कसोटीच्या वेळी तो अनेकदा दुबळा ठरतो.

असे होण्याचे कारण आजच्या समाजरचनेत मध्यमवर्गाचे स्थान त्रिशंकूसारखे आहे हेच होय. पुराणातला त्रिशंकू आकाश व पृथ्वी यांच्या मधल्या पोकळीत लोंबकळत राहिला. पृथ्वीने त्याला आपल्यापासून दूर लोटले नव्हते. त्याला खाली ढकलून दिले होते ते स्वर्गाने. पण त्याला तो उच्चतम स्वर्गच हवा होता. त्याला पृथ्वीवरचे तहान भागविणारे साधेसुधे पाणी नको होते. चिरंजीव करणाऱ्या अमृताच्या आशेने तो वेडा होऊन गेला होता. एखाद्या काळ्यासावळ्या मुलीवर प्रेम करून त्याला या मृत्युलोकात आनंदाने दिवस काढता आले असते. पण असले साधे प्रीतीचे सुख त्याला नको होते. रंभा, मेनका, उर्वशी, तिलोत्तमा

यांचे लावण्य ज्याच्या डोळ्यांपुढे नाचत होते त्याला ही कल्पना कशी पटावी? दुर्लभ स्वर्गसुखाची अनिवार ओढ व सुलभ पृथ्वीविषयी मनात असलेला सुप्त तिरस्कार यांच्यामुळे त्रिशंकू अधांतरी लोंबकळत राहिला.

इंग्रजी राज्य सुरू झाल्यानंतर जो मध्यमवर्ग निर्माण झाला त्याचीही हुबेहूब अशीच स्थिती होती. त्याचे डोळे नेहमी वर लागलेले असत. मुलगी आय.सी.एस.ला द्यायची, मुलाला हायकोर्ट जज्ज करायचे, टुमदार बंगला बांधायचा, ऐटबाज पोशाख करायचा, बायको नखशिखांत सोन्याची पुतळी दिसेल, अशी दागदागिन्यांनी मढवून काढायची, या आणि असल्याच आत्मिकदृष्ट्या क्षुद्र असलेल्या महत्त्वाकांक्षांनी या वर्गातले बहुसंख्य लोक प्रेरित झाले होते. कुबेर हे त्यांचे आराध्य दैवत होते. कुबेरापेक्षा शतपटींनी दरिद्री पण सहस्रपटींनी शक्तिशाली असा शंकर त्याच हिमालयावर जवळपास कोठेतरी राहतो याचे स्मरणसुद्धा त्यांना राहिले नव्हते. खाणे, पिणे, राहणे, पोषाख, पुस्तके, प्रतिष्ठा, प्रीती, नीती, भक्ती इत्यादिकांविषयी त्यांच्या सर्व कल्पनांवर या नव्या उथळ भोगलोलुप जीवनाच्या आदर्शाचा रंग चढला होता. जीवश्चकंठश्च मित्राला इंग्रजीतून पत्र लिहिण्यात मोठी विद्वत्ता आहे असे त्यांना वाटे. सदरा, धोतर आणि रुमाल हा पोशाख मुळीच रुबाबदार नाही अशी त्यांची खात्री होऊन चुकली होती. साहजिकच सज्जनपणापेक्षा सुटाबुटाने मनुष्याला मोठेपणा प्राप्त होतो हा समज सर्वत्र फैलावला. आपली भाषा, आपला धर्म, आपला वेष, आपली अंतर्मुख संस्कृती आणि या सर्वांपेक्षाही अधिक महत्त्वाचा असलेला असा अज्ञानाच्या आणि दारिद्र्याच्या पंकात रुतलेला आपला बहुजनसमाज, याच्याकडे पाठ फिरवून इंग्रजी राज्यातील कारकुनापासून कारभाऱ्यापर्यंतची कामे इमानेइतबारे करण्यात या काळात मध्यमवर्गाची बरीचशी बुद्धी खर्च पडू लागली. नकळत या वर्गाच्या आशा-आकांक्षा संकुचित झाल्या. विलास म्हणजे विकास, ज्ञान म्हणजे पोपटपंची, कार्य म्हणजे सभासंमेलनातून ऐटीत करावयाची भाषणे, असली समीकरणे त्याच्या अंगवळणी पडली. गेल्या शतकात इंग्रजी राजवटीने निर्माण केलेल्या मोहिनीने या वर्गाच्या आत्म्याला गाढ मोहनिद्रा आणली.

पण कुठल्याही व्यक्तीचा, राष्ट्राचा अथवा समाजाचा आत्मा चिरकाल मोहनिद्रेत राहू शकत नाही. अट्टल गुन्हेगाराच्या उलट्या काळजाच्या कोपऱ्यातही कोठेतरी जशी माणुसकीची इवलीशी मंद ज्योत तेवत असते, त्याप्रमाणे

मौल्यवान अलंकार म्हणून हातापायांतल्या सुवर्ण-शृंखलांकडे पाहणाऱ्या गुलामांच्या अंत:करणातही स्वातंत्र्यलालसा गुप्तपणाने वास करीत असते. चैनीची चटक लागून स्वार्थामागे धावत सुटलेल्या माणसांच्या मनालाही कर्तव्याची जाणीव अधूनमधून बोचून टोचून जागृत करत असतेच. १८७५ नंतर महाराष्ट्रातल्या मध्यमवर्गाचा आत्मा असाच या मोहनिद्रेतून सावध होऊ लागला. रानडे, ज्योतिबा, चिपळूणकर, टिळक, आगरकर वगैरे असामान्य पुरुषांनी मध्यंतरी विझण्याच्या पंथाला लागलेल्या त्याच्या आत्मज्योतीवरची काजळी झाडून टाकली. त्या नव्या उज्ज्वल प्रकाशात आपल्या पायांतल्या राजकीय आणि सामाजिक शृंखलांचे भेसूर स्वरूप स्पष्टपणाने त्याच्या दृष्टीला पडले. त्या शृंखला तोडण्याकरिता तो सज्ज होऊ लागला. मध्यमवर्गातल्या तरुणाच्या या नव्या आध्यात्मिक भुकेचे, राजकीय आणि सामाजिक गुलामगिरीला विटून त्याने हातात घेतलेल्या क्रांतीच्या नव्या ध्वजाचे दर्शन मराठीचे सर्वश्रेष्ठ कादंबरीकार हरिभाऊ आपटे यांच्या 'मी', 'यशवंतराव खरे', 'कर्मयोग', 'मायेचा बाजार' इत्यादी कादंबऱ्यातून होते. कादंबरीकार या नात्याने बंकिमचंद्र, रवींद्रनाथ, शरच्चंद्र, मुनशी प्रेमचंद इत्यादिकांच्या पंक्तीत हरिभाऊंचे स्थान आहे याबद्दल भारतीय वाङ्मयाच्या कोणाही अभ्यासकाचे दुमत होणे शक्य नाही; पण त्यांचा एक अद्वितीय विशेष म्हणजे मध्यमवर्गाच्या जीवनातल्या अनेक प्रश्नांचे त्यांनी केलेले सूक्ष्म, वास्तव आणि सहृदय चित्रण हा होय. रवींद्रांची अलौकिक काव्य-कल्पकता हरिभाऊ यांच्यात दिसत नाही; शरच्चंद्रांचे मनोविश्लेषणाचे अनुपम कौशल्य त्यांच्यात तितक्या प्रमाणात आढळत नाही; आणि 'गोदान' सारख्या कादंबरीत प्रेमचंदांनी खेड्यातल्या शेतकरीवर्गाचे जीवन ज्या वास्तव सहानुभूतीने चित्रित केले आहे ती हरिभाऊ यांच्यात मध्यमवर्गापुरतीच मर्यादित झाली आहे, हे अमान्य करण्यात अर्थ नाही. पण या तिघांतही न आढळणारा एक उत्कृष्ट विशेष त्यांच्यात आहे. तो म्हणजे मध्यमवर्गातल्या स्त्री-पुरुषांची सुख-दु:खे, आशा-आंकाक्षा, त्यांच्या इच्छा आणि त्यांची ध्येये यांचे अत्यंत मार्मिक आणि मनोहर चित्रण, त्यांच्या या कादंबऱ्या म्हणजे १८९०-१९१५ या पाव शतकातल्या महाराष्ट्रातल्या मध्यमवर्गातल्या जीवनाचा विशाल व सुंदर चित्रपटच आहे.

हरिभाऊंच्या कादंबऱ्यांतल्या नायक-नायिकांचे प्रश्न मात्र अत्यंत भिन्न होते. स्त्रीच्या वैयक्तिक जीवनाचा विकास कुंठित करणाऱ्या रूढीच्या शृंखला त्यांच्या नायिकांना तोडावयाच्या होत्या. उलट पुरुषवर्गाला त्या शृंखलांची गुलामगिरी जाणवत असली, तरी सर्वसामान्य समाजाच्या पायांत पडलेल्या शृंखला तोडणे हे अधिक महत्त्वाचे काम आहे, असे त्याला वाटत होते. त्या काळी स्त्रीचे दास्य दुहेरी होते हेच हा फरक पडण्याचे मुख्य कारण होय. हा फरक स्पष्टपणाने लक्षात यावा म्हणून एक उदाहरणच देतो. हरिभाऊंच्या 'मी' या कादंबरीतला नायक संन्यस्तवृत्तीने राहून समाजसेवा करण्याची इच्छा आपल्या मनात कशी निर्माण झाली, हे सांगताना म्हणतो–

'आजपर्यंत आम्ही सुशिक्षित लोकांनी आहारादि प्राप्तीखेरीज कोणते दुसरे कर्तव्य समजून केले आहे? ज्या लोकांच्या करांवर आम्ही आपले सर्व शिक्षण मिळविले, त्यांचे ऋण फेडण्याकरिता आम्ही अणुमात्र तरी खटपट केली आहे काय? जे काम आम्ही केले असेल ते केवळ वरवर. आम्ही कधी गरीबगुरीब लोकांत मिसळून वागलो नाही. त्यांच्या वांच्छा, त्यांचे हेतू आणि त्यांच्या आकांक्षा काय आहेत त्यांच्याविषयी कधी चौकशी केली नाही. जे त्यांचे हेतू व ज्या त्यांच्या वांच्छा अयोग्य असे आम्हाला वाटते, त्या वांच्छा व ते हेतू काढून टाकण्यास आम्ही कधी झटलो नाही. ही स्थिती कोण नाकबूल करील? आम्ही उच्च वर्ग म्हणजे खालच्या लोकांतूनच काही आनुवंशिक बुद्धीने व आणखी असंख्य कारणांनी वर आलेले लोक. आम्ही त्या लोकांना विसरता कामा नये अशी माझी खात्री झाली आहे.'

हरिभाऊंच्या कादंबऱ्यात असले विचार पानोपानी आढळतील. पण ते सर्व नायकांच्या अंत:करणातल्या तळमळीचे उद्‌गार म्हणूनच प्रकट झाले आहेत. त्यांच्या नायिका या तऱ्हेने बोलत नाहीत किंबहुना त्यांच्या मनात असले विचार अस्फुटपणेसुद्धा उद्‌भवत नाहीत. याचे कारण त्या एका मोठ्या तुरुंगाच्या आतल्या छोट्या तुरुंगात अडकून पडल्या होत्या हेच आहे. त्यांच्या त्या तुरुंगातल्या अंधारकोठड्यांत नव्या विचारांचे किरण पोहोचणे मोठे दुर्घट होते. त्या कोठड्यांच्या भिंतीबाहेर उभ्या असलेल्या लोकांना पूर्वी आतल्या आत दबलेले हुंदके तेवढे

कसेबसे ऐकू येत असत. हरिभाऊंच्या पिढीत ते हुंदके बाहेर पडले. त्या कोठड्यांच्या खिडक्या धडाधड उघडल्या गेल्या, त्यांतून बाहेर ऐकू येणाऱ्या करुण उद्गारांनी आणि केविलवाण्या हाकांनी आत आजपर्यंत केवढा जुलूम चालला असला पाहिजे याची बाहेरच्या लोकांना कल्पना आणून दिली. शंकर मामंजीसारख्या सासऱ्याच्या छळाला आणि विधवेवर लादल्या गेलेल्या केशवपनाच्या क्रूर रूढीला बळी पडलेली 'पण लक्षात कोण घेतो?' मधली यमुना, नादान आणि व्यसनी नवऱ्याच्या पायी जिच्या जीवनपुष्पाचा चोळामोळा झाला अशी 'मायेचा बाजार' मधली पद्मा, पुरुषाची भ्रमरवृत्ती आणि समाजाची निर्दय नीती यांच्या कात्रीत सापडलेली 'कर्मयोग' कादंबरीची नायिका नर्मदा, या सर्व स्त्रियांच्या चित्रणांत करुणरसाखेरीज दुसऱ्या कशाचाही आढळ होत नाही.

पण १९१५ ते १९३५ च्या कालखंडात महाराष्ट्रातल्या मध्यमवर्गात स्त्री-शिक्षणाचा झपाट्याने प्रसार झाला. अनाथ बालिकाश्रम, कर्वे विद्यापीठ, सेवासदन, वगैरे पुण्याच्या संस्थांनी शिक्षण आणि स्वावलंबन या मार्गांनी मध्यमवर्गातल्या स्त्रीला दास्यमुक्त करण्याचा जो पायंडा पाडला त्याचे पडसाद ठिकठिकाणी परिणामकारक रीतीने उमटले. कॉलेजात जाणारी मुलगी ही पूर्वीप्रमाणे काही मोठी कौतुकाची गोष्ट उरली नाही. पांढरपेशांच्या मुली मोठ्या प्रमाणात शिकू लागल्या, सायकलवरून ऐटीने फिरू लागल्या, सभा-संमेलनातून धीटपणाने बोलू लागल्या, फार काय रूढीला न जुमानता निर्भयपणाने प्रणयाच्या क्षेत्रात त्यांनी नव्या व्यक्तिस्वातंत्र्याचा ध्वज उभारला. साहजिकच मागल्या पिढीतल्या पुरुषांप्रमाणे त्यांच्याही डोळ्यांपुढे समाजसेवेची लहान-मोठी ध्येये अंधुकपणे तरंगू लागली. आपल्या शिक्षणाचा आपण सदुपयोग करायला हवा, आपल्या अनाथ व अशिक्षित भगिनींच्या उद्धाराकरिता आपण झटले पाहिजे, मुलीने डॉक्टरीण व्हायचे ते काही एखाद्या बड्या डॉक्टरशी लग्न करून मोटारीतून मजा मारण्याकरिता किंवा अशाच अन्य रीतीने आयुष्य चैनीत घालविण्याकरिता नाही, गोरगरिबांची सेवा हे आपले ध्येय असले पाहिजे, अशा तऱ्हेचे विचार विशीच्या आत-बाहेर जिच्या मनात कधी ना कधी या काळात आले नाहीत, अशी तरुणीच त्या वेळी सापडली नसती. बडबड्या, उतावळ्या, स्वप्नाळू,

व्यवहारी, भावनाप्रधान असे यौवनाच्या उंबरठ्यावर उभ्या असलेल्या या मुलींचे ऐतिहासिक दृष्टीने अनेक वर्ग पडतील. तारुण्यसुलभ स्वप्नाळूपणा आणि ध्येयांच्या अदृष्ट ओढीने आत्म्याला येणारी जागृती यांतले अंतर त्यांच्यापैकी फारच थोड्यांना कळले असेल. पण त्यांच्या जीवनात प्रीतीच्या आणि क्रांतीच्या कल्पना एकमेकींच्या हातात हात घालूनच प्रवेश करू लागल्या होत्या, यात मात्र मुळीच शंका नाही.

अशा एका ध्येयवादी मुलीचे चित्रण करण्याची इच्छा 'उल्का' व 'दोन ध्रुव' या कादंबऱ्या लिहिता लिहिता माझ्या मनात प्रबळ झाली. या तऱ्हेची तरुणी १९३५ मध्ये काही केवळ कल्पनासृष्टीत पाहावी लागत नव्हती. माझ्या अवतीभोवतीसुद्धा या नवीन स्त्रीचा आविष्कार होत होता. आई-बापांना काय वाटेल किंवा लोक काय म्हणतील याची पर्वा न करता आपल्या विवेकबुद्धीला जे पटेल, तेच आपण केले पाहिजे, आपली अंत:करणप्रवृत्ती जिकडे ओढ घेईल तिकडेच आपण गेले पाहिजे, अशी श्रद्धा अंगी बाणलेली माझी एक बुद्धिवान विद्यार्थिनी राहून राहून मला आठवू लागली. दुर्दैवाने ती अकाली वारली होती. कल्पनेचा एक गोड चाळा म्हणून तिच्या ध्येयवादी मनाचा पुढे कसा विकास झाला असता, आपले ध्येय गाठण्याकरिता तिला कोणकोणते लहान-मोठे झगडे करावे लागले असते, याचे चित्र मी मनातल्या मनात रेखाटू लागलो. ही काल्पनिक क्रीडा आणि १९३४-१९३५ सालची माझ्या भोवतालची सामाजिक परिस्थिती यांच्या संगमातूनच या कादंबरीची नायिका सुलभा निर्माण झाली.

सुलभेपूर्वीच्या माझ्या सर्व नायिका पिंजऱ्यात कोंडलेल्या पाखरांसारख्या होत्या. निर्दय रूढी, क्रूर दारिद्र्य, पदोपदी माणसात आढळून येणारी आत्म्याची बधीरता, अंध समाजपुरुषाची मूर्ख परंपराप्रियता, इत्यादी पोलादी गजांनी बनविलेला तो पिंजरा होता. आपली नाजूक चोच पुन:पुन्हा आपटून ते गज मोडण्याचा, निदान वाकविण्याच्या प्रयत्न करण्याखेरीज पिंजऱ्यातल्या त्या दुर्दैवी पाखरांना दुसरे काही करणे शक्य नव्हते. त्यांच्या रक्तबंबाळ चोची, पंखांच्या फडफडाटावरून पदोपदी व्यक्त होणारी त्यांची स्वातंत्र्यलालसा, गजांवर वारंवार पंख आपटल्यामुळे इतस्तत: गळून पडलेली पिसे इत्यादी गोष्टी त्या कादंबऱ्यातल्या चित्रणात होत्या. पण अशा पिंजऱ्याचे दार उघडे झाल्याबरोबर आतले पाखरू जी आनंदी

हालचाल करील, ज्या अर्धवट स्वप्नाळू दृष्टीने पिंजऱ्याबाहेरच्या उंच वृक्षांच्या शेंड्याकडे आणि दूरवर पसरलेल्या फिकट निळ्या रंगाच्या आकाशाकडे पाहील, त्याचे रेखन माझ्या पहिल्या चारही कादंबऱ्यांत कुठेच झाले नव्हते. 'सुलभे'च्या रूपाने मी तो प्रयत्न करून पाहिला. प्रीती ही क्रांतीची वैरीण नाही, ती तिची मैत्रीण आहे. या गोष्टीवर विश्वास असणारी जी नवी तरुणी महाराष्ट्रात निर्माण होऊ लागली होती तिच्या मानसिक, कौटुंबिक आणि सामाजिक संघर्षाचे चित्र १९३५ सालच्या पार्श्वभूमीवर चित्रित करणे, हा ही कांदबरी लिहिताना माझा मुख्य हेतू होता.

हे चित्र रंगविताना मध्यमवर्गाविषयी आजच्याइतका मी मनातून अश्रद्ध नव्हतो, हे कबूल केलेच पाहिजे. त्या वेळी मला वाटत होते, मध्यमवर्ग हा डोळस बुद्धिवान वर्ग आहे. तो आंधळेपणाने बंडखोर होऊ शकत नसला, तरी या वर्गातली महात्मता जेव्हा उत्कट ध्येयाने प्रेरित होते, तेव्हा ती लीलेने क्रांतीचे नेतृत्व करू शकते. हरतऱ्हेच्या सामाजिक विषमतेविरुद्ध महाराष्ट्रात आजपर्यंत जे संग्राम झाले, त्यांत मध्यमवर्गच अग्रभागी चमकत आला आहे. केवळ पंडितांनाच समजू शकणाऱ्या संस्कृत भाषेचे जोखड झुगारून देऊन समाजाला समजेल अशा भाषेत आपले काव्याचे आणि तत्त्वज्ञानाचे भांडार लीलेने प्रकट करणारा प्रतिभाशाली ज्ञानदेव, रणरणणाऱ्या उन्हात, गोदावरीच्या वाळवंटात तहानेने व्याकूळ झालेली अस्पृश्याची मुलगी पाहून ब्राह्मण्याच्या पावित्र्याचे कृत्रिम पाश क्षणार्धात तोडून वात्सल्याने तिला पोटाशी धरून पाणी पाजणारा प्रेमळ एकनाथ, निर्घृण रूढींच्या बंदिस्त तुरुंगात समाजाचे शरीर कुजत आहे, त्याचा आत्मा गंजला आहे, अशी खात्री पटताच त्या तुरुंगाच्या भिंती जमीनदोस्त करण्याकरिता लेखणीची तलवार करणारे तत्त्वनिष्ठ आगरकर, गुलामगिरीच्या तूपसाखरेपेक्षा स्वातंत्र्याची मीठभाकरच राष्ट्राची उन्नती करू शकते, या तत्त्वाचा मध्यमवर्गाला विसर पडलेला पाहून त्याच्या शृंखला तोडण्याकरिता तळहातावर शीर घेऊन आयुष्यभर लढणारे शूर लोकमान्य-महाराष्ट्राच्या मध्यमवर्गाची ही उज्ज्वल परंपरा पाहून मला बारा वर्षांपूर्वी त्यांच्याविषयी फार मोठी आशा वाटत होती. भविष्यकाळात राजकीय क्रांतीप्रमाणे सामाजिक क्रांतीचेही पुढारीपण हा वर्ग यशस्वी रीतीने करू शकेल, अशी माझी त्यावेळी श्रद्धा होती. गेल्या सहा

वर्षांतल्या आपल्या देशातल्या अनेक घडामोडींनी आणि मला आलेल्या विविध अनुभवांनी माझी ही श्रद्धा डळमळीत केली आहे. सामाजिक क्रांतीच्या बाबतीत मध्यमवर्गाच्या कर्तृत्वाला अनेक मर्यादा पडल्या आहेत, अशी माझी खात्री झाली आहे. त्यातल्या काही अपरिहार्य आहेत, तर कित्येक अनुल्लंघनीय आहेत, याची अलीकडे मला पार तीव्रतेने जाणीव होत आहे. या जाणिवेचे चित्रण माझ्या 'तिसरी भूक' या कादंबरीत वाचकांना पाहायला मिळेल. पण मध्यमवर्गाविषयीची ही अश्रद्धा त्या वेळी जशी व्यक्तिश: मला जाणवत नव्हती, त्याप्रमाणे सामाजिक मनातही तिचे प्रतिबिंब दिसत नव्हते. आजकालच्या आपल्या सामाजिक अनुभवांची कसोटी लावली, तर सुलभेचे चित्रण अधिक कल्पनारम्य (Romantic) वाटण्याचा संभव आहे हे मी मान्य करतो. त्याचे कारण एकच आहे, माझ्यातला मी एका तपापूर्वी अधिक स्वप्नाळू होता.

याचा अर्थ कम्युनिस्टांच्या मध्यमवर्गाविषयीच्या सर्व कल्पना मला मान्य आहेत, असा मात्र मुळीच नाही. सामाजिक क्रांतीची अंतिम मर्यादा गाठायचे सामर्थ्य या वर्गात निर्माण न होणे स्वाभाविक आहे. पददलित वर्गाचा प्रक्षोभ हाच खराखुरा क्रांतीचा वणवा पेटवू शकणारा अग्निस्फुल्लिंग होऊ शकतो. पण अशा क्रांतीच्या अवताराकरिता जी साधना करावी लागते ती मध्यमवर्गातल्या व्यक्तीच्या हातूनच होण्याचा संभव अधिक असतो. अशा व्यक्ती आपल्या आत्मिक प्रेरणेमुळे (Spiritual impluse) आपल्या वर्गाला पडलेल्या मर्यादा लीलेने ओलांडू शकतात. प्रभुत्वाच्या लालसेने प्रेरित झालेला वरचा वर्ग सदैव सत्ता आणि संपत्ती यांच्या पूजनात दंग असल्यामुळे त्याच्या सामाजिक भावना अगदी गोठून गेलेल्या असतात. शाक्तपंथाच्या उपासकांना देवीला नैवेद्य म्हणून नररुंडमाला अर्पण करताना आपल्या हातून मनुष्यहिंसा घडत आहे, अशी विवेकबुद्धीची टोचणी कधी लागली असेल काय? पैसा, प्रतिष्ठा आणि प्रभुत्व यांच्या अमर्याद मोहाने माणुसकी विसरलेला समाजाचा वरचा थरही खालच्या थराविषयी असाच बेपर्वा, बधीर किंबहुना क्रूर होऊ शकतो. उलट जीवनातल्या दैनंदिन दु:खांनी गांजलेला आणि हरघडी काळजाचे लचके तोडणाऱ्या अन्यायांनी चिडून गेलेला खालचा वर्ग आंधळ्या भावनेच्या आणि तिच्यातून निर्माण होणाऱ्या

सूडबुद्धीच्या आहारी जाऊन क्रांतीचे कल्पनाचित्र रेखाटीत असतो.

मध्यमवर्गातल्या विशिष्ट व्यक्तींत ज्यांची आध्यात्मिक भूक प्रबळ होत जाते अशा निवडक व्यक्तींतच क्रांतीला पोषक असा बुद्धी व भावना यांचा मेळ आढळू शकतो. केवळ वर्गविग्रहाच्या तत्त्वज्ञानाने या आत्मिक प्रेरणेवर (Spiritual impluse) पुरा प्रकाश पडणे शक्य नाही. अब्राहम लिंकन या ड्रिंकवॉटरच्या नाटकाच्या आरंभीच्या खालील ओळींत मानवी हृदयाच्या या अलौकिक शक्तींचे मार्मिक वर्णन आले आहे. त्या ओळी अशा आहेत :

'This is the wonder, always, everywhere,
Not that vast mutability, which is event,
The pits and pinnacles of change,
But man's desire and valiance that range
All circumstance, and come to port unspent.'

ही मानवधर्माची हाक कालपरवाच्या मध्यमवर्गातील एका सुशिक्षित तरुणीला कशी ऐकू आली याचे चित्रण या कादंबरीत आहे. सर्वसामान्य मनुष्य जसा गगनचुंबी शिखरावर वस्ती करून राहू शकत नाही, त्याप्रमाणे जीवनाचे चित्रण करणारी कादंबरी असामान्याचे चित्रण करून आपले कार्य पार पाडू शकत नाही, असे मला नेहमीच वाटत आले आहे. सामान्यातले असामान्यत्व चित्रित करणे, हे ललित वाङ्मयाचे प्रधान कार्य आहे. त्या दृष्टीनेच वाचकांनी सुलभेकडे पाहावे. चालू पिढीतल्या वाचकांना सुलभा ही एका तपापूर्वीच्या सुशिक्षित तरुणींची प्रतिनिधी आहे. व्यवहार आणि ध्येयवाद, तरल प्रीती आणि उत्कट भक्ती, आत्मप्रेम आणि मानवताधर्म इत्यादी धाग्यांनी तिचा जीवनपट विणला गेला आहे, असे त्यांना वाटले की माझे काम झाले. मग त्या कादंबरीत त्यांना समाजवाद आढळो अथवा न आढळो आणि एखाद्याला जो समाजवाद दिसेल तो शास्त्रशुद्ध असो वा नसो!

कोल्हापूर   **वि. स. खांडेकर**
६.७.१९४७

पत्र आणि फुले

"हं तात्यासाहेब!" प्रोफेसर गरुड मोठ्याने ओरडले. लहान मुलाप्रमाणे खेळात रंगून गेले होते ते अगदी.

पण गरुडांच्या प्रोत्साहनाचा तात्यासाहेब कालेलकरांच्या आजच्या खेळण्यावर काहीच परिणाम झाला नाही. एरवी टेनिस चँपिअन म्हणजे– 'वृक्षद्रवकंदुकक्रीडनकुशल' म्हणून त्यांची केवढी ख्याती होती. पण आज प्रतिस्पर्धी या नात्याने समोर उभी राहिलेली ती तरुणी भराभर हार खायला लावत होती त्यांना. एरवी टेनिस खेळायला लागल्यावर तात्यासाहेबांची जी समाधी लागे तिचा सकाळी ऊन अगर संध्याकाळी काळोख यांच्यामुळेच काय तो भंग होई. पण आज ते मधूनमधून मनगटावरच्या घड्याळाकडे उत्सुकतेने पाहत होते. बरोबर सहा वाजता ते समोरच्या मुलीला म्हणाले, "क्षमा करा हं. जरुरीचं काम आहे जरा मला."

त्या तरुणीने हसत हसत त्यांच्या क्षमेचा स्वीकार केला. तात्यासाहेबांसारख्या नामांकित खेळाडूवर आपण सहजासहजी मात केली, या आनंदातच ती दंग होती.

तात्यासाहेब कोट घालीत असताना गरुड त्यांच्यापाशी जाऊन हलक्या स्वरात म्हणाले, "स्त्रीदाक्षिण्य तुमच्या अगदी रोमारोमांत भिनलंय, तात्यासाहेब."

तात्यासाहेबांनी किंचित रागाने त्यांच्याकडे पाहिले; पण त्यांच्या कपाळावरील तीन अस्पष्ट आठ्यांना भ्यायला गरुड कच्च्या गुरुंचे चेले थोडेच होते? कॉलेजमधील त्यांची लोकप्रियता खोल ज्ञानाइतकीच उथळ विनोदावरही अवलंबून होती. जिमखान्याकडे ते संध्याकाळी नियमाने येत; पण खेळण्याकरिता नाही तर इतरांना खेळविण्याकरिता. तात्यासाहेब कोटाची बटने लावीत असताना ते पुन्हा म्हणाले, "फ्रॉइड वाचला आहे का तुम्ही, तात्यासाहेब?"

फ्रॉइड हे नाव हल्लीच्या वर्तमानपत्रातील धुळवडीत तात्यासाहेबांच्या कानावरून गेले होते; पण त्याने एखादा तारा शोधून काढला आहे, की यंत्र तयार केले

आहे, याची त्यांना पक्की खात्री नव्हती.

गरुडपुराण सुरू झाले, ''स्त्री-पुरुषाचे आकर्षण, जगात ती जन्माला आल्यापासून सुरू होते–''

आता तात्यासाहेबांना अगदी राहवेना. ते तुटकपणानं म्हणाले, ''आणि ती मेल्यावर ते संपते–''

''उघडच आहे हे!'' आपल्या हास्याने शेजारच्या तीन मजली बंगल्याला लाजवीत गरुड उद्गारले! ''त्याशिवाय का तुमच्यासारखी साठी गाठलेली माणसं तरुण मुलीबरोबर खेळण्याचा प्रसंग येताच इतकी गडबडून जातात? या पुण्यात रॅकेटधारी अर्जुन म्हणून केवढा तुमचा लौकिक! पण थोडी नीटनेटकी दिसणारी ती पोरगी पुढे उभी राहताच काय स्थिती झाली तुमची तात्यासाहेब! 'गांडीवं स्त्रंसते हस्तान् त्वक्चैव परिदह्यते । वेपथुश्च शरिरे मे रोमहर्षश्च जायते.'' फ्रॉइडवरून भगवान श्रीकृष्णापर्यंत पोहोचलेल्या गरुडांनी आता अट्टहासाला सुरुवात केली. तात्यासाहेब आपल्या मोटारीकडे जात म्हणाले, ''कॉलेजमध्ये हाच फाजीलपणा शिकविता का प्रोफेसरसाहेब?''

लगेच त्यांच्या मनात विचार आला– सुलभा एफ.वाय. मध्ये असताना पत्रांतून याच गरुडांची केवढी स्तुती करी. त्यांना तिचे एक पत्र आठवले– तात्या, प्रोफेसर गरुड असं भयंकर सुंदर शिकवितात म्हणता आणि कोट्या किती छान करतात बाई! एके दिवशी किनई मी माझं आवडतं हिरव्या चाफ्याचं फूल डोक्यात घालून गेले होते. वर्गात तास सुरू झाला. इकडेतिकडे पाहून गरुडांनी विचारले, ''वर्गात कुणी गुप्त पोलीस आहेत काय?'' मागून एक ओरडले, ''नाही, पोलिसच आहेत नुसते,'' यावर गरुडांनी मोठ्या गमतीने उत्तर दिले, ''ठीक आहे. त्यांच्या हवाली करू तुम्हाला.'' त्यांच्या या टोल्याने वर्गात हशाच हशा पिकला. नंतर ते म्हणाले, ''इथे अभिनव मधुमधुर सुगंध पसरला आहे. बाण जर या वेळी आसपास असता, तर या मोहक सुवासामुळे निदान चार उपमा, तीन उत्प्रेक्षा आणि एक रूपक त्याला सुचले असते. पण मला'' एक मुलगा मध्येच उठला आणि म्हणाला, ''सर हिरव्या चाफ्याच्या फुलाचा वास आहे हा!'' गरुडांनी हसत हसत म्हटले, ''असे का? काही लक्षातच येईना माझ्या. यावे तरी कसे? मी पन्नाशीच्या उतरणीला लागलेला मनुष्य आणि हिरवा चाफा, हे तर तारुण्याचे प्रतीक?'' सारा वर्ग त्यांच्या या बोलण्यावर अगदी खूष होऊन गेला.

सुलभेने केलेली गरुडांची ही स्तुती लक्षात असल्यामुळे, दोन-तीन वर्षांपूर्वी पुण्यात राहायला येताच तात्यासाहेबांनी मोठ्या हौसेने त्यांची ओळख करून घेतली होती. पण बोरीवर चढणाऱ्याला बोरे मिळण्यापेक्षा काटेच अधिक लागावेत,

अशी तात्यासाहेबांची स्थिती झाली. गरुडांच्या बोलण्यात गंमत नसे असे नाही; पण गटारगप्पा आणि स्त्री-पुरुषविषयक कुचेष्टा यांच्या मिश्रणाने गढूळ झालेला त्यांचा विनोद वस्त्रगाळ करून घेता घेता अनेकांच्या नाकी नऊ येत. संभाषणांच्या वेळी बायका असल्या तर गरुडांच्या जिभेला लगाम बसण्याऐवजी तिची घोडदौड सुरू होई.

मोटारीकडे जात असताना गरुडांविषयीचे हे विचार तात्यासाहेबांच्या मनात घोळत होते. त्यांना एकदम वाटले प्रत्येक माणसाच्या मनाला दोन बाजू असतात की काय, की पोशाखाप्रमाणे बोलणेही बदलण्याची कला कित्येकांना साधलेली असते? प्रोफेसराच्या दर्जाच्या मनुष्याने–

मोटारीकडे नजर जाताना आपला ड्रायव्हर जागेवर नसल्याचे त्यांना दिसून आले. 'बसला असेल कुठं तरी विड्या फुंकीत' तात्यासाहेब रागाने स्वत:शीच उद्‌गारले. मोटारीचे शिंग जोराने फुंकण्याचा त्यांचा विचार होता. इतक्यात पलीकडच्या आंब्याच्या झाडाच्या आडोशाला असलेला विठू त्यांना दिसला. विठूबरोबर दुसरेही कोणी तरी होते. ती व्यक्ती पाठमोरीच चालती झाली. पण तिच्या पोशाखावरून तो पठाण आहे, हे तात्यासाहेबांच्या सहज लक्षात आले. त्या पठाणाचा चेहरा दिसला नसताही त्यांचे मन एकदम अस्वस्थ झाले. मनाच्या कानाकोपऱ्यांत अडगळ म्हणून पडलेल्या आठवणी एकदम त्यांच्या डोळ्यांपुढे नाचू लागल्या. तीन वर्षांपूर्वीचा तो नायकिणीच्या खुनाचा खटला, त्यावेळी फरारी झालेला आपला कारटा मनोहर, त्या खटल्यामुळे वैराग्य येऊन आपण सोडून दिलेला वकिलीचा धंदा– तात्यासाहेबांनी आपल्या भटकणाऱ्या मनाला एकदम आळा घातला. बार रूममध्ये फार पूर्वी त्यांनी केलेली एक कोटी त्यांना आठवली,

'पठाण, साहेब आणि कैफियती कितीही पाहा. इथून तिथून एक नमुना.'

हा दुसराच कोणी तरी पठाण असेल अशी खात्री होऊन मघाच्या आपल्या मनाच्या गोंधळाचे त्यांचे त्यांनाच हसू आले. त्यांना वाटले, मनुष्याचा तोल गेला असताना त्याला लहानसा धक्का लागला तरी तो पडतो. टेनिस खेळणारी ती मुलगी पाहून सुलभेविषयीचे नाही नाही ते विचार आपल्या मनात थैमान घालू लागले. त्यामुळे मन गोंधळून जाऊन आज खेळावर लक्षच लागेना आपले काही केल्या. अशा स्थितीत हा पठाण दिसला आणि जुन्या अप्रिय आठवणी जाग्या झाल्या.

विठूने साहेबांना दार उघडून दिले. तात्यासाहेब आत बसताच दार लावून तो आपल्या जागेवर बसला व त्याने मोटार सुरू केली. तात्यासाहेबांनी त्याला एकदम विचारले,

“हा पठाण रे कशाला आला होता तुझ्याकडे?”

“काही नाही, उगीच साहेब!”

“उगीच? तू आणि तो हिंदू-मुसलमानांची एकी कशी व्हावी याविषयी चर्चा करीत होता की काय?”

विठूने काही उत्तर दिले नाही.

तात्यासाहेब आपल्या विनोदावर खूष होऊन झर्रकन् मागे पडणाऱ्या बंगल्याकडे पाहत होते.

“त्या पठाणाचं कर्जबिर्ज काढलं आहेस का काही?” त्यांनी विठूला प्रश्न केला.

कोपऱ्यावर मोटार कौशल्याने वळवीत विठून उत्तर दिले, “माझ्या भावानं काढलंय!”

“तुझा भाऊ तिकडे सांगली-कोल्हापूराकडे असतो ना?”

“हा पठाणही तिकडचाच आहे की! आताशीच पुण्यात येऊन राहिलाय. मुंबईत धंदा आहे म्हणे मोठा त्याचा!”

या वाक्यावरचे तात्यासाहेबांचे विचित्र हसणे, मोटार थांबली त्या आवाजात, विठूला ऐकू गेले नाही.

तात्यासाहेब कपडे काढून खुंटाळ्याला लावतात न लावतात तोच मावशी दारात येऊन उभ्या राहिल्या. का कुणास ठाऊक, मावशींनी पाहिले, की तात्यांना कालेलीतल्या घराच्या खळ्यातील तुळशीची आठवण होई. तसे झाड मोठे नाही, फुले-फळे नाहीत, काही नाही. सारे धन काय ते मंजिऱ्या. पण वृंदावनातील त्या तुळशीकडे नजर गेली, की मन कसे उल्हसित होत असे. मावशीच्या चेहऱ्यावरील सुरकुत्या त्यांच्या हसण्यामुळे कुठल्या कुठे नाहीशा होत आणि त्यांचे प्रेमळ डोळे जणू काही संध्याकाळी तुळशीवृंदावनापाशी ठेवलेली निरांजनेच!

“आलं का ताईचं उत्तर?”

“मेलनं निघायचं. म्हणून उत्तर पाठविलं नसेल तिनं!”

“पण नक्की येणार ना ती?”

“लाडक्या नातीकरिता काही विशेष बेत आहे वाटतं आज?”

“फार मोठा बेत आहे. कधीच कुणी केला नसेल असला.”

“इतकं नवीन पक्वान्न असलं तर वर्तमानपत्रात तुमच्या नावावर छापून टाकू ते आपण! ऐकू द्या बुवा सुलूसाठी काय तयारी होणार आहे ती !”

“कढीलिंब घेणार आहे आणून, सार फार आवडतं ना तिला?” तात्यांना हसू आले. पण ते लपविण्याकरिता ते समोर सुंदर चौकटीत बसविलेल्या मानपत्राकडे पाहू लागले. वकिली सोडताना त्यांच्या व्यवसायबंधूंनी त्यांना

दिलेला हा मान होता.

मावशी पुढे म्हणाल्या, "नि हिरव्या चाफ्याचं झाड जवळच आहे इथनं. तीही मिळतात का बघते. लहानपणापासून मोठं वेड आहे पोरीला या फुलांचं!"

मावशी आत निघून गेल्या. मुले कितीही मोठी झाली तरी बायकांना ती लहानच वाटतात, हे तात्यांना या वेळी पूर्ण पटले. संध्याकाळपासून डॉक्टरीण झालेल्या सुलभेच्या लग्नाचा ते विचार करीत होते, तर मावशी आपल्या आईवेगळ्या नातीसाठी कढीलिंब आणि हिरव्या चाफ्याची फुले कशी मिळतील या विवंचनेत पडल्या होत्या. ते झटकन् उठले आणि लिहिण्याच्या मेजाजवळ जाऊन सकाळी आलेले बॅरिस्टर देशपांडे यांचे पत्र उचलून वाचू लागले.

स. न. वि. वि.

पुण्याच्या वसंत व्याख्यानमालेत 'स्त्री-पुरुषांची समता' या विषयावर माझे व्याख्यान ठरले आहे. व्याख्यान चार दिवसांनी असले तरी उद्या रात्रीच्या मेलने मी निघत आहे. तुमच्या आणि सुलभाताईंच्या सहवासाचा तेवढाच लाभ होईल. जूनमध्ये कोर्ट सुरू झाले की पुन्हा घ्यायचंच आहे घाण्याला जुंपून! एक आनंदाची गोष्ट म्हणजे, ज्या जहागिरीच्या वारसाहक्काविषयी मी भांडत होतो ती जहागीर मलाच मिळणार असा रंग दिसत आहे. सध्याचे मालक क्षयाने आजारी असून धन्वंतरी खाली उतरला तरी त्यांना गुण पडणे शक्य नाही, असे तज्ज्ञ म्हणतात. दुसऱ्याच्या दुःखावर आपले सुख अवलंबून असणे तत्त्वज्ञानाच्या दृष्टीने बरे नसेल; पण तुम्हा-आम्हा वकिलांचे या कटू सत्यावरच जग चालते, हा नित्याचा अनुभव आहे. नाही का?

गेल्या वर्षाच्या कामाने शिणून गेलो आहे मी अगदी. नव्या वकिलाने पुढे येणे म्हणजे नवीन घोड्याने शर्यत जिंकण्यापैकीच प्रकार! अगदी उरी फुटावं, लागतं. सुलभाताईंना म्हणावं, मुद्दाम तुमच्याकडे राहायला येतोय चार दिवस. चांगलंसं औषध हवंय मला. मात्र औषध गोड हवं म्हणावं. एम्.बी.बी.एस.च्या परीक्षेपेक्षा ही परीक्षा अवघड वाटेल त्यांना! नाही?

तुमचा स्नेहांकित,
विजय देशपांडे

तात्यासाहेबांनी सकाळपासून नाही म्हटले तरी दहा वेळा वाचला असेल हा मजकूर. पत्र तीन-चार वेळा वाचूनच सुलभेला ताबडतोब निघून येण्याविषयी त्यांनी तार केली होती. अनुभवाकरिता ती एका मोठ्या हॉस्पिटलात काम करीत होती हे खरे; पण तेथे आठ दिवसांची रजा मिळायला अशी काय मोठी अडचण

पडणार होती आणि पडली तरी तिला जन्मभर तेथे नोकरी थोडीच करावयाची होती? उद्या विजय देशपांड्यांचे तिच्यावर प्रेम बसले तर सहज लाख दीड लाख उत्पन्नाची जहागीरदारीण होईल ती. जहागीरदारीणबाई एम.बी.बी.एस. असणे अगर त्यांनी लोकांच्या आरोग्याकरिता प्रत्यक्ष काम करणे या गोष्टी केव्हाही चांगल्याच! गरिबांची प्रकृती तपासणारी असली जहागीरदारीण गांधींनी पाहिली की लगेच रामराज्याचे शिफारसपत्र देखील मिळून जाईल सुलभेला!

सकाळी विजयचे पत्र आल्यापासून ताबडतोब याच मनोराज्यात विहार करीत होते. तसे पाहिले तर हा विवाह जुळून येणे मुळीच कठीण नव्हते. तात्यासाहेबांनी आपली काही कुळे विजयला देऊन त्याला धंद्याचा जम बसविण्याच्या कामी मदत केली होती. वधू-वर सुशिक्षित, अगदी एका जातीचे नसले तरी समान संस्कृतीचे, अनुरूप–

अनुरूप म्हणण्यापेक्षा रूपाचे पारडे सुलभेच्या बाजूलाच झुकेल अशी तात्यासाहेबांची खात्री होती. सुलभेचे अगदी अलीकडचे फोटो सहज विजयच्या नजरेला पडावेत म्हणून आपल्या कौटुंबिक फोटोंचा संग्रह त्यांनी वर काढून ठेवला होता. तो उचलताना अगदी अलीकडचा सुलभेचा फोटो ते पाहू लागले. सुलभा झाली तेव्हाची आठवण होऊन, त्यांच्या चेहऱ्यावर स्मिताची रेषा उमटली. अशी नक्षत्रासारखी मुलगी आपल्याला झाली आहे हे काही वेळ त्यांना खरेच वाटले नाही त्या वेळी. आजही सुलभेच्या फोटोकडे पाहताना ही आपलीच सुलभा की काय अशी आश्चर्याची भावना त्यांच्या मनात येऊन गेल्यावाचून राहिली नाही. ते हळूहळू संग्रहातील मागील फोटो चाळू लागले. सुलभेचे ते विचित्र फोटो पाहता पाहता त्यांना वाटले किती झपाट्याने बदलतो मनुष्य! यौवनाच्या उपवनात संचार करणाऱ्या प्रवेशद्वारापाशी उभ्या राहिलेल्या सुलभेचे लाजरे डोळे. त्यांनी एकदम मागचे फोटो काढले– सहा महिन्यांच्या सुलभेचा ती झोपली असताना काढलेला फोटो; अंगठा चोखीत असताना घेतलेला तिचा फोटो, 'चाल, चाल, बाळा' म्हणून तिला एकेक पाऊल टाकायला लावीत असता काढलेला फोटो. तात्यांना टेनिस कोर्टावरच्या मघाच्या त्या तरुणीची आठवण झाली. एकदम त्यांच्या मनात आले, आपल्या बोटाच्या आधाराने चालायला शिकलेली सुलभा आता आपला हात झिडकारून कोठे तरी धावत जाणार नाही ना? काय नेम? त्या मन्याने–

विमनस्कतेने ते आल्बम चाळू लागले. सुलभेचे परकरी फोटो त्यांच्या डोळ्यांपुढे आले; पण ते पाहताच त्यांच्या कपाळावरील तिन्ही आठ्या स्पष्ट दिसू लागल्या. या बहुतेक फोटोंत तिच्याहून एक-दोन वर्षांनी मोठा असा एक मुलगा तिच्याबरोबर होता. फोटोतील त्या मुलाचे सशासारखे भित्रे डोळे पाहून

त्यांनी एक सुस्कारा टाकला. हे निष्पाप डोळे पाहून मोठेपणी या मुलाच्या हातून खून होईल, असे कोणाला तरी वाटले असते का, असे मूक उद्‌गारच त्या सुस्काऱ्यातून त्यांच्या मनाने काढले.

गाडी येण्याच्या आधी दहा-पंधरा मिनिटे तात्यासाहेबांनी स्टेशनवर येणे त्यांच्या तत्त्वज्ञानाविरुद्ध होते. दत्ताप्रमाणे प्रत्येक मनुष्याला आयुष्यात थोडेफार गुरू करावे लागतात, असे ते म्हणत. नियमितपणात मंडलीक, साधेपणात गांधी, धार्मिक गोष्टीत बिझांटबाई, राजकारणात गोखले इत्यादी त्यांचे निरनिराळे आदर्श होते. पण आज त्यांच्या तत्त्वज्ञानाला भावनेने हरताळ फासला. सुलभा केव्हा येते असे त्यांना होऊन गेले होते. गाडीच्या धक्क्यावर तर एकेक मिनिट त्यांना एक एक तासासारखे वाटू लागले. वेळ घालविण्याकरिता म्हणून ते तिथल्या पुस्तकांच्या दुकानाकडे वळले. दोन-चार पुस्तके चाळताच त्यांचे लक्ष एका पुस्तकाने वेधले– 'अनंगरंग!' असल्या पुस्तकात असते तरी काय हे पाहण्याकरिता त्यांनी ते उचलून उघडले मात्र, त्यांच्या पलीकडचा पायजमावाला तरुण अशा कुत्सितपणाने हसला! तात्यासाहेबांच्या तळपायाची आग मस्तकाला गेली. बायको चाळिसाव्या वर्षी वारली असूनही आपण दुसरे लग्न केले नाही. आपल्या सहकाऱ्यांनी आपल्याला दिलेल्या मानपत्रात धुतल्या तांदळासारख्या असलेल्या आपल्या शीलाचा उल्लेख केला आहे आणि ह्या पायजमावाल्या बोडक्या तरुणाने आपण केवळ हे पुस्तक हातात घेतले म्हणून फिदीफिदी हसावे! असल्या पुस्तकांचे खरे गिऱ्हाईक या तरुणासारखे लोकच असायचे.

तारुण्य हे मोठे कोडे आहे, असे तात्यासाहेबांना या वेळी वाटले. मघाची ती टेनिस कोर्टावरची तरुणी! नवऱ्याला तिने चक्क सांगितलंन–

''मला खेळायची लहर आली आहे आता. तुमच्या मर्जीप्रमाणे नाचायला मी काही वेणीवर अग्रफुलं घालून स्वयंपाक करीत बसणारी जुनी बाई नाही.'' चार लोकांदेखत नवऱ्याला टाकून बोलणारी ती तरुणी, आपल्या वयाचा विचार न करता, फिदीफिदी हसणारा हा तरुण, आजच्या पिढीची ही लक्षणे बरी का? आपली सुलभाही या पिढीतलीच! मग–

धक्क्यावर हमालांची गडबड उडाली. गाडी स्टेशनात शिरली. तात्यासाहेबांच्या डोळ्यांपुढून डब्यामागून डबे गेले. पण सुलभा त्यांना कोठेच दिसली नाही. बायकांच्या डब्यापाशी जाऊन त्यांनी पाहिले. सेकंड क्लासने आली असेल म्हणून तेथेही डोकावून बघितले. पण सुलभा कोठेच नव्हती. निराशा आणि राग यांच्या विचित्र मिश्रणाने त्यांचे मन भरून गेले. कदाचित तिला रजा मिळाली नसेल पण जरुरीची तार आल्यावर तिने यायला नको होते का? त्यांच्या मनात आले इकडे आणायच्या वस्तू खरेदी करायला तिला वेळ लागला असेल आणि

मेल मिळाली नसेल. डेक्कन क्वीनने ती खास येईल.

स्वस्थ मनाने ते वळतात न वळतात तोच मघाचा उद्धट तरुण आपल्याकडे बोट दाखवीत असलेला त्यांना दिसला. त्याच्याबरोबर दुसरा एक तरुण होता. तसाच पायजमावाला, बोडका; पण चेहऱ्यावरून खूप हुशार दिसणारा, त्याचा चेहरा काळासावळाच होता. पण त्याचे ते तीव्र तेजस्वी डोळे– या तरुणाला आपण पूर्वी कोठे तरी पाहिले असावे, असे तात्यासाहेबांच्या मनात येऊन गेले.

इतक्यात ते दोघे तरुण त्यांच्याकडेच आले. नव्या तरुणाने त्यांना नमस्कार करून म्हटले–

"मी बंगल्यावरच येणार होतो आपल्या. पण हा माझा स्नेही म्हणाला की तुम्ही स्टेशनावरच आला आहात."

"काय काम आहे आपलं?"

"सुलूताईंनी पत्र दिलं आहे हे."

"कुणी? सुलभेनं?" पत्र हातात घेत तात्यासाहेब म्हणाले.

"हो."

"अन् ती कुठं आहे?"

या प्रश्नाने आलेले हसू मुद्रेवर न दाखविता तो तरुण उत्तरला, "मुंबईत".

"इकडे केव्हा येणार आहे पण?"

"उद्या सकाळच्या गाडीनं मी परत गेल्यावर."

"तुमच्याशी काय तिचा संबंध?"

"माझी बहीण आजारी आहे फार. तिच्या उशाशीच बसून राहिल्या आहेत त्या!"

तात्यासाहेबांना आता आपला राग आवरेना, ते चिडक्या स्वरात म्हणाले, "बहिणीचा भाऊ पुण्याला भटकायला येतो–"

त्या तरुणाने शांतपणे विचारले, "मी भटकायला आलो आहे, हे आपण कशावरून ओळखलं?"

किंचित नरमून तात्यासाहेब म्हणाले, "पण हा लष्करच्या भाकऱ्या भाजण्याचा धंदा–"

"लष्करानं लढाया जिंकायला हव्यात, तर त्याच्या भाकऱ्याही कोणी तरी भाजल्याच पाहिजेत."

कोल्हटकर, गडकरी, अत्रे वगैरे लोकांचे वाङ्मय वाचून तरुण लोक उगीच काही तरी कोट्या करीत असतात, असे क्लबात परवाच कोणीतरी म्हटले होते. त्याचा दाखला या वेळी तात्यासाहेबांना पटला. आजारी बहिणीला सोडून हा तरुण पुण्याला येतो कशाला, अगदी एका रात्रीत होणारे असे याचे काम तरी

काय आहे आणि सुलभेची व या तरुणाची कोणत्याही निमित्ताने ओळख झाली असली, तरी त्याच्या मरणोन्मुख बहिणीच्या उशाशी बसण्याच्या फंदात पडण्याची तिला जरुरी काय? सारेच विचित्र प्रश्न.

ते दोघे तरुण नमस्कार करून जाऊ लागले. सुलभेचे पत्र तेथेच फोडून वाचावे की काय अशा विचारात तात्यासाहेब होते. इतक्यात तो मघाचा तरुण काही तरी आठवण झाल्याप्रमाणे एकदम परत वळला. तात्यासाहेबांच्या हातात एक पुडी देत तो म्हणाला, ''सुलभाताईंनी फुले दिली आहेत ही मावशींच्या देवाला.''

''काय खुळी पोर आहे!''

''विसरलोच होतो मी! बजावून सांगितलं होतं त्यांनी अगदी!''

''कसली फुलं पाठविली आहेत वेडीनं?''

''हिरव्या चाफ्याची.''

''हिरवा चाफा!'' एवढेच शब्द तात्यासाहेबांच्या तोंडून बाहेर पडले. मग त्यांना प्रो. गरुडांच्या हिरव्या चाफ्यावरील मल्लिनाथीची आठवण झाली, की समोरील तरुणाच्या कोटाला लावलेले हिरव्या चाफ्याचे फूल पाहून आश्चर्य वाटले, कुणाला ठाऊक!

त्यांच्या मनात विचार आला, याला हे हिरव्या चाफ्याचे फूल सुलभेनेच दिले असेल काय? तसे असेल तर–

सुलभेचे ते पत्र!

त्या पत्रात काही तरी विलक्षण मजकूर आहे, असे त्यांना उगीचच वाटू लागले.

वावटळ

❊❉❊❉

घरी गेल्यावर ते पत्र फोडून पाहावे, असे तात्यासाहेबांनी ठरविले. आपल्या मनाच्या दुबळेपणाबद्दल त्यांना रागही आला थोडासा! पण भयंकर तापातून उठलेल्या मनुष्याने उभे राहण्याचा प्रयत्न करताच त्याचे पाय जसे लटपट कापू लागतात, तसे त्यांचे मन झाले होते. तीन वर्षांपूर्वी खुनाच्या खटल्यात सापडून मनोहर फरारी झाला. मॅट्रिकपलीकडे त्याची मजल कधीच गेली नव्हती आणि गाण्याबजावण्याच्या नादातच तो दंग असे हे खरे! ही शल्ये तात्यासाहेबांच्या अंतःकरणात सलत नसत असे नाही. आपल्या मुलाने आपली वकिली पुढे चालवावी, असे त्यांना फार फार वाटे. मनोहरच्या शिक्षणाकरिता त्यांनी इतका पैसा खर्च केला की तेवढ्यात दुसरा एखादा मुलगा बॅरिस्टर होऊन आला असता. बोर्डिंग, शिकवण्या, वशिले, सर्व काही झाले, पण विश्वविद्यालयाची वैतरणी नदी मनोहर कधीच ओलांडू शकला नाही. वर्गात लागलेल्या पुस्तकांपेक्षा गावात लागलेल्या नाटकांकडेच त्याचे जास्त लक्ष असे. त्याने तरी काय करावे? इतिहासातील लढाया वाचू लागले, की आपल्या कानात ग्रामोफोनवरील गोडगोड गाणी घुमू लागतात, हे त्याचे समर्थन तात्यासाहेबांनी कधी तरी ऐकून घेतले असते का?

एखाद्या शिल्पकाराने दोनच पुतळे मन लावून करावेत, त्याप्रमाणे तात्यासाहेबांचा सारा जीव मनोहर व सुलभा यांच्यावर होता. एक पुतळा मध्यम ठरला तरी दुसरा असामान्य ठरेल अशी खात्री सुलभेच्या यशावरून त्यांना वाटू लागली. मनोहरवरचे त्यांचे लक्ष अजिबात उडाले. त्याला काही हवे नको असल्यास तो ते मावशीच्या मध्यस्थीने मिळवी. सुलभेचा मॅट्रिकमध्ये खूप वर नंबर आला, सुलभा पहिल्या वर्गात इंटर सायन्स पास झाली, सुलभा मेडिकल कॉलेजातही हुशार ठरली. या आनंदात तात्यासाहेबांचा सारा कौटुंबिक वेळ जायचा. आपल्या एका पुतळ्याची किंमत दगडापेक्षा अधिक नसली तरी दुसरी मूर्ती इतकी मोहक होईल, की तिचे मोलच कोणाला करता येणार नाही, असे त्यांना वाटे. पण नायकिणीच्या

खुनाशी संबंध येऊन मनोहरने ज्या दिवशी घर सोडले, त्या दिवसापासून आपल्या आशा-मंदिराच्या खाली धरणीकंप होणे शक्य आहे, ही कल्पना तात्यासाहेबांना स्पष्टपणे आली. मनोहरने आपले नाव उजळ केले नाही, तरी तो त्याला काळिमा आणील असे त्यांना स्वप्नातही वाटले नव्हते. पण स्वप्नातही न दिसणाऱ्या गोष्टी प्रत्यक्ष घडाव्यात अशीच मानवी संसाराची विचित्र रचना आहे. या प्रसंगानंतर गेली तीन वर्षे त्यांच्या आयुष्याचा प्रवाह संथपणे वाहत होता. मनोहरचा पुढे पत्ताच लागला नाही; पण तो मला मेला आणि मी त्याला मेलो, असे तात्यासाहेब त्याच्याविषयी उद्गार काढून चुकले होते. मात्र स्वाभाविक वात्सल्यामुळे असो, आपल्या नावाचे अधिक धिंडवडे होऊ नयेत म्हणून असो, त्याच्यामागे शिरगाव संस्थानच्या पोलिसांचा ससेमिरा लागू नये, अशी व्यवस्था त्यांनी वेळीच केली होती.

त्या परक्या तरुणाने दिलेले सुलभेचे पत्र हातात नाचवीत असताना त्यांचे रागावलेले मन तीन वर्षांपूर्वीच्या या दुःखद प्रसंगाचीच उजळणी करीत होते.

ताईसाहेब मुंबईहून येणार ही विठूची कल्पना. म्हणून तात्यासाहेब मोटारीत बसल्यावरही तो क्षणभर बाहेर घुटमळला. त्याने तात्यासाहेबांच्या चेहऱ्याकडे पाहिले. त्यांना काही विचारण्याचा धीर त्याला झाला नाही. अपरात्री दार थोडेसे उघडताच अंधार दिसल्याबरोबर लहान मूल धाडकन दार लावून घरात परत येते. विठूही तसाच आपल्या जागेवर जाऊन बसला.

रस्त्यावर एक टांगेवाला आपल्या हडकुळ्या घोड्याला बेदम चोपत होता, एक लहान मूल मध्येच आडवे आल्यामुळे विठूने जोरजोराने भोंगा वाजविला, त्याचा आवाज अगदी विलक्षण कर्कश झाला, पुलाच्या पलीकडचे नदीचे पात्र मंद संधिप्रकाशात अगदी दिसत होते; पण यांपैकी कोणत्याच गोष्टीकडे तात्यासाहेबांचे लक्ष गेले नाही. तापाने ग्लानी आलेल्या मनुष्याला आपल्या भोवतालच्या जगाची जशी जाणीव नसावी, तशी त्यांची स्थिती झाली होती.

मोटार बंगल्याच्या दारापाशी थांबताच मावशींनी दार उघडले. मोटारीतून तात्यासाहेब एकटेच उतरलेले पाहून मावशींनी विचारले, ''नि ताई?''

''ताई काय लहान मुलगी आहे आता?'' मावशी तात्यासाहेबांच्याकडे पाहतच राहिल्या. सरावाने आंधळा मनुष्यही मार्ग ओळखू शकतो. मावशींचे तर उभे आयुष्य तात्यासाहेबांच्या घरी गेलेले. काही तरी विचित्र घडले आहे एवढे त्यांना कळले. त्यांनी हलक्या स्वरात पुन्हा प्रश्न केला,

''आजारी का आहे ताई?''

आपल्या खोलीकडे जात तात्यासाहेबांनी उत्तर दिले, ''दुसरं कोणी तरी आहे आजारी.''

''दुसरं कोण?''

“कोण ते देवाला ठाऊक!”

मावशींनी झटकन पुढे होऊन तात्यासाहेबांच्या खोलीतील विजेचे बटन दाबले; टेबलाकडे बोट दाखवीत त्या म्हणाल्या, “तार आलीय मघाशी.”

तात्यासाहेबांनी टेबलावरील तारेवर जवळजवळ झडपच घातली. सुलभेने रात्रीच्या गाडीने निघते म्हणून कळविले असावे, अशी कल्पना मनात येऊन त्यांना आनंद झाला. परोपकाराची लहर आली असली तरी पोरगी माझ्या शब्दाबाहेर जाणार नाही, अशी अभिमानाची छटाही त्या आनंदाशी पाठशिवणीचा खेळ खेळत निघून गेली.

त्यांनी तार उघडून पाहिली. तार विजय देशपांड्यांची होती.

तात्यासाहेबांची मान वर होताच मावशींनी विचारले, “काय म्हणते ताई?”

“बोलायलाच तयार नाही ती.”

“म्हणजे?”

“तिची नाही ही तार! विजयांची आहे ती. मेलऐवजी पॅसेंजरने येणार आहेत ते.”

मावशींच्या शांत मुद्रेकडे आश्चर्याने पाहत तात्यासाहेब म्हणाले, “ताई आली नाही म्हणून वाईट वाटलं ना तुम्हाला?”

हसत मावशी उत्तरल्या, “छे: ! मुलं मोठी झाली म्हणून आपण काही लहान होत नाही!”

“ताई तर असंच म्हणते!”

“कशावरनं?”

“एक खाऊचा पुडा पाठवून दिला आहेत तिनं तुम्हाला.”

तात्यासाहेबांच्या या थट्टेचा अर्थ मावशींच्या लक्षात येईना. इतक्यात त्यांच्या हातात एक पुडी पडली. नुसत्या वासावरून त्यात हिरव्या चाफ्याची फुले आहेत, हे त्यांनी ओळखले. त्या आनंदून म्हणाल्या, “ताईनं पाठविली ही?”

“स्टेशनावर नाही काही फुलं विकत मिळत.”

“लहानपणापासूनच लाघवी आहे मोठी पोर. कोणी काही खायला दिलं तरी माझ्याजवळ येऊन म्हणायची, “माछी, तुला हवा खाऊ?”

मावशी स्वयंपाकघराकडे गेल्या. तात्यासाहेबांनी पत्र उघडले. आरंभी ‘श्री’ नव्हतीच. त्यांच्या मनात आले, लहानपणी ही ‘श्री’ काढण्यासाठी सुलभा केवढा हट्ट करून बसली होती. मनोहर काही केल्या तिला काढून देईना. आपण एका खटल्याच्या साक्षीदारांना पढवीत बसलो होतो. शेवटी ती आपल्या दारात येऊन रडू लागली. आपण कागद बाजूला सारून तिला जवळ घेतली. ‘श्री’ काढून दिली आणि तिचा हात हातात घेऊन ती गिरवलीही. पण लहानपणी ‘श्री’साठी हट्ट घेणाऱ्या सुलभेला ‘श्री’ लिहिण्याची इच्छाही होत नाही आता. भोळ्या

बिचाऱ्या मावशी! नदी पर्वतापाशी घोटाळत राहत नाही, हे लक्षातच येत नाही त्यांच्या. ती वळणे वळणे घेत शेवटी कोठल्या तरी लांबच्या समुद्राला जाऊन मिळते.

ही नदीची कल्पना तात्यासाहेबांच्या मनात सहज आली होती; पण सुलभेच्या पत्रांतील मजकुरावरून नजर टाकताच ती अगदी बरोबर होती असे त्यांना वाटले. तिने लिहिले होते–

'तात्या, तुम्ही माझ्यावर अगदी खूप खूप रागवाल, नाही? विमानं असती, तर तुमची समजूत घालायला मीच येऊन गेले असते; पण एक रोगी घेतला आहे हातात. अगदी बिछान्यापाशी बसून राहायला हवंय त्याच्या!

हे घडले तरी किती विलक्षण तऱ्हेनं. तुमची तार मिळाल्यावर मी रजेची व्यवस्था केली, सामान घ्यायचे ते घेतले आणि वांद्र्याला एका मैत्रिणीकडे जायचे फार दिवस राहिले होते, म्हणून तिच्याकडे गेले. तिच्याकडे खूप खूप हिरवा चाफा मिळाला. मावशीच्या देवाकरिता एक लहानशी पुडी करूनसुद्धा घेतली मी. परत येताना गाडीत खूप गर्दी होती. आज संध्याकाळी पुण्याला गेल्यावर माझं लहानपण परत येईल, असं मनोराज्य करीत बसले होते मी. आणि खरंच तात्या. मावशी दिसली, की किती तरी लहान झाल्यासारखं वाटतं मला. पुस्तके, प्रश्न, परीक्षा, सारं सारं विसरून जायला होतं एकदम. आई आजारी असतानाची खिरीची आठवण मावशी अजून सांगते ना? खीर खाल्ली म्हणजे आईचे आयुष्य वाढते असे मावशीने सांगितले, की आवडत नसतानाही मी अधिक खीर खायची– आणि मनूदादा– काय खाल्लं म्हणजे वडिलांचे आयुष्य वाढतं हे कोणी ठरवले नाही! नाही तर ते दररोज खाण्याचा नेमच केला असता मी!'

मावशी सुलभेला लाघवी म्हणतात ते अगदी खरे, असे या वाक्याच्या वेळी तात्यासाहेबांच्या मनात आले. पानाआड दडलेल्या फुलाच्या सुवासाने मन उल्हसित व्हावे, त्याप्रमाणे या विनोदी वाक्याच्या मागे लपलेली सुलभेची आपल्यावरील माया पाहूनही त्यांचे मन प्रसन्न झाले. ते पुढे वाचू लागले–

'काय लिहितेय मी वेड्यासारखी? हे जर कोणी वाचले, तर एम.बी.बी.एस.च्या परीक्षेच्या वेळी माझ्याऐवजी दुसऱ्याच बाईने पेपर लिहिले असले पाहिजेत, अशी त्याला शंका यायची.'

गाडीत दारापाशीच कशीबशी जागा मिळाली होती मला. उद्या विजय भेटणार, या वर्षांत जिंकलेल्या साऱ्या खटल्यांच्या गमती त्यांच्याकडून ऐकायला मिळणार, टेकडीवरून मुकेपणाने भटकण्याची शिक्षा चुकणार, एक ना दोन अनेक कल्पना माझ्या मनात नाचत होत्या. इतक्यात दादर स्टेशन आले. गर्दीतून कोण कोण माणसे आत शिरली ते पाहिलेही नाही मी. एक पायजमावाला तरुण पाठमोरा उभा होता. मागून अगदी थेट विजयसारखा वाटणारा. मी मनात

विचार केला– चेहऱ्यानेसुद्धा माणसे एकमेकांसारखी दिसतात; मग पाठमोऱ्या माणसांत सारखेपणा दिसला तर त्यात नवल कसले? पण मी अशी बघत असतानाच त्याने एकदम मागे फिरून माझ्याकडे पाहिले. माझे लक्ष त्यांच्याकडे आहे हे पाहताच तो म्हणाला, ''माफ करा हं. हिरव्या चाफ्याचा वास आला म्हणून मागं वळून पाहिलं मी.'' त्याच्या माफीत केवढा दिलदारपणा होता! मग जवळ बसलेली बाई कशी दिसते ही पाहण्याची वृत्ती त्याच्या दृष्टीत कोठून दिसणार? मी त्याला लगेच उत्तर दिले, ''तुम्ही वर्तमानपत्राचे संपादक आहात वाटतं?''

माझ्या प्रश्नाचा रोख लक्षात न आल्यामुळे तो माझ्याकडे पाहत राहिला. मी हसत हसत म्हटले, ''अशी उठल्यासुटल्या माफी काय मागता तुम्ही?''

''पण–''

''पण काय? बाळपणाच्या मित्राला मैत्रिणीकडे पाहायला काय हरकत आहे?''

तो एकदम चमकला. मी त्याला लगेच ओळखले होते. आठ-दहा वर्षांनी त्याला पाहिले खरे; पण दृष्टीत थोडा कठोरपणा एवढाच काय तो बदल झाला आहे त्याच्यात. माझ्याकडे निरखून पाहून तो म्हणाला, ''सुलभा.''

मी उत्तर दिले, ''हो, सुलभा कालेलकर.''

''एम.बी.बी.एस.'' तो हसून उद्गारला.

''वा:! पदव्यासुद्धा पाठ आहेत की. सी.आय.डी. आहात वाटतं?''

तो नुसता हसला. तो आपल्या आजारी बहिणीकरिता गिरगावातील ओळखीचा एक डॉक्टर आणायला चालला होता. मला अगदी राहवेना. मी त्याला म्हटले, ''माझी पदवी खोटी वाटते की काय तुम्हाला?''

''म्हणजे?''

''तुमच्यापुढे एक डॉक्टरीण बसली असताना तुम्ही एका डॉक्टरला बोलवायला चालला आहात. स्त्री-जातीचा केवढा अपमान आहे हा! एक उत्तम नाटक होईल ना या विषयावर!''

किती तरी वर्षांनी तो भेटला होता. त्यामुळे खूप गमतीने बोलले मी. शेवटी ग्रँड रोडवर उतरून पुन्हा आम्ही परळला परतलो. वाटेत मी त्याला म्हटले, ''तू काही ओळखलं नाहीस मला. पुरुष चंचल म्हणतात ते काही खोटं नाही म्हणायचं!'' त्याने हसत हसत उत्तर दिले, ''चंचल कोण ते तूच ठरव. माझ्यात बदल झाला नाही म्हणून तर तू मला ओळखलंस; पण तू इतकी बदलून गेली आहेस, की सुलूची सुलभादेवी झाली आहेस अगदी.''

त्याच्या बहिणीला पाहून औषध द्यावे आणि परत येऊन मेल गाठावी असा होता माझा बेत! पण माणसाच्या बेताचा पालापाचोळा योगायोगाच्या वावटळीत कुठल्या कुठे उडून जातो. अगदी अत्यवस्थ आहे त्याची बहीण, विशेष काळजी

करण्यासारखी गोष्ट म्हणजे, 'हार्ट' केव्हा फेल होईल याचा नेम नाही. बिचारीचा नवरा गिरणीत गेला आहे. मुले शेजारीपाजारी खेळताहेत. भावाचे आज रात्री पुण्याला जरुरीचे काम आहे अगदी. त्याला कामाविषयी विचारले तर काय म्हणतो? ''सी.आय.डी. तली माणसं कधी आपली कामं सांगतात का?''

मोठा आतल्या गाठीचा झालेला दिसतोय तो. लहानपणी क्रिकेटमध्ये धावा किती काढल्या, कुठल्या मास्तरांनी कुणाला मुद्दाम जास्त मार्क दिले, सारे सारे सांगत असे तो मला. क्षणभर रागसुद्धा आला मनात. असे वाटले आपले पुण्याला इतके निकडीचे काय काम आहे हे जर तो सांगत नाही, तर आपण तरी आपले जाणे रहित करून त्याच्या बहिणीच्या उशाशी का बसा? पण दया हे तर आमच्या धंद्याचे ध्येय! तेव्हा उद्या तो पुण्याहून परत येईपर्यंत त्याच्या बहिणीची शुश्रूषा करायचे मी ठरविले. इंजेक्शन दिल्यामुळे त्याच्या बहिणीला गाढ झोप लागली आहे आणि तो कोठे मित्रांना भेटायला गेला आहे. हे पत्र तुम्ही स्टेशनवर भेटला नाही तरी बंगल्यावर पोचते करील तो.

नाही नाही म्हणता किती लांब पत्र लिहिले मी आणि तेही शेजारी एक रोगी अगदी अत्यवस्थ असताना, नेपोलियन रणांगणावर भूमितीचे प्रश्न सोडवीत असे, अशी आख्यायिका आहे. तुमची सुलूही नेपोलियन होणार आहे हं तात्या! अगं बाई, चुकलीच पण ही उपमा. या नेपोलियनला शेवटी एका ओसाड बेटात आपले आयुष्य कंठावे लागले ना? या उपमांच्या वाटेला डॉक्टरणीने जाऊ नये हेच खरे.

विजयांचा विरस होईल मोठा मी तिथे नाही असे पाहून! एवढे इंग्लंडला जाऊन आलेले; पण तुमच्या टेनिसचे ते अगदी कट्टे शत्रू. मी येईपर्यंत एकटेच फिरायला जावे लागेल त्यांना. आल्यावर अगदी सव्याज फेड करीन म्हणावे राहिलेल्या फिरण्याची. आता पत्र पुरे करतेच. ती. मावशीला नमस्कार. उद्या अगदी येतेच म्हणून तिला सांगा.'

तुमची,
सुलभा

ता.क.– पत्र वाचून पाहिले आणि माझे मलाच हसू आले. रामावाचून रामायण म्हणतात ना तशातली गत झाली सारी. माझ्या पत्रातला तो कोण हे लिहिलेच नाही मी कुठे. शिरगावला आपल्या घरी मोलकरीण होती तिचा भाचा तुम्हाला आठवतो का? तिथल्या हायस्कूलमधून पहिला जगन्नाथ शंकरशेठ स्कॉलर आला होता तो. तीच स्वारी भेटली मला आज.

सुलभा

स्टेशनवर पाहिलेल्या त्या तरुणाची मूर्ती आठवण्याचा तात्यासाहेबांनी प्रयत्न केला; पण काही केल्या तो त्यांच्या डोळ्यांपुढे उभा राहिना. आपण त्याला पूर्वी कुठे तरी पाहिले आहे असे आपल्याला का वाटले, याची मात्र त्यांना

आता कल्पना आली. आपला मनोहर मॅट्रिकच्या परीक्षेत पहिल्यांदा नापास झाला आणि त्याच वर्षी हा मुलगा– आपल्या घरच्या मोलकरणीचा भाचा– जगन्नाथ शंकरशेट आला. त्या दिवशी दैवाच्या खेळाचा विलक्षण राग आला होता आपल्याला. तोच खेळ दैव पुन्हा खेळणार आहे की काय? सुलभेने लगेच निघून यावे म्हणून आपण तार करतो काय आणि मध्यंतरी आठ-दहा वर्षे गुप्त झालेला हा मुलगा तिला भेटतो काय? सुलभेच्या लहानपणी तात्यासाहेब थिऑसॉफीवर जोरजोराने व्याख्याने देत असत. हायस्कूलमध्ये असताना सुलभेला आपल्या वडिलांच्या या विद्वत्तेचा केवढा अभिमान वाटे. पण त्या वेळी आपण मुलांच्या गळी उतरविलेले विश्वबंधुत्वाचे तत्त्व सुलभा अशा रीतीने आचरणात आणील, अशी कल्पना तात्यासाहेबांना कधीच आली नव्हती.

येऊन जाऊन सुलभेचे येणे एक दिवस लांबणीवर पडले. त्यात मनाला लावून घेण्यासारखे काय आहे, असा विचार करून तात्यासाहेब जेवायला उठले, पण देवघरातून घंटेचा मंजुळ आवाज ऐकून स्वयंपाकघराऐवजी ते देवघराकडेच वळले. दारात उभे राहून ते पाहू लागले. सुलभेने पाठवून दिलेली फुले देवांच्या मूर्तीवर शोभत होती. त्यांच्या सुवासात कापूर-उदबत्त्यांचा सुगंध मिसळल्यामुळे, एखाद्या पुष्पगुच्छाप्रमाणे देवघर सुवासिक भासत होते. मावशींनी देवापुढे टेकलेले डोके वर केले व सद्‌गदित स्वरात त्या उद्‌गारल्या, 'माझ्या दोन्ही बाळांना सुखी राख!'

मावशींच्या प्रार्थनेने तात्यासाहेबांचे मन हलून गेले. मनोहरचे आपण नावसुद्धा घेत नाही, आज सुलभा आली नाही म्हणून आपण किती रागावलो. पण मावशी– मावशींच्या मनात अखंड चांदणेच फुलले आहे. मनोहर नि सुलभा असतील तिथे सुखी असावीत हीच त्यांची इच्छा! वयाच्या आठव्या वर्षी वैधव्य आलेल्या मावशींना समाधान लाभले! आणि आपण? संपत्ती, संतती, कीर्ती कशातही रतिमात्र उणेपणा नसून आपल्या मनाला कधी शांतता मिळाली नाही. सुख कशात आहे, स्वामित्वाच्या कल्पनेत की सेवेच्या भावनेत?

मावशी उठत आहेत असे पाहून तात्यासाहेब पाऊल न वाजविता स्वयंपाकघराकडे गेले. लहान मुलांच्या झोपेप्रमाणे मावशींची देवपूजा त्यांना वाटली. स्वयंपाकघरात पांडुरंग शेगडीपाशी 'नव बहर येईल लतिकांना' हे पद गुणगुण्यात गुंग होऊन गेला होता.

जेवण झाल्यावर विठूला सकाळी सात वाजता स्टेशनवर जाण्याची आठवण करून तात्यासाहेब आपल्या खोलीत पलंगावर पडले. पण 'टाइम्स' मधल्या टेनिसच्या माहितीत अगर 'How to be Young in Old Age.' या त्यांनी कालच विकत घेतलेल्या पुस्तकात, कशातच त्यांचे मन रमेना. ते डोळे मिटून स्वस्थ पडले. स्टेशनवर भेटलेल्या त्या तरुणाचे नाव आठवण्याचा त्यांनी प्रयत्न

केला. पण काही केल्या ते त्यांच्या लक्षात येईना. मुद्दाम जाऊन मावशींना ते विचारावे, असेसुद्धा त्यांच्या मनात आले, परंतु या विचाराचे त्यांचे त्यांनाच हसू आले. दररोजच्या व्यवहारात आपल्याला काय कमी माणसे भेटतात? त्यांची कुठे आपण चौकशी करीत बसतो? पडून अधिक अस्वस्थपणा जाणवू लागला म्हणून खिडकी उघडून ते बाहेर पाहू लागले. वद्य पक्ष असल्यामुळे बाहेर अंधारच होता. त्या अंधारातून कोणीतरी ग्रामोफोन लावलेल्या गाण्याचे सूर त्यांच्या कानांवर आले–

"झोक तोल तोल तोल ग
आडाचं पाणि लई खोल ग"

नादमाधुर्यामुळे क्षणभर तात्यासाहेब आपल्या मनाच्या वेदना विसरले. पण दुसऱ्याच क्षणी त्या गोड सुरांनी त्यांना मनोहरच्या गोड गळ्याची आठवण करून दिली. खिडकी लावून ते परत पलंगावर पडले.

त्यांचा डोळा लागला. मधूनमधून त्यांना मावशी वाचीत असलेले 'शिवलीलामृत' ऐकू आल्यासारखे वाटे. मग त्यांना एक निराळेच स्वप्न दिसू लागले. सुंदर तीन मजली बंगला. पण एकदम उलटा झाला तो. त्याच्या पायांतले दगड एकावर एक उभे राहू लागले. अगदी वरच्या दगडाकडे त्यांची नजर गेली. हां हां म्हणता त्या दगडाची मूर्ती बनली. ती मूर्ती– दोन अडीच तपं होऊन गेली होती तरी त्या बाईची ती करुण दृष्टी तात्यासाहेब विसरले नव्हते. त्यांच्या वकिलीचा जम बसायच्या आधीची गोष्ट. एक खुनाचा खटला होता त्यांच्या हातात. खटला जिंकणे अशक्य आहे, हे ते ओळखून होते. आरोपीच्या मित्रांनी तो जिंकण्याची निराळीच युक्ती काढली. न्यायाधीशाकडे पाठवून देण्याकरिता त्यांनी आणलेली ती बाई– चित्रातसुद्धा असे सौंदर्य दृष्टीला पडले नसते. कोपऱ्यात खाली मान घालून उभी असलेली ती बाई! संध्याकाळच्या छाया समुद्राच्या पाण्यावर पडू लागल्या म्हणजे ते जसे मनोहर पण मलूल दिसते तशी तिची दृष्टी होती. नवरा फाशी जाऊ नये म्हणून हे भयंकर दिव्य करायला ती तयार झाली होती– झाली होती कसली? आरोपीच्या गावगुंड दोस्तांनी तिचा सक्तीने होकार घेतला होता. आपण सुशिक्षित वकील. आपला सल्ला देऊन तिला या विलक्षण संकटातून वाचवू अशी तिला आशा असावी; पण या खटल्यावर आपली वकिली अवलंबून होती. आपण सर्वांची निर्भर्त्सना करणाऱ्या तिच्या नजरेकडे दुर्लक्ष केले आणि–

तात्यासाहेब घामाघूम होऊन जागे झाले. मनोहरच्या आयुष्याची वाताहत हे आपल्या त्या पापाचेच फळ आहे, अशी कल्पना त्यांच्या मनात येऊन गेली. रात्रीच्या भयाण एकांतात मनुष्याचे मन अधिकच दुबळे होते. मनाचा कोंडमारा

टाळण्यासाठी ते बाहेर बागेत आले. बाहेरच्या थंडगार वाऱ्याने त्यांना बरे वाटले. मात्र आकाशातील नक्षत्रराशींकडे पाहताच त्यांच्या मनात आले, 'यातला कोठला तारा पुढच्या क्षणी निखळून पडेल हे कोणाला सांगता तरी येईल का आणि अमका ग्रह तमक्या ग्रहाभोवती फिरतो याला तरी कारण काय?''

अगदी बिलकूल विचार करायचा नाही असे ठरवून, त्यांनी दरवाजावरील विजेचा दिवा लावला व ते फाटकाच्या आसपास येरझाऱ्या घालू लागले. पाच-दहा मिनिटांनी रस्त्यावरून त्यांना शब्द ऐकू आले,

''प्यूरिटन आहेस तू नुसता–''

''ही शिवी आहे की स्तुती?''

''अगदी शिमग्यातली शिवी. रात्रभर जागायचंय. घेतली असतीस बीर थोडी तर?''

दुसरी व्यक्ती नुसती हसली. इतक्यात ती दोन्ही माणसे फाटकासमोर आली. अपरात्री बंगल्याच्या पुढच्या दारावर दिवा का लावला आहे म्हणून त्यांनी बंगल्याकडे पाहायला आणि तात्यासाहेबांनी त्यांच्याकडे पाहायला एकच गाठ पडली. त्यांचे आश्चर्य द्विगुणित झाले. ती जोडी दुसरी कुणी नसून सुलभेचे पत्र घेऊन येणारा मुंबईचा तरुण आणि 'अनंगरंग' पुस्तक हातात घेतल्याबद्दल स्टेशनवर तात्यासाहेबांना हसणारा पुण्याचा तरुण यांचीच होती. ते टेकडीच्या वाटेने गेले तेव्हा तर तात्यासाहेबांचे आश्चर्य अधिक वाढले. टेकडीवर रात्रभर जागून हे लोक काय करणार आहेत हेच त्यांना कळेना.

आणि विजयचे स्वागत करण्याकरिता ते बेळगाव पॅसेंजरच्या सेकंड क्लासच्या डब्यापाशी दुसऱ्या दिवशी सकाळी गेले. तेव्हा तर आश्चर्याच्या समुद्राला भरतीच भरती आली. विजयबरोबर त्याच्या डब्यातून सुमारे वीस-एकवीस वर्षांची एक तरुणीही उतरली. तिचा चेहरा विशेषत: तिचे डोळे पाहताच तात्यासाहेबांना रात्रीच्या स्वप्नाची आठवण झाली. आपल्या आयुष्य-मंदिराच्या पायात बळी दिली गेलेली ती सुंदर बाई. त्यांना वाटले, इतकी वर्षे लोटली आहेत म्हणून बरे, नाही तर तीच कुळवाडी बाई आजच्या सुशिक्षित पांढरपेशाचा पोशाख करून आली आहे, असा आपणाला भास झाला असता.

डब्यातून हमाल सामान उतरवीत असताना, विजय त्या तरुणीला म्हणाला, ''केशरबाई, हेच तात्यासाहेब कालेलकर.'' लगेच तात्यासाहेबांकडे वळून त्याने विचारले, ''डॉक्टरीणबाई कोठे दिसत नाहीत तात्यासाहेब? आजारीबिजारी आहेत की काय? बाकी सध्याच्या काळात केस हवी असली तर स्वत: आजारी पडणे एवढाच काय तो मार्ग पुष्कळ डॉक्टरांना उरला आहे.''

विजयच्या या विनोदाचे केशरने इतके मनमोकळे हास्य करून स्वागत केले, की

सुलभा काल आली नाही याबद्दलचा तात्यासाहेबांचा राग पुन्हा जागृत झाला. सुलभेच्या गैरहजेरीचे कारण ते सांगणार होते. इतक्यात विजय म्हणाला, ''तात्यासाहेब, या केशरबाई. यांचे वडील पक्षकार आहेत माझे. मुंबईला असतात ह्या.''

''पण शाळा-कॉलेजं तर सारी बंद आहेत सध्या!''

''हो. विसरलोच की सांगायला, फार सुंदर गातात या. ज्या विद्यालयात या शिकतात त्याचा जलसा आहे उद्या की परवा– ए हमाल, मुंबईच्या गाडीकडे न्यायचेय ते सामान.''

एखाद्या वेलीला दोनच फुले यावीत; पण त्यातून जगाला धुंद करणारा सुगंध पसरत असावा, तसे केशरचे डोळे तात्यासाहेबांना वाटले. या मुलीची आणि विजयची ओळख! सुलभेच्या पत्रातील एका वाक्याची त्यांना आठवण झाली, योगायोगाची वावटळ! त्यांचे मन म्हणत होते– कालपासून ही विचित्र वावटळ सुटली आहे हेच खरे.

केशर डब्यात बसल्यानंतर विजयने म्हटले, ''पाहा हं, हवं तर येतो सोबतीला.'' मान उडवीत व हाताने वेणीच्या शेपट्याशी खेळत केशर म्हणाली, ''इश्श! बाबांनी आपलं काहीतरीच सांगितलं तुम्हाला. तशी काही भित्री नाही मी! भर दिवसा गाडीतून कोण पठाण तर पळवून नेत नाही ना मला?''

हे वाक्य केशरच्या तोंडातून बाहेर पडते न पडते तोच तिने किंचित भित्र्या नजरेने बाजूला पाहिले. विजय आणि तात्यासाहेब तिकडे वळून पाहतात, तो एक पठाण सरळ केशर बसली होती त्या डब्याकडे पाहत उभा आहे, असे त्यांना दिसले. त्याचा चेहरा पाहताच तात्यासाहेबांच्या अंगावर काटा उभा राहिला. त्या नायकिणीच्या खुनाच्या खटल्यात मनोहरचे नाव सांगून हाच मनुष्य सरळ सुटून निघून गेला होता. त्यांना वाटले, काल विठूबरोबरही आपण यालाच पाहिले असावे.

शून्य दृष्टीने त्यांनी केशरकडे पाहिले. ती लाडिकपणाने विजयला म्हणत होती, ''येणार ना उद्याच्या जलशाला?''

''सुलभाताईंनी सोडलं तर!''

''मग मीच आता सोडत नाही तुम्हाला!''

इतक्यात सुलभेचे पत्र आणणारा तो तरुण घाईघाईने गाडी गाठण्यासाठी आला, त्याच्याबरोबर त्याचा स्नेही होताच. त्याच्याकडे पाहून विजय म्हणाला, ''हे पाहिलेत का कॉम्रेड?''

''कॉम्रेड?''

तात्यासाहेबांच्या स्वरात इतके आश्चर्य का व्यक्त व्हावे, हे विजयला कळले नाही.

घार की कोकिळा?

❋-❁-❋-❁

गाडीचे डबे भराभर पुढे सरकू लागले. केशर खिडकीतून मागे वळून पाहत हातातील रुमाल हलवीत होती. तिच्याकडे विजय हसतमुद्रेने पाहत असतानाच तो व तात्यासाहेब यांच्या समोरून जो डबा गेला त्यात मघाचा तरुण व तो पठाण समोरासमोर बसलेले दिसले. या दृश्याने विजयला हसू आल्यावाचून राहिले नाही. तात्यासाहेब आपल्याकडे प्रश्नार्थक मुद्रेने पाहत आहेत असे दिसताच तो म्हणाला, ''तुम्ही नाही पाहिलंत?''

''काय?''

''तो कॉम्रेड आणि पठाण जवळजवळ बसले आहेत गाडीत! मुंगूस आणि अजगर एका पोत्यात घालून त्याचं तोंड बंद केल्यासारखंच नाही का हे?''

या वेळी हसताना विजयचे पांढरेशुभ्र दात दिसले; पण त्याच्या वरच्या दोन दातांत फार अंतर आहे हीच गोष्ट तात्यासाहेबांच्या एकदम लक्षात आली. आपल्या मनातील या विचित्र विचाराने त्यांना हसू आल्यावाचून राहिले नाही. या हसण्याने जणू काही प्रोत्साहन येऊन विजय पुढे म्हणाला, ''मीही या गाडीनं मुंबईला गेलो असतो, तर बरं झालं असतं.''

केशरबरोबर मुंबईला जाण्याची इच्छा त्याच्या या शब्दातून डोकावून पाहत आहे. असे तात्यासाहेबांना वाटले. त्यांनी शक्य तितक्या निर्विकार चेहऱ्याने विचारले, ''का?''

''म्हणजे हा पठाण व तो भाई काय काय गप्पा मारतील त्या तरी कळल्या असत्या! बाकी कॉम्रेडच हरायचा म्हणा या वादात. पठाणानं सुरा काढला की, याचे मार्क्स नि लेनिन पळून जातील कुठल्या कुठे!''

स्वतःच्या बोलण्याचे स्वागत स्वतःच हसून करणाऱ्या माणसांपैकी विजय होता. असे हास्य म्हणजे अनेकदा अहंकाराचा मोहक अवतार असतो, हे त्यांना कळतही नसते. मघाप्रमाणे तात्यासाहेब आता हसले नाहीत, हे विजयच्या

लक्षात आले नाही. मघाच्या तरुणाबरोबर आलेला दुसरा तरुण बाहेर जाण्याच्या तिसऱ्या वर्गाच्या वाटेकडे वळत असलेला त्याला दिसला. विजयने एकदम हाक मारली,

"कदम–"

त्या तरुणाने मागे वळून पाहिले. क्षणभर आपल्याला हाक मारणाऱ्या मनुष्याची त्याला ओळख पटली नाही असे दिसले. पण विस्मरणाचे हे धुके दुसऱ्याच क्षणी नाहीसे झाले. झपझप पुढे येत तो मोठ्याने म्हणाला,

"ओहो! विजय देशपांडे?"

तो जवळ येताच विजय मिस्किलपणाने त्याच्याकडे पाहत उद्गारला, "काय भाई कदम, हात पुढे करू का की शेकहँडसाठी पुढे हात करणे हा भांडवलशाहीतला शिष्टाचार आहे? हो, काय नेम? मुळासकट हात उखडूनच टाकायचा तुझ्यासारखा मनुष्य!" विजयचे बोलणे संपते न संपते तोच कदमने जवळ येऊन आपला हात त्याच्यापुढे केला देखील. तात्यासाहेबांकडे मान वळवीत विजय म्हणाला, "हे तात्यासाहेब कालेलकर. जुन्या पिढीतले शिरगावचे प्रमुख वकील. यांच्या पावलावर पाऊल ठेवूनच चाललोय तिथं मी!"

"मग शेवटी एखादा छानसा बंगला गाठणार तू! टिपून घे माझे हे भविष्य!" मघाचे उट्टे काढण्याकरिता कदम म्हणाला. पण विजय काही कमी नव्हता. तो हसत हसत म्हणाला, "अरे, तुम्ही भाई लोक देवसुद्धा नाही ना मानीत? अन् तुला भविष्य जर कळते तर एखाद्या वर्तमानपत्राला ते देत जा की. कॉम्रेडचं भविष्य असल्यामुळे खप तरी वाढेल थोडा."

"देशपांडे, कॉम्रेडचं भविष्य त्यांच्या कपाळावर ब्रह्मदेवानं लिहिलेलं नसतं."

"पाठीवर जेलर फटक्यांनी लिहितो ते! होय ना?" विजय हसला, पण पातळ कागदाने दिव्याच्या प्रकाशाची तीव्रता कितीशी कमी होणार? त्याच्या बोलण्यातला खवचटपणा जणू काही आपल्याला कळलाच नाही, असे मुद्रेने दाखवीत कदमने उत्तर दिले, "आपल्या छातीवर स्वतः लिहून ठेवीत असतो तो ते!"

"अस्सं! पण छातीवरची ही अक्षरं घामानं पुसून नाही का जात?"

"रक्ताच्या शाईनं लिहिलेली असतात ती!"

दुसऱ्या वर्गाच्या दरवाजापाशी आल्यामुळे त्यांचा हा विचित्र खटकेबाज संवाद थांबला. या संवादात विजयचा जय झाला असता, तर तात्यासाहेबांना आनंद झाला असता. पण विजय वाग्युद्धात चतुर असला तरी कदमपाशीही दारूगोळा काही कमी नव्हता.

संभाषणाला वादापेक्षा खेळीमेळीचे स्वरूप असणे इष्ट असे वाटूनच की

काय विजयने विचारले, "कुणाला पोहोचवायला आला होतास वाटते?"

"हो."

"कुणाला? बायकोला?"

"तुझ्यासारखा श्रीमंत नाही मी बायको करायला."

"अरे, पण माझं तरी कुठं लग्न झालंय अजून?"

"दोन टोकं शेवटी एक होतात हेच खरं!"

कदमच्या या बोलण्याने सर्वांनाच हसू आले. तो पुढे म्हणाला, "एका मित्राला पोहोचवायला आलो होतो मी!"

"कुठं असतात तुमचे हे स्नेही?"

"मुंबईला."

"नेहमी?"

"नाही. पूर्वी कराचीला होता तो."

"काय करीत होते कराचीला? प्रोफेसर, की—"

"मजुरांच्या कॉलेजात प्रोफेसर होता तो. पण सरकारला त्याचं शिकवणं काही पसंत पडलं नाही. कराचीच्या हद्दीत जाण्याची बंदी झाली आहे त्याला—"

"नाव काय त्याचं? विजयने प्रश्न केला.

"मुकुंद कांबळी."

"वाचलं होतं खरं काही वर्तमानपत्रात. कसलासा संप झाला होता— होय ना?"

विजयचा 'कसलासा' शब्द कदमला बराच लागला. काही तरी तिखट उत्तर देण्याकरिता त्याचे ओठ हालले देखील. पण स्टेशनबाहेर बोलत राहण्याची मर्यादा मघाशीच संपली आहे, हे त्याला तात्यासाहेबांच्या चुळबुळण्यावरून दिसत होते. विजयच्याही ते लक्षात आले. तो तात्यासाहेबांना म्हणाला,

"वाऱ्याबरोबर भांडणारा माणूस आहे मी! नाही?"

"पण वाऱ्याबरोबर कितीही भांडलं तरी तो येईल तशीच पाठ द्यावी लागते माणसाला!"

पावसाच्या लहानशा सरीने रस्त्यावरची धूळ खाली बसावी, त्याप्रमाणे कदमच्या या कोटीने संभाषणाचे वातावरण प्रसन्न झाले. तात्यासाहेब मोटारीकडे गेले. त्यांच्या मागोमाग जायच्या आधी विजयने कदमला विचारले, "येतोस का मोटारीतून?"

"बोलावीत असलास तर येतो. तेवढेच तीन आणे वाचतील टांग्याचे!"

मोटार गावातून घ्यायला तात्यासाहेबांनी विठूला सांगितले. कदम कसबा

पेठेत कुठेतरी राहत होता. बुधवार चौकात उतरून तिथून आपण पायी जाऊ, असे त्याने स्वतःच सांगितले.

"बिऱ्हाड दाखविलं तर चहाबिहा उकळायला येईन असं भय पडलंय तुला." असे विजय त्यावर म्हणाला देखील. पण कदम नुसता हसला.

गाडीत आपण व्याख्यानाकरिता आलो असल्याचे विजयने सांगताच कदम म्हणाला, "ठाऊक आहे ते मला."

"कशावरून?"

"तुमच्या शिरगावच्या बातमीपत्रात होतं की हे परवाच्या!"

"बातमीपत्रंसुद्धा वाचतोस वाटतं तू सारी? बाकी तुझ्यासारख्याला वाचायला हवीत म्हणा! ज्याला आग लावायची आहे, त्याने गवताच्या गंज्या कुठं आहेत हे पाहून ठेवायलाच पाहिजे."

"पण गवताच्या उंच गंज्याऐवजी गुडघाभर चिखल मात्र दिसतोय तुमच्या शिरगावात."

"चिखल?"

"नाही तर काय? आज काय, श्रीमन्मातुःश्री महाराणीसाहेबांनी हळदी-कुंकवाच्या वेळी विचारप्रवर्तक भाषण केलं. म्हणजे प्रायव्हेट सेक्रेटरींनी लिहिले होते ते वाचून दाखविले. उद्या काय महाराजांचा आवडता घोडा पडशाने आजारी पडला. तुमचा तो युवराज एफ.वाय.मध्ये पास झाल्याबद्दल त्याला परवा मानपत्र दिलं म्हणे शिरगावात. त्या मानपत्रावर तुझी सही आहे की नाही? बाकी एकच गोष्ट अजून शिरगावच्या बातमीपत्रात यायची राहिली आहे."

"कुठली?"

"महाराजांच्या मांजरीच्या पिलाचं बारसं थाटानं साजरं झाल्याची. या क्रांतिकारक समारंभांना तोफाबिफा सांभाळून उडवा म्हणावं. नाही तर ती पिलं भिऊन प्राण सोडतील नि–"

इतक्यात बुधवार चौक आला. 'पुन्हा भेटूच आपण' असे म्हणून कदम खाली उतरला. त्याने तात्यासाहेबांना 'नमस्ते' केल्यामुळे त्यांना उलट नमस्कार करणे प्राप्त झाले.

मोटार पुन्हा सुरू होताच विजय उद्गारला, "असाच वेडा आहे हा! कॉलेजात असताना–"

"तुमच्याबरोबर होता का?"

"पहिल्यांदा बरोबर होता. पण मग पडला मागं. चळवळ्या आहे मोठा. कॉलेजात असताना ब्राह्मणेतर पक्षाच्या कुठल्याशा वर्तमानपत्रात लिहीतही असे स्वारी! आम्ही क्लबात गणेशोत्सव केला म्हणून, याने जोतिबाचा उत्सव केला

होता. त्या वेळी भटांवर संक्रांत वळली होती. आता त्याचं वेड मात्र खोटं नसतं हं कधी. एक नंबरचा फटकळ असल्यामुळे कुणाला केव्हा दुखवील याचा नेम नाही. पहिल्यापासून अस्सा बोलभांड! खूप दिवस दोघं मिळून फिरायला जात होतो आम्ही टेकडीवर. एकदा साप दिसला होता आम्हाला. चटकन बुटाची टाच त्याच्या तोंडावर ठेवायला कचरली नाही ही स्वारी!''

कदमच्या धैर्याचे हे वर्णन ऐकून 'बेरडसुद्धा खूप धीट असतात' असा विचार तात्यासाहेबांच्या मनात येऊन गेला. तो मुकुंद आणि हा कदम काल रात्री टेकडीवर कशाला गेले असतील, हा प्रश्न त्यांच्यापुढे आता एकदम उभा राहिला.

मोटार थांबल्याचा आवाज होताच मावशी दारात आल्या. पायऱ्या चढल्याबरोबर विजय खाली वाकला व त्याने मावशींना नमस्कार केला. मावशी म्हणाल्या, ''औक्षवंत व्हा.''

''इतकं आयुष्य घेऊन काय करायचं मावशी?''

''अहो, मलासुद्धा जगावंसं वाटतंय अजून! मग तुमचं काय? एकदा दोन हाताचे चार हात होऊ द्यात म्हणजे–''

''म्हणजे काय? तुमचे पाहुणे तेवढे वाढतील!''

''आपल्याच घरी कुणी पाहुणा नाही होत.''

मावशींनी हे कुठल्या अर्थाने म्हटले असेल ते असो; पण विजय जिन्याच्या पायऱ्या आनंदाने चढत होता त्यावरून त्याने त्या वाक्याचा संबंध सुलभेशी लावला असावा. एका वर्षात त्याची व तिची गाठ पडली नव्हती. आता वर गेल्यावर वेशभूषा करून आपले स्वागत करण्याकरिता ती दारी उभी असेल, ''स्वागताध्यक्षापेक्षा अध्यक्षांचाच मान जास्त असतो हं!'' असे आपण म्हणताच ती हसून काही तरी मजेदार उत्तर देईल, असे मनोराज्य करीतच तो वर गेला पण पाहतो तो पाहुण्यांच्या खोलीच्या दारात डोक्यावरील झिंज्यांचा भार सहीसलामत सांभाळीत स्वयंपाकविशारद पांडुरंग उभा आहे.

''कसं काय ठीक आहे, पांडुरंगा?'' हा प्रश्न विचारताना पांडुरंगाच्या राज्यात जास्तीत जास्त क्रांती म्हणजे त्याने वाटलेली चटणी नुसती आगब्रह्मांड होणे ही होय, अशी कल्पना विजयच्या मनात येऊन गेली. पण पांडुरंगाला यापेक्षा दुसरा कोणताही प्रश्न विचारणे शक्यच नव्हते. मात्र पांडुरंगाने अपेक्षेपेक्षा निराळेच उत्तर दिले, तो एकदम म्हणाला, ''कंटाळा आला साहेब या धंद्याचा!''

''अरे, तुझ्यासारख्यांनी आपला धंदा सोडला, तर आमच्यासारखे लोक उपाशी मरतील ना?''

''आपण नाही आता या धंद्यात राहायला कबूल!''

"काय करणार आहेस मग?"

"सिनेमात जाईन म्हणतो."

चित्रपटात स्वयंपाक्याला नायक करणारा एखादा लेखक अगर दिग्दर्शक भेटल्याशिवाय काही पांडुरंगाची तिथे वर्णी लागायची नाही अशी विजयची खात्री होती. म्हणून नुसते हसून तो आपले कपडे काढू लागला. पण पांडुरंग पक्का खप्पी होता. जवळ जाऊन तो हळूच म्हणाला, "साहेब, कुठल्या कंपनीत तुमची ओळख असली तर पाहा ना!"

ही पीडा कशी तरी पिटाळली पाहिजे म्हणून विजय म्हणाला, "पांडुरंग, आजची वर्तमानपत्रं घेऊन ये जा पाहू लवकर."

पैसे घेऊन जाता जाता पांडुरंगाने एक प्रश्न विचारलाच, "भविष्यसागर आणू का?"

"सागर नको, नदी नको, नाला नको, नळसुद्धा नको. जा." विजयने उत्तर दिले.

इतक्यात तात्यासाहेब वर येऊन आरामखुर्चीत बसले. विजय कोचाच्या एका बाजूवर अंग रेलून पडला. तात्यासाहेबांच्या चेहऱ्यावरून त्यांना काही विचारायचे आहे; पण विचारावे की विचारू नये अशा विचारात ते पडले आहेत असे दिसत होते. विजयनेच बोलायला सुरुवात केली, "सुलभेचा फिरण्याचा नेम अगदी एक दिवससुद्धा चुकत नाही वाटतं!"

"इथं नाही ती."

"मग कुठं आहे? मुंबईला?"

"हो."

"तीन महिन्यांपूर्वीच हॉस्पिटलमधलं काम संपलं होतं ना?"

"अधिक अनुभवासाठी मुद्दाम राहिली आहे ती. तुम्ही येणार म्हणून काल तार केली होती मी तिला."

दुसरा कुणी असता तर 'मग' असा शब्द त्याच्या तोंडातून गेला असता. निदान ती का आली नाही असा प्रश्न विचारणारी मुद्रा तरी त्याने केली असती; पण विजय अगदी शांत होता. तात्यासाहेबच पुढे म्हणाले, "ती आपल्या मावशीकडे राहत होती ना गिरगावात, तिथं आजारी आहे कुणी? घरचीच डॉक्टरीण तेव्हा राहणं भागच पडलं तिला. येईल आज संध्याकाळी."

माणूस किती सफाईने खोटे बोलू शकतो याचा अनुभव तात्यासाहेबांना पूर्वी साक्षीदारांच्या रूपाने येत होता. आता तो स्वतःच्या रूपानेच प्रकट झाला. पण हा विषय अधिक वाढू नये म्हणून ते म्हणाले, "तुमच्याकडलं काय नवल विशेष?"

हसत हसत विजय उत्तरला,

"खूप आहे, हल्ली घोडं घेतलंय की!"

"घोडं? मोटार घेणार होता ना?"

"गांधींना बहुधा आवडेल म्हणा माझं हे करणं. बाकी नाइलाज झाला म्हणूनच घेतलं मी ते!"

"म्हणजे?"

"समर्थाच्या घरचं घोडं! मग करता काय?"

"कुणाचं! महाराजांचं?"

"हो. शर्यतीत निकामी झालेली घोडी लोकांच्या गळ्यात बांधण्याची टूम निघालीय हल्ली. घेणाऱ्यानं ते घोडं दुसऱ्याला विकायचं नाही. दर दोन-तीन महिन्यांनी त्याच्या प्रकृतीची चौकशी करायला मनुष्यही येतो एक!"

"तो कदम मघाशी म्हणत होता ते काही खोटं नाही तर!"

"खोटं? अतिशयोक्ती करण्यात पटाईत असलेल्या एखाद्या लेखकानं आमच्या संस्थानाचं विनोदी वर्णन लिहून पाहावं. वस्तुस्थितीचा दहावा हिस्सासुद्धा दिसणार नाही त्याच्या लेखात; माझ्यासारख्याला आपलं काम करून घ्यायचंय! अंगावर आलेलं शिंगावर घेऊन–"

"त्या केशरचे वडील शिरगावचेच आहेत का?" तात्यासाहेबांनी एकदम विचारले. त्यांच्या प्रश्न करण्याच्या पद्धतीवरून ते किती तरी वेळ या गोष्टीविषयी विचार करीत असावे असे दिसले.

"मराठी वर्तमानपत्रं वाचीत नाही वाटतं तुम्ही?"

"मनोहरच्या त्या प्रकरणापासून इतकी शिसारी आली आहे मला या गावठी वर्तमानपत्रांची! 'टाइम्स'शिवाय काहीच वाचीत नाही मी बहुधा!"

"संस्थानात कारखाना काढायला आलाय एक मनुष्य!"

"कोण दक्षिणी आहे?" तात्यासाहेबांच्या स्वरातच त्यांच्या मनात संशय प्रकट झाला होता.

"अं हं! गुजराथी. मनसुखलाल म्हणून मुंबईचा व्यापारी आहे मोठा."

"त्याची ही मुलगी? मराठी कशी आपल्यासारखी बोलत होती अगदी!"

"मनसुखलालच्या तीन-चार पिढ्या मुंबईतच गेल्या आहेत म्हणे!"

यावेळी तात्यासाहेबांच्या मुद्रेवर समाधानाची छटा का चमकून गेली हे विजयला कळेना. पण तो पुढे म्हणाला, "भयंकर श्रीमंत आहे हा मनसुखलाल!"

"ते दिसतंच आहे! नाही तर वाळवंटात पाणी ओतायच्या नादाला तो लागला असता कशाला?"

मुंबईत कुठे महाराजांची व त्याची एका समारंभात गाठ पडली. महाराजांनी

काही सवलत द्यायचं कबूल केलं त्याला. त्याचा कायदेशीर सल्लागार झालो आहे मी. काल तुम्हाला तार केल्यावर त्याच्याकडे गेलो होतो या कामासाठी. केशरच्या आईची प्रकृती काही बरी नाही वाटतं! तेव्हा मुलीबरोबर मुंबईला कोणाला पाठवावं या विचारात होते शेट. मी इकडे येतोय हे कळताच माझ्याच गळ्यात पडलं हे काम.''

''मग मेलनं का नाही आला?''

''मनसुखलालजींचा व्यापारी बेत ना तो? मेलला गर्दी असते म्हणे खूप. वादळ झाल्यामुळं गोव्यातली माणसंसुद्धा मुंबईला इकडूनच जाताहेत सध्या! पॅसेंजरच्या सेकंड क्लासला गर्दी नसते असं ते म्हणाले–''

इतक्यात पांडुरंग चहा आणि वर्तमानपत्रं घेऊन वर आला. चहा घेता घेता वर्तमानपत्रे चाळीत विजय म्हणाला, ''ही ऐकलीत का बातमी?''

''काय?''

''या पलीकडच्या टेकडीवर कुठं तरी खोट्या नाण्यांचा कारखाना आहे, असा संशय आला आहे पोलिसांना!'' तात्यासाहेबांच्या डोळ्यापुढे काल अपरात्री टेकडीकडे जाताना दिसलेले ते दोघे तरुण उभे राहिले!

इतक्यात विजय उद्गारला, ''या कदमला जरा सांभाळून राहायला सांगितलं पाहिजे आता!''

''का?''

''बेकायदेशीर चळवळ करणारे काही तरुण सध्या इथं गुप्तपणं सभा भरवीत असतात, असा संशय पोलिसांना आला असल्याचीही बातमी आहे आज! झडत्यांचं सत्र लवकरच सुरू होणार असं दिसतं!''

तात्यासाहेबांना बंगाली क्रांतिकारकांच्या फार पूर्वी वाचलेल्या गोष्टी आठवल्या– गीतेचे श्लोक म्हणत फासावर चढायला तयार असणाऱ्या तसल्या तरुणांपैकी तर हा मुकुंद नाही ना? त्याची आणि सुलभेची इतकी जिव्हाळ्याची ओळख आहे याचा परिणाम काय होणार? लहान मुलाला दिव्याचा प्रकाश मोहक भासतो; तो दाहक आहे हे कळतच नाही. तरुणींनासुद्धा तरुणांचे धैर्य असे आकर्षक वाटावे यात नवल कसले? किंबहुना, अद्भुतरम्यतेची आवड मनुष्य कितीही विचारी झाला तरी त्याच्या मनातून समूळ नाहीशी होत नाही. तात्यासाहेबांना आपल्या अनुभवाची गोष्ट आठवली. एका दरोडेखोराविरुद्ध वकील होते ते. पण भर दिवसा गावात जाऊन त्याने घातलेला दरोडा न्यायाच्या दृष्टीने शिक्षेला पात्र ठरला, तरी त्याची हकिकत अंगावर रोमांच उभे करीत होती. आपल्या मिळमिळीत आयुष्यात एकदा तरी पराक्रम गाजविण्याची जी मनुष्याची अतृप्त इच्छा असते, ती अशा वेळी वर उफाळून येते, हा जुना अनुभव ते अजून

विसरले नव्हते.

विजय 'वा:! चांगली शक्कल आहे', असे मध्येच उद्गारला नसता तर तात्यासाहेबांच्या मनाचे भ्रमण असेच सुरू राहिले असते.

"काय आहे?" त्यांनी विचारले.

"एका सिनेमा कंपनीची बातमी!"

"मग नटीविषयीच असेल ती!"

"छे! अगदी नवीन स्टंट आहे हा."

"कसला?"

"ही मुंबईची कंपनी बंगाली म्युझिक डायरेक्टर आणते आहे आता! काय नाव आहे याचं? अभय मित्र!"

"कोकणातून आणलेले कसलेही आंबे इथं हापूस म्हणून महान विकतात की नाही? त्यातलाच प्रकार असेल हा!"

"त्याच्यापेक्षाही सोपा उपाय आहे एक! इकडचाच कोणी तरी मनुष्य घ्यायचा, त्याच्या पोशाखाचा बंगालीबाबू करायचा आणि त्याचं नाव ठेवायचं अभय मित्र, म्हणजे झालं."

तात्यासाहेब हसले. हे पाहताच विजय पुढे बोलू लागला, "परवा अशीच फसगत झाली ना माझी? एका बोलपटात राणीचे काम पुष्पादेवी नावाच्या नटीने केले असल्याचे छापले होते. कोणी तरी गोव्याकडील बाई कंपनीने पैदा केली असेल असं वाटलं मला. पण चित्रपट पाहताना राणी पडद्यावर आली तेव्हा माझा विश्वास बसेना स्वत:च्या डोळ्यांवर. वर्षापूर्वी आमच्या घरी मोलकरीण होती ना ती! पुढं कोणाबरोबर मुंबईला गेली नि पुष्पादेवी झाली!" विजय नेहमीप्रमाणे मोठ्याने हसला.

पाहुण्याकरिता भाजी वगैरे आणायला पांडुरंगाला पाठविले पाहिजे याची आठवण होऊन तात्यासाहेब म्हणाले, "खाली जाऊन येतो हं जरा."

विजय उठून खोलीतले फोटो व चित्रे पाहू लागला. त्यांची निवड बहुधा सुलभेनेच केली असावी. चित्रांपैकी एक त्याला विशेष आवडले. बर्फ वितळून गेले आहे, सूर्यकिरण चमकत आहेत आणि 'आला, वसंत आला' हे गाणे गुणगुणताना एका वृक्षाचे अंग हळूहळू पल्लवीत होत आहे. आपल्या आताच्या आयुष्याचे चित्रच वाटले ते त्याला! त्याने आनंदाने पुढे पाहिले. सुलभेचा अलीकडचा एक फोटो तिथे लावला होता. त्याकडे पाहताना सुलभेच्या सहवासातले आतापर्यंतचे सर्व प्रसंग त्याला आठवले. त्यांचा स्नेहसंबंध अजून आंब्याच्या मोहरासारखा होता. मोहक, सुगंधी पण केव्हा गळून जाईल याचा नेम नाही. हा स्नेह सफल होऊन त्याचे रूपांतर प्रेमात होईल की नाही, हे पाहायची वेळ आता

जवळ आली होती.

त्याची इच्छा नसतानाही त्या फोटोशेजारी केशरची रेखीव मूर्ती स्पष्टपणे उभी राहिली. सुलभा सुंदर असली तरी ते सौंदर्य मानवी होते. रूप पाहून अप्सराही लाजल्या असत्या! त्याच्या मनात आले, सुलभेच्या डोळ्यांत पाणी असेल; पण केशरच्या डोळ्यांतून अमृत ओथंबून वाहत आहे. विजयच्या डोळ्यांपुढे प्रवासातली केशर उभी राहिली. तिच्या साध्या बोलण्यातही लाडिकपणा होता. नुसत्या स्मितातून मोहकपणाचे कारंजे थै थै नाचत होते.

सुलभा म्हणजे गुलाबाचे झाड. मधूनमधून सुंदर फुले आलेली; पण ती काढताना काटे बोचल्याशिवाय काही राहायचे नाहीत. केशर मोगरीच्या वेलासारखी होती. कळ्यांनी भरून गेलेली! तिची एकेक कळी वासाने धुंद करून टाकी आणि काट्यांची भीती तर मुळीच नाही.

विजयला सुखस्वप्नात गुंगून जाण्याची सवय नव्हती. पण या वेळी मात्र लवकरच आपल्याला मिळणाऱ्या जहागिरीची कल्पना त्याच्या मनात येऊन गेली. त्या आनंदात तो गुणगुणू लागला–

''प्रेम कोणीही करीना
का कशी फिर्याद खोटी?''

खालून कुणी तरी काही मोठ्याने म्हणत आहे असे वाटल्यामुळे, तो खोलीच्या दारात आला. त्याला स्पष्ट शब्द ऐकू आले, ''जय गंगे.'' मावशी नळाच्या पाण्याने अंघोळ करताना 'जय गंगे' म्हणत आहेत, हे त्याच्या लक्षात येऊन चुकले. मावशींच्या या अंधश्रद्धेने आलेले हसू त्याच्या ओठाबाहेर पडलेही असते; पण सुलभेच्या संभाषणात वेळोवेळी दिसलेले मावशींचे जीवन मूर्तिमंत त्याच्यापुढे उभे राहिले. मावशींच्या या अंधश्रद्धेमागे केवढा त्याग, केवढी शांती होती. शिरगावला घरची मोटार असूनही संध्याकाळी पायी जाऊन रामाचे दर्शन घेऊन येण्याचा त्यांचा नेम कधी चुकला नव्हता. सुलभा शाळेत वाटेल त्या जातीच्या मुलीला शिवून घरी येई; पण तिने शिवाशिव पाळली पाहिजे असा हट्ट मावशींनी कधीच धरला नाही. उलट शेजारच्या साळकायामाळकाया भ्रष्टाकाराबद्दल त्यांच्याकडे तक्रार करू लागल्या की, त्या उत्तर देत, ''देवळात शिवाशिव मानतात का कधी? शाळा म्हणजे विद्येचं देऊळच की.'' मनोहर बेपत्ता होऊन खुनाचा खटला सुरू झाला तेव्हा तात्यासाहेब दिवसभर चरफडत, धडपडत, चवताळून काही तरी बोलत. पण मावशी शांतपणे म्हणत, ''देवादिकांच्यासुद्धा चुका होतात. मग मन्याचं काय? आज आलेलं हे किटाळ दूर झालं म्हणजे मन्या कसा गाईसारखा गरीब आहे हे कळेल तुम्हाला!''

मावशींच्या या आयुष्याशी तुलना केली तर आपले आयुष्य किती धडपडीचे; किती गोंधळाचे असे विजयला वाटले. जणू काही थोड्या थोड्या अंतरावर असलेल्या बोगद्यांतून जाणारी आगगाडीच. जहागिरीचा हक्क मिळविण्यासाठी आपल्या वडिलांनी पाण्यासारखा पैसा खर्च केला; पण शेवटी जहागिरीऐवजी उलटी अंबारी मात्र आली त्यांच्या हाती. गरिबीतून पुढे येताना पाषाणहृदयी जगाच्या लागलेल्या ठेचा– त्यांच्या नुसत्या आठवणीने– विजयने न कळत आपला खालचा ओठ चावला.

जवळच कुठे तरी आंब्याच्या झाडांमध्ये कोकिळा साद घालीत होती; 'कुहू,' 'कुहू'. विजय बाहेर गच्चीवर आला. जीवनकलहाच्या विविध कोलाहलांतूनही कोकिळेचा मधुर स्वर स्पष्ट ऐकू येत होता. कोकिळेचे ते अर्थशून्य पालुपद विजयला मावशींच्या 'जय गंगे' सारखेच शांतमधुर वाटले. त्याचे मन म्हणालेसुद्धा, आजपर्यंत हजारो कवी कोकिळेवर लुब्ध झाले ते काही उगीच नाही. शांतीचा आनंद हा जीवनाचा आत्मा. विजयच्या मनात हा विचार येतो न येता तोच वरून एक घार वेगाने खाली आली. तिने कशावर झडप घातली हे विजयला दिसले नाही. पण त्याचे दुसरे मन उसळून म्हणाले, 'कवी दुबळे असतात म्हणून कोकिळेवर काव्य करीत बसतात ते! घारीप्रमाणे अफाट आकाशात कोकिळा कधी विहार करील का? आणि घारीची झडप–''

मघाच्या त्या घारीची आठवण होऊन विजयच्या डोक्यात एक विलक्षण चमक क्षणभर तरळून गेली.

पहिला स्पर्श

गाडी सुटली तेव्हा मुकुंद थोडासा विमनस्कच होता. आधीच बहिणीकरिता तीन-चार रात्री त्याला आलोचन जागरणे करावी लागली होती. कदमचे निकडीचे पत्र आल्यामुळे, तातडीने पुण्याला निघून आला. पण त्याच्या अपेक्षेपेक्षा इथल्या साऱ्याच गोष्टी निराळ्या होत्या. मात्र रात्री आपल्या खोलीची झडती होण्याचा संभव आहे, ही बातमी कदमला कुठून मिळाली, हे मुकुंदला कळेना. पोलिसांच्या हातावर तुरी देण्याकरिता त्याने शोधून काढलेला मार्ग तर त्याला विलक्षणच वाटला होता. टेकडीवर जाऊन बसल्यावर, मुकुंद हसत हसत त्याला म्हणाला होता, "इथं कुठं वेताळ असेल तर त्यालासुद्धा पळवून लावशील तू."

गाडी स्टेशनबाहेर पडते न पडते तोच, एकदम मोठा आरडाओरडा झाला, गाडीला धक्का बसला आणि ती थांबली. मुकुंदला वाटले, कुणी तरी गाडीखाली सापडले असावे. गाडी थांबताच डब्यातून भराभर उतरून लोक पुढच्या बाजूला धावू लागले. रक्तपात पाहावयाची रानटी हौस अजूनही मनुष्याच्या रक्तात आहे असा विचार मनात येऊन मुकुंद स्वतःशीच हसला. आपण उठावे असे त्यालाही वाटले. पण अपघात झालेल्या मनुष्याला मदत करण्याचा प्रश्न नसल्यामुळे, तो जागच्या जागीच बसून राहिला. त्याच्याजवळ बसलेल्या पठाणाला मात्र लोकांची गर्दी पाहून गप्प बसवेना. खाडकन दार उघडून तो बाहेर गेला. नुसता गलका ऐकू येत होता. पण त्यावरून मुकुंदाला काहीच बोध झाला नाही. लगेच लोक गाडी सुटेल या भीतीने आपल्या डब्याकडे परत धावू लागले. मुकुंदाच्या डब्यात पलीकडच्या बाजूला दोन उतावळे प्रेक्षक शिरले. पहिला निराशेने म्हणाला, "उगीच धावत गेलो बुवा!"

आपल्या टक्कल पडलेल्या डोक्यावरून हात फिरवीत जवळच बसलेल्या वृद्ध गृहस्थांनी विचारले, "काय झालं होतं?"

"काय होणार? सेकंड क्लासचा एक उतारू राहिला होता स्टेशनावर!

त्याच्यासाठी थांबविली गाडी!''

"हाच थर्ड क्लासचा असता तर?'' असा प्रश्न करून वृद्ध गृहस्थ आवेशाने सांगू लागले, "माझ्यावरच मागं प्रसंग आला होता असला. आमची सौभाग्यवती चढली गाडीत आणि सामान देण्याच्या धांदलीत मी राहिलो खाली. खूप आरडाओरडा केली. पण सेकंड क्लास तो सेकंड क्लास आणि थर्ड क्लास तो थर्ड क्लास!''

मुकुंदाजवळ बसलेला पठाण आपला एक सोबती घेऊन आत आला. त्याच्याकडे मुकुंदाने पाहिले. ते दोघे कोठल्या तरी खूबसुरत मुलीविषयी बोलत होते. मुकुंद दुसरीकडे पाहू लागला व क्षणात विचारमग्न झाला. त्याच्या डोळ्यांवर मधूनमधून झापड येई; पण ती उडवून लावण्याइतका त्याच्या मनातल्या विचारांचा कल्लोळ मोठा होता. त्याच्या अर्धवट मिटलेल्या डोळ्यांपुढून भराभर स्मृतिचित्रे जात होती.

शिरगावच्या शाळेतून जगन्नाथ शंकरशेट आल्यावर, तो पहिल्यांदा पुण्यावरून मुंबईला गेला. तो प्रवास त्याला आठवला– मुंबईची मुळीच माहिती नाही. भाऊजी स्टेशनावर आले नाहीत, तर आपल्याला त्यांचे बिऱ्हाड कसे सापडेल, या काळजीत आपण होतो. पण काळोखी रात्र असूनही तो प्रवास किती मौजेचा वाटला होता आपल्याला. आपल्या भावी आयुष्याचे चित्र रंगविताना आपण किती निरनिराळ्या सुंदर रंगांचे त्या एका रात्रीत मिश्रण केले होते. आपण प्रोफेसर होऊ, परदेशी जाऊन आपली बुद्धिमता दाखवू, ग्रंथलेखनाने कीर्ती मिळवू, आपली सुशिक्षित पत्नी कोकणातील आपल्या घरी जाईल तेव्हा किती आश्चर्यचकित होईल, एक ना दोन किती तरी कल्पना त्या रात्रीच्या प्रवासात आपल्या मनात नाचून गेल्या. भविष्यकाळाच्या बागेत फुलणाऱ्या फुलांचा सुगंध होता तो. ती फुले कधीच उमलली नाहीत आणि काटे मात्र–

गाडी स्टेशनात आल्यामुळे लहानसा धक्का बसला. मुकुंदाने डोळे उघडले. आपल्या अंतर्मनाच्या स्वच्छंदीपणाचे त्याचे त्यालाच हसू आले. 'वणव्यात गवताप्रमाणे आंब्याची झाडेही जळून जायचीच,' हे त्याचे आवडते वाक्य त्याला आठवले. लक्ष दुसरीकडेच जावे म्हणून तो त्या दोन पठाणांचे बोलणे ऐकू लागला. जवळजवळ कुजबुजतच होते ते. अजूनही ते त्या मुलीविषयीच बोलत असावेत. बाजारातल्या वस्तूप्रमाणे तिची किंमत किती येईल, याबद्दल पैज लागत होती त्यांच्यात! मुकुंदाचे लक्ष आपल्याकडे आहे, असे पाहताच ते चपापले व गप्प बसले.

"चहा साहेब'' म्हणून विचारीत एक मुलगा हलणाऱ्या डब्यातून तोल सांभाळीत गेला. त्याच्या पाठोपाठ 'चहा पिण्याचे दुष्परिणाम' हे पुस्तक विकण्याकरिता

कफनी घातलेले एक गृहस्थ आले, 'चहा पिऊ नका, म्हणजे स्वराज्य मिळेल' असे ते जेव्हा मुकुंदाला समजावून सांगू लागले, तेव्हा त्याला आपले हसू आवरणे अशक्य झाले. ते गृहस्थ निघून गेल्यावर तो गाडीच्या तालावर हलणाऱ्या समोरील भागाकडे उगीच पाहत राहिला. पलीकडे बसलेल्या एका मुलीकडे पाहताच त्याला सुलभेची आठवण झाली.

आपली बहीण कशी असेल, सुलभा तिच्या शुश्रूषेला राहिली असेल की कंटाळून परत गेली असेल, हे त्याचे त्यालाच नक्की ठरविता येईना. कालची आपली वागणूक वेडेपणाची होती, असे त्याला वाटले. आपण पुण्याला जाणार हे पाहताच सुलभेने आपल्या बहिणीपाशी राहण्याचे कबूल केले, हा तिच्या मनाचा थोरपणा. पण उभ्या जन्मात असल्या चाळीत तिने एक तास तरी काढला असेल काय? लहानपणीचा स्नेह स्मरून ती अगत्याने आली, आपल्या बहिणीला इंजेक्शन देऊन आराम मिळावा अशी व्यवस्था तिने केली, एवढ्यावरच आपण संतुष्ट व्हायला हवे होते.

सुलभेच्या हट्टी स्वभावाच्या आठवणी त्याच्या डोळ्यांपुढे उभ्या राहिल्या. एका भाऊबिजेला तिने आपल्याला घरी बोलावले. घरच्या मोलकरणीचा भाचा म्हणून आपल्याला बाहेरच फराळाला बसावे लागेल; अशी आपली कल्पना होती. जावे की न जावे याचा किती विचार केला आपण त्या वेळी. शेवटी सुलभेचे मन मोडायचे नाही म्हणून आपण गेलो. ती आपल्याबरोबरच फराळाला बसली. मावशीसुद्धा तिला काही बोलल्या नाहीत. संध्याकाळ झाली तरी मनोहरचा पत्ताच नव्हता त्या दिवशी. सुलभा आपल्याला ओवाळण्याचा हट्ट धरून बसली. घरात तात्यासाहेब नव्हते म्हणून बरे, नाही तर त्यांनी सुलभेला चांगले चोपले असते. मावशींच्या गळी पडून सुलभेने आपल्याला ओवाळावयाची परवानगी मिळविली. ओवाळल्यावर तिच्या तबकात काय टाकायचे, हा आपल्यापुढे प्रश्न होता. पण तिनेच आपल्या हातात एक नोट दिली. आपण उठतो न उठतो तोच मनोहर आला. कुठल्याशा मित्राकडे गाणे होते. त्यात रमल्यामुळे इतका वेळ झाला होता त्याला. आल्यावर तो दरडावून म्हणाला, ''सुलू, चल लवकर ओवाळायला!''

सुलभेने विचारले, ''कोणाला?''

''आपल्या भावाला.''

''मघाशीच ओवाळले मी त्याला.''

''कुणाला?''

''माझ्या भावाला.''

''काय फाजीलपणा चालला आहे हा?''

"कुणी चालविला आहे?"

"तू! मावशींच्या लाडांनी बिघडून गेली आहेस अगदी! त्यात हे इंग्रजी शिक्षण!"

"पण तूही तेच शिकतो आहेस की!"

"समजली अक्कल! वेळ नाही मला! दोन मिनिटांत आली नाहीस तर ओवाळणी मिळणार नाही."

सुलभा हातात नोट नाचवीत त्याच्यापुढे गेली. ती खसकन ओढून घेऊन तो ओरडला, "कुठं आहे तो तुझा भाऊ?"

तिने आपणाला जवळजवळ ओढतच मनोहरपुढे नेले. त्यानंतर झालेला त्याचा तो विलक्षण चडफडाट! पुढे दोन दिवसांनी सुलभेने आपल्याला सारी हकिकत सांगितली. भाऊबिजेदिवशी लवकर घरी परत यायला सुलभेने सांगितले असताना मनोहरने कुऱ्याने उत्तर दिले होते– 'भाऊ वाटेल तेव्हा येईल. बहिणीनं जागेवर हजर असायला हवं.' मनोहरवर मात करण्याकरिता तिने आपल्याला त्या दिवशी मुद्दाम बोलावले. मावशींकडे तात्यासाहेबांनी दिलेले पैसे मागून घेतले आणि भाऊबीज साजरी केली. मुंबईला आल्यावर भाऊबिजेच्या त्या मधुर प्रसंगाची आठवण होऊन आपण आपल्या बहिणीला म्हणालोही होतो–

"आणखी एक बहीण आहे माझी!"

"कुठं?"

"शिरगावात."

"आपल्याच जातीची आहे का?"

"का?"

"नाही. उगीच विचारलं."

"उगीच नाही! काही तरी मनात आलंय तुझ्या!"

आपली बहीण हसून म्हणाली, "तसं नाही, लगीन ठरवायची भाषा आहे ही शिकलेल्या लोकांची!" आपण आश्चर्याने तिच्याकडे पाहिले. तिने नुकतीच एक ऐकलेली गोष्ट सांगितली. कोकणातले एक विद्वान गृहस्थ मुंबईत एका मुलीबरोबर पुष्कळच दिवस फिरायला जात असत. कुणी विचारले म्हणजे ती दूरची बहीण म्हणून सांगत. शेवटी त्यांनी त्याच मुलीशी लग्न करून सगळ्या लोकांना चकित केले.

या आठवणीने मुकुंदला मनातल्या मनात हसू आले. पण त्याच्या पाठोपाठ आपल्या या लुटुपुटूच्या श्रीमंत बहिणीने खऱ्या बहिणीच्या शुश्रूषेकरिता मजुरांच्या वस्तीत येऊन राहण्याचा जो विलक्षण योगायोग आला, त्याबद्दलचे आश्चर्यही तिथे नाचू लागले. बहिणीची प्रकृती अधिक बिघडली असेल की काय अशी

क्षणभर त्याला शंका आली. पण सुलभेसारखी डॉक्टरीण जवळ असल्यावर काळजी कशाला करायला पाहिजे, अशी त्याने आपल्या मनाची समजूत घातली. सुलभेची आपल्याविषयी काय कल्पना झाली असेल; याविषयी मात्र नक्की ठाऊक होते म्हणून आपण तिला सांगितले नाही आणि त्याला तर्क करता येईना. पुण्याला काय काम आहे, हे आपणाला तरी कुठे ठाऊक असल्या तरी काही गोष्टी गुप्त ठेवाव्याच लागतात की नाही?

त्याच्या ताठरलेल्या पापण्यांवर निद्रेने आपला मायेचा हात फिरविला. तो जागा होऊन पाहतो तो लोणावळा आले होते. पलीकडचे दोन्ही पठाण उठले आणि डब्याबाहेर पडले. ते पुन्हा डब्यात आले तेव्हा एका सुंदर मुलीविषयीच बोलत असावेत, असे मुकुंदाला वाटले. हे बदमाश एखाद्या मुलीला पळवून नेत नाहीत ना, असा संशय त्याच्या मनात आला. कर्जतवर ते पठाण डब्याबाहेर पडताच तोही त्यांच्या पाठोपाठ उतरला.

मुकुंद पुण्याला निघून गेल्यानंतर, किती तरी वेळ सुलभा विलक्षण आनंदात होती. अंधुक प्रकाश असलेली ती खोली, त्या खोलीतली जुन्या वस्तूंच्या दुकानाला शोभणारी अडगळ, एक फाटके जुनेर नेसून गोणपाटाच्या अंथरुणावर पडलेली मुकुंदाची आजारी बहीण, या साऱ्या गोष्टी जणू काही तिच्या गावीच नव्हत्या. मुकुंद तिला किती तरी दिवसांनी भेटला होता आणि लहानपणीप्रमाणे आजही आपण त्याच्या उपयोगी पडत आहोत, या कल्पनेनेच ती आनंदित झाली होती. त्या विलक्षण भाऊबिजेची आठवण होऊन, तिला मध्येच हसू आले. मुकुंदाला विचारलेली संस्कृतमधील एक शंका तिला एकाएकी आठवली. भांडारकरांच्या पुस्तकाचे चोवीस धडे व्हायच्या आतच ती शेवटचे श्लोक लावायला लागली होती. त्यातील 'का ते कांता' याचा अर्थ त्याने हळूहळू तिच्याकडून घेतला होता. तो कळताच तिने एकदम त्याच्याकडे पाहत 'तुझी बायको कोण' असे म्हटले होते आणि त्याने उत्तर दिले होते, 'लग्नच करायचं नाही मला.' ह्या आठवणीच्या पाठोपाठ मुकुंदाने शाळेतल्या संमेलनात केलेली कामे तिच्या डोळ्यांपुढे उभी राहिली. एकदा अश्वत्थामा व कर्ण यांच्या संवादात तो कर्ण झाला होता. 'दैवायत्तं कुले जन्म मदायत्तं तु पौरुषम्' हे वाक्य उच्चारताना त्याच्या चेहऱ्यावर किती विलक्षण आत्मविश्वास उमटला होता. दुसऱ्या दिवशी शास्त्रीबुवांनी वर्गात त्याची पाठ थोपटली होती म्हणे त्या कामाबद्दल. नंतरच्या वर्षी 'शाकुंतला'तील कोळ्याचे काम त्याने केले होते. ह्या कोळ्याला मारीतच रंगभूमीवर आणतात. साऱ्या शाळेतील जास्तीत जास्त दणकट क्रूर चेहऱ्याचे दोन मुलगे कोळ्याला बांधून आणणाऱ्या शिपायांच्या कामाकरिता निवडण्यात

आले होते. ते मुकुंदाला मारू लागले. तेव्हा आपल्या डोळ्यांना न कळत पाणी आले. मुकुंदाचा चेहराही किती केविलवाणा दिसत होता त्या वेळी. 'असं बेमालूम काम साधलं तरी कसं तुला?' असे आपण त्याला नंतर विचारले होते. त्याने उत्तर दिले होते, 'यात साधायचं काय? आला दिवस गरिबांना हाच अनुभव असतो की!'

त्याचे हे वाक्य आपल्याला पुरे पटले तो प्रसंग! कोणाच्या तरी आग्रहावरून तात्यांनी एका गवयाचे गाणे केले होते. घरी रात्री कॉफीचे पेले विसळायला मदत व्हावी म्हणून मोलकरणीला ठेवून घेतली होती मावशींनी. मुकुंद आपल्या मावशीला शोधायला आला. गाणे आहे म्हटल्यावर तोही राहिला. मनोहरचे दोन-तीन श्रीमंत मित्र आले होते. ते चांगले लोड-तक्क्यांना टेकून बसले. शाळेतला हुशार विद्यार्थी असूनही त्यांनी मुकुंदाला काही आत बोलाविले नाही. तो थोडा वेळ घुटमळत राहिला आणि अंधारातून तडक घरी जायला निघाला. आपण अगदी खालच्या पायरीवर त्याला गाठले. तो पुढे गेला नाही, पण परतही आला नाही, गाणे संपेपर्यंत आपण दोघेही त्याच पायरीवर बसून राहिलो. नंतर कॉफी प्यायलाही तो तयार नव्हता. पण आपण अगदी गळ्याची शपथ घातली तेव्हा त्याने ती घेतली. मात्र 'सुलूताई, तू जन्मभर अशीच राहशील का?' असे वाक्य त्याने का उच्चारले, हे आपणाला त्या वेळी मुळीच कळले नाही.

मुकुंदाकडे शाळेत असताना आपला इतका ओढा का होता, हे कॉलेजात गेल्यावर सुलभेच्या लक्षात येऊ लागले. तिच्या अंत:करणातील महत्त्वाकांक्षेची ज्योत न कळत त्याने प्रज्वलित केली होती. इंग्रजी दुसरीत जाईपर्यंत एका श्रीमंत वकिलाची दर वर्षी पास होत जाणारी मुलगी एवढीच तिची शाळेत किंमत होती. वकिली, ब्रह्मविद्या, नेमस्त राजकारण, इत्यादी अष्टावधाने सांभाळताना तात्यासाहेबांच्या नाकी नऊ येत. त्यामुळे मुलांच्या अभ्यासाचा पत्ता त्यांना वार्षिक परीक्षेच्या निकालाच्या दिवशी लागे तेवढाच. मनोहर सरस्वतीदेवीच्या हातातल्या वीणेवर लुब्ध असला तरी त्या आर्यदेवतेने इंग्रजी भाषेच्या नादाला का लागावे, हे कोडे त्याला कधीच उलगडले नाही. वीणावादनाचा गणिताशी काय संबंध आहे, हा प्रश्नही त्याला असाच सतावून टाकी. त्याला चित्रे साधारण बरी काढता येत असत. तो नेहमी म्हणे की, मी मोठा झाल्यावर सरस्वतीचे एक अपूर्व चित्र काढणार आहे. त्यात सरस्वती ही एक म्हातारी बाई दाखवावयाची, तिच्या हातात वीणेऐवजी छडी द्यायची, तिला मोरावर न बसविता मोठमोठ्या कोशांच्या आणि जाड्याजाड्या पुस्तकांच्या राशीवर बसवायची!

मनोहरचा अभ्यासाशी असा छत्तीसचा आकडा असल्यामुळे, सुलभा प्रथम प्रथम अभ्यासाविषयी उदासीनच असे. पण ती दुसरीत असताना बक्षीस-समारंभाच्या

वेळी टाळ्यांच्या कडकडाटात साधा पोशाख असलेल्या मुकुंदाने आपल्या वर्गातले पहिले बक्षीस घेतलेले तिने पाहिले. आपल्या मावशीबरोबर मुकुंद तात्यासाहेबांच्या घरीही मधूनमधून जाई. पुढे तर सुलभेला त्याची मदतही होऊ लागली. मुकुंद आपल्या आयुष्यात आला नसता तर आपण मॅट्रिकसुद्धा झालो नसतो. कुठच्या तरी वकिलाची अगर डॉक्टरची बायको होऊन, त्या नात्यावर एखाद्या गांवढ्या गावात वकिलीणबाई अगर डॉक्टरीणबाई म्हणून मिरवीत बसलो असतो. असे तिला कॉलेजात गेल्यावर अनेकदा वाटे. पण पुढे मुकुंदाची मावशी मेल्यापासून तो कुठे आहे, काय करतो, हे तिला कधीच कळले नाही. चार-पाच वर्षे तरी युनिव्हर्सिटीच्या परीक्षांचे निकाल वाचताना तिला हटकून मुकुंदाची आठवण होई. कुठल्याही परीक्षेत त्याचे नाव कधीच न दिसल्यामुळे तिला आश्चर्यही वाटे. मात्र मुंबईला आल्यावर ती त्याला जवळजवळ विसरूनच गेली. पुढे विजयचा परिचय हळूहळू वाढत गेला आणि मुकुंद हे सुलभेच्या आयुष्यातले एक स्वप्न ठरले. आज एकाएकी ते स्वप्न पुन्हा सत्यसृष्टीत उतरले होते.

मुकुंदाची बहीण जागी झाल्यामुळे, सुलभेची विचारशृंखला तुटली, सुलभा कोण आहे, हे कळताच कृतज्ञतेने तिच्या डोळ्यांत पाणी उभे राहिले. तिला स्वस्थपणा मिळावा म्हणून सुलभा दार लोटून बाहेर आली. जवळचा अरुंद जिना, भर दिवसा खोलीसमोर दिसणारा अंधार, कोठे तरी किंचाळणाऱ्या मुलाचा विचित्र स्वर आणि विलक्षण वासांचे मिश्रण घेऊन आल्यामुळे त्रासदायक वाटणारी वाऱ्याची झुळूक यांच्यामुळे तिचे मन अप्रसन्न झाले. आपण येथे राहायचं मुकुंदापाशी कबूल केले ही मोठी चूक झाली असे तिला वाटले. शेवाळ्याने बुजबुजलेल्या आणि बेडकांनी भरलेल्या एखाद्या डबक्यात अंघोळीकरिता बुडी मारावी तसे तिला झाले. इतक्यात एक म्हातारी कागद वाचून घेण्याकरिता तिच्याकडे आली. तो कागद म्हणजे एक मोडी कार्ड होते. सुलभेला स्वत:ची सहीसुद्धा मोडीत करता येत नव्हती; पण तात्यासाहेब आपली पत्रे मोडीतच लिहीत असल्यामुळे, तिला मोडी अक्षर साधारणपणे लागे. कार्डातले शब्द तिने वाचले; पण त्यांचा पूर्ण अर्थ काही केल्या तिला कळेना. शेवटी म्हातारीकडून उलगडा झाला. कोकणात असलेल्या तिच्या सुनेला एक समंध छळीत होता. त्याच्यासाठी देवाला कौल लावला होता. देवाने कोंबड्यापासून दोन आण्यांच्या नाण्यापर्यंत त्याला काय काय द्यावे, याची यादी दिली होती. मुंबईहून पैसे येताच समंधाला संतुष्ट करता येईल, हा त्या पत्रातला मजकूर वाचून होताच सुलभेचे मन खिन्न झाले. तिच्या जगापेक्षा हे जग सर्वस्वी भिन्न होते. डॉक्टरीण होऊन गोरगरिबांना स्वस्त औषधे देण्याचे आपले ध्येय किती संकुचित आहे, याची या बोटभर पत्राने तिला जाणीव झाली. तिला वाटले या विषारी समुद्रात कोट्यवधी

लोक पिढ्यान्‌पिढ्या गटांगळ्या खात आहेत; आणि आपणाला मात्र एक दिवससुद्धा अशा वस्तीत काढणे कठीण वाटते, हे योग्य आहे का?

काही झाले तरी मुकुंद येईपर्यंत तेथून हलायचे नाही, असा तिने निश्चय केला. संध्याकाळी मुकुंदाचा मेव्हणा गिरणीतून परत आला. मुकुंद पुण्याला गेल्याबद्दल चार शिव्या हासडायलाही कमी केले नाही त्याने. त्याच्या बायकोने त्याला खुणावले नसते तर तो आणखी पुष्कळ बडबडत राहिला असता. सुलभेची अडचण होऊ नये, म्हणून तो खोलीबाहेरच निजला.

पण त्या खोलीत सुलभेला झोप येणेच शक्य नव्हते. तुरुंगातल्या कोठडीत एकदम नेऊन टाकावे. तसे तिला झाले होते. नुसते पडून राहवेना म्हणून मुकुंद दुपारी ज्या ट्रंकेतून थोडेसं सामान घेऊन गेला होता, त्या ट्रंकेत काही पुस्तके असली तर पाहावी, या इच्छेने ती उठली. ट्रंक उघडीच होती. दोन-तीन इंग्रजी पुस्तके मिळाली. पण नावावरूनच ती तिला नकोशी वाटली. काही तरी रुक्ष चर्चा असावी त्यांच्यात. पुस्तके शोधता शोधता एक जाड नोटबुक तिच्या हाताला लागले. मुकुंद एखादी कादंबरी तर लिहीत नाही ना, अशी शंका तिला आली. तसे असेल तर आपला थोडा वेळ तर गमतीने जाईल म्हणून तिने ती वही उघडली. दिव्यापाशी जाऊन तिने पहिल्याच पानावरील वाक्य वाचले, 'ज्याला हृदय असेल त्यानेच हे लिहिणाऱ्याच्या परवानगीने वाचावे.' सुलभेला हसू आले, तिची जिज्ञासाही वाढली. तिने मधलेच एक पान उघडले व ती वाचू लागली. 'तरुणीच्या अंगाचा पहिला स्पर्श किती उन्मादक असतो ते आज कळले मला. निसर्गाला मनुष्याने गुलाम केले आहे, असे आम्ही अभिमानाने म्हणतो. पण मनुष्यमात्राचा हा अभिमान अगदी व्यर्थ आहे, हे तिला पुरेपूर कळून चुकले. त्या सुंदर मुलीला खोलीत घेऊन आल्यापासून–'

सुलभेने ते नोटबुक मिटून टाकले. क्षणार्धात मुकुंदाविषयी एक प्रकारचा तिरस्कार वाटू लागला. सारी रात्र तिने तळमळत अंथरुणावर काढली. सकाळी एकदम येथून निघून जावे, असे तिच्या मनात आले. पण मुकुंद आल्यावरच जाण्यात आपला विजय आहे, या भावनेने ती तेथे राहिली. एक दिवस जाणूनबुजून आपण हा तुरुंगवास पत्करला, या कल्पनेने ती सर्व व्यवहार पार पाडीत होती.

गाडीची वेळ होताच तिचे मन अधीर होऊन गेले. त्या तरुणीविषयी मुकुंदाला काही तरी टोमणा देऊन मगच येथून जावे, असा विचारसुद्धा तिच्या मनात आला पण तो क्षणभरच.

जिन्यावर पावले वाजली. मुकुंदा तर वर येत होताच. सुलभा चकित झाली. तो एका सुंदर तरुण मुलीला बरोबर घेऊन आला होता. सुलभेला पाहताच ती

मुलगी झटकन पुढे आली आणि हसत हसत म्हणाली, ''लहानपणी पोटभर लपंडाव खेळला नव्हता वाटतं, सुलभाताई?''

सुलभा तिच्याकडे पाहतच राहिली. ती मुलगी मान डोलावीत म्हणाली, ''तुमच्यासाठी विजय उतरले पुण्याला आणि तुम्ही तर इथे मुंबईला!''

सुलभा गोंधळात पडलेली पाहून मुकुंद म्हणाला, ''या केशरबाई!''

''या तुझ्या-तुमच्या कोण?''

त्या स्वरात असा काही रुक्षपणा होता की, मुकुंद चमकून स्तब्धच राहिला. सुलभेच्या डोळ्यांपुढे अक्षरे नाचत होती– स्त्रीचा पहिलाच स्पर्श किती उन्मादक असतो.

दोन रहस्ये

केशरकडे रोखून सुलभेने "या तुझ्या– तुमच्या कोण?" असा प्रश्न केला. त्यातील एकवचनाचे लगेच बहुवचनात झालेले रूपांतर मुकुंदाच्या लक्षात आले नाही असे नाही. परक्या मनुष्यासमोर आपल्याला एकवचनी हाक मारणे बरे नाही, एवढाच एरवी त्याने त्या शब्दांचा अर्थ केला असता; पण ते शब्द ज्या स्वरात उच्चारले होते, त्याला विलक्षण धार होती. मुकुंदाच्या मानी मनाला ती चटकन जाणवली. सुलभा आपल्यावर रागावली आहे, हे त्याने ओळखले. त्याच्या मनात आले, आम्रवृक्षावर राहणाऱ्या कोकिळेला कबुतरांच्या खुराड्यात कोंबली म्हणजे तिची अशीच स्थिती व्हायची.

सुलभा केशरकडे अगदी बारकाईने पाहत होती. कुंद वातावरणात एकदम ऊन पडले म्हणजे आनंद होतो. परकेपणामुळे गोंधळून गेलेल्या त्या दोघींना तसा मनमोकळेपणा यावा म्हणून मुकुंद मुद्दामच म्हणाला, "जुन्या म्हणीवर पहिल्यांदा विश्वास बसत नाही माणसाचा. पण अनुभवानं–"

"कुठल्या म्हणीचा अनुभव आला आता?" केशरने विचारले.

"दहा पुरुष एके ठिकाणी राहतील, पण दोन बायका मात्र–"

आपला तोल गेला आहे हे सुलभेच्या लक्षात आले. स्वत:ला सावरण्याकरिता तोंडावर उसने हसू आणीत ती उद्‌गारली; "कारण आहे त्याला!"

"काय?" आपली डॉक्टरीण मैत्रीण म्हणून मुकुंदाने जिची आधीच ओळख करून दिली होती ती सुलभा बायकांच्या भांडखोर स्वभावाचे समर्थन करीत आहे, हे पाहून केशरला कमालीचे आश्चर्य वाटले. "दोन तलवारी राहतात का कधी एका म्यानात?" सुलभा मुकुंदाकडे पाहत म्हणाली. सुलभेच्या स्वरातली मघाची तीक्ष्णता मुकुंदाला आठवली. प्रतिकोटी करण्याची इच्छा त्याच्या मनात तीव्र झाली. पण ती आवरून तो हसत हसत उद्‌गारला, "मग हत्यारांच्या कायद्याविरुद्ध उगीचच पुढारी ओरडतात म्हणायचे."

मुकुंद, त्याच्या मागून केशर आणि तिच्यामागून सुलभा खोलीत गेली. मघाशी केशरला समोरून पाहताना तिचे डोळे अत्यंत मोहक आहेत, हे सुलभेच्या ध्यानात आले होते. आता मागून पाहताना तिचा बांधा किती आकर्षक आहे आणि चालतानासुद्धा ती किती डौलाने पावले टाकीत आहे, हे तिला कळायला वेळ लागला नाही. तिच्या पाठीवर होणारे वेणीचे मधुर नृत्य पाहताच नकळत सुलभेचा हात कसाबसा आपल्या केसांकडे गेला. घाणेरड्या चाळीतल्या त्या गोंधळात आज तिला कसाबसा साधा अंबाडाच बांधावा लागला होता.

खोलीत शिरताच केशरने इकडेतिकडे पाहिले. ती बसायला खुर्ची शोधीत आहे, हे मुकुंदाच्या लक्षात आले. पलीकडे गोळा करून ठेवलेले एक जुने जाजम पसरण्याच्या विचारात तो होता. इतक्यात आडवा पडलेला एक रिकामा रॉकेलचा डबा पाहून केशर त्याच्यावर बसली आणि हसत हसत म्हणाली, ''सुलभाताई, कशी आहे माझी खुर्ची?''

तिच्या या बालवृत्तीचा सुलभेला क्षणभर हेवा वाटला. जरीचे पातळ नेसणाऱ्या या मुलीने त्या खोलीत ह्या दरिद्री संसाराशी चटकन का समरस व्हावे, हे मात्र तिला कळेना. आजारी बहिणीला काळजी करण्यासारख्या स्थितीत सोडून मुकुंद काल पुण्याला याच मुलीला आणण्याकरिता गेला होता की काय? या मुलीची व विजयची ओळख कुठली? हिची जातपात– शिक्षण–

मुकुंदाच्या वहीतील ती विलक्षण वाक्ये, अंधारात वीज चमकावी तशी, तिच्या डोळ्यांपुढून नाचत गेली– 'स्त्रीचा पहिला स्पर्श किती उन्मादक असतो!' ती स्त्री ही केशरच नसेल ना?

सुलभा दारातच उभी आहे असे पाहून मुकुंद म्हणाला, ''आत ये की!''

''इथं आहे ती बरी आहे!''

केशर म्हणाली, ''इकडं या ना! प्राप्तीचा अर्धा वाटा तुम्हाला द्यायला तयार आहे मी!'' लगेच त्या डब्याची एक बाजू तिने सुलभेकरिता मोकळी केली.

पण सुलभा दारातच उभी राहिली. मुकुंद बहिणीच्या पायांवरून हात फिरवीत होता. कृतज्ञतेने सुलभेकडे पाहत तो म्हणाला, ''ताईची प्रकृती बरी दिसतेय आज! आपण आजारी पडलो की, तुझ्याशिवाय दुसऱ्या कोणाचं औषधच घेणार नाही आता!''

हसल्यासारखे करून सुलभा म्हणाली, ''ताईच्या प्रकृतीला आज उतार पडलाय. पण–'' जे बोलायचे ते कसे बोलावे याचा जणू काही ती विचार करीत होती. शेवटी निश्चयाने ती म्हणाली, ''दोन गोष्टींची जरुरी आहे तिला.''

''कोणत्या गोष्टी?''

''पहिली चांगल्या हवेच्या ठिकाणी जाऊन राहायला हवं!''

मुकुंद नुसते 'हुं'' म्हणाला. पण तो हुंकार किती बोलका होता! मुंबईतल्या भरपूर हवेवरसुद्धा ज्या माणसांचा हक्क नाही त्यांना दुसरीकडील चांगली हवा कुठून मिळणार,असा प्रश्नच जणू त्या मूक उद्गारातून उमटत होता.

"दुसरी काय?" सुलभा स्तब्ध राहिलेली पाहून त्याने विचारले.

"पूर्ण विश्रांती.''

आता मात्र मुकुंदाचा आपल्या मनावरील ताबा उडाला. तो उदास स्वराने उद्गारला, "मजुरांना ती मेल्यावरच मिळायची!'' त्याचे लक्ष एकदम बहिणीकडे गेले. आपण बोलायला नको होते ते बोलून गेलो, हे कळून त्याच्या डोळ्यांत आर्द्रता आली. सांत्वनाच्या स्वराने तो तिला म्हणाला, "ताई, माझ्या जिभेला हाड नाही हे ठाऊकच आहे तुला.''

ताईने क्षीण हास्य केले. त्या हास्यात मुकुंदाने बोलून दाखविलेले भयंकर सत्य सुलभेला अधिकच भीषण भासले. तिने केशरकडे पाहिले. ती मुकुंदाकडे स्निग्ध दृष्टीने पाहत होती.

आपली मनि-बॅग, छत्री, वगैरे घेत सुलभा म्हणाली, "जाते आता मी.''

गंभीर बनलेली केशर एकदम खेळकर झाली. "मी काही इथे राहायला नाही आले.'' या तिच्या शब्दांनी सुलभेला हसू आल्यावाचून राहिले नाही.

"मला पुण्याला जायचंय.'' तिने उत्तर दिले.

"नि मलाही मुंबईला जायचंय.''

"माझ्या वडिलांची तार येईल पुन्हा पुण्याहून!''

"पण माझे वडीलच येतील मला शोधायला. आमच्या मुनिमांनी 'केशरबाई अजून आल्या नाहीत' म्हणून तारसुद्धा केली असेल एव्हाना शिरगावला. बिचारा बोरीबंदरवर मोटार घेऊन आला असेल नि मी गाडीत नाही असं बघून घाबरून गेला असेल. मी सरळ पुढे गेले असते तर बरं झालं असतं, नाही मुकुंद?''

सुलभेची जिज्ञासा क्षणोक्षणी वाढत होती. केशरची विजयशी ओळख शिरगावला झाली होती, हे उघड होते. पण तिचे वडील शिरगावला काय करतात? तिची आणि मुकुंदाची ओळख कुठली? बोरीबंदरवर उतरणारी ही मुलगी मध्येच का उतरली? तिच्या डोक्यात प्रश्नांचे काहूर उसळले अगदी आणि एकदम तिला वाटले, मुकुंद आणि केशर यांच्याविषयी विचार करून स्वतःला इतका त्रास करून घेण्यात काय अर्थ आहे? प्रत्येकाला दररोज बरी-वाईट स्वप्ने पडतात; पण त्यांचाच विचार करीत बसण्यात शहाणा मनुष्य काही आपला वेळ घालवीत नाही.

मुकुंद कसल्या तरी विचारात गढून गेला होता. ताईविषयी मात्र सुलभेच्या मनात करुणेशिवाय दुसऱ्या कोणत्याच भावनेला जागा नव्हती. तिने मनि-बॅग

उघडली, एक नोट बाहेर काढली आणि ताईच्या उशाजवळ जाऊन ती म्हणाली, "ताई, जाते मी. सांभाळून राहा हं." हे बोलता बोलताच तिने ती नोट ताईच्या हातावर ठेवली. ताईला फारशी शक्ती नव्हती. पण तिने लगेच हात झटकून ती नोट वर करीत म्हटले, "सख्खी बहीण करणार नाही एवढी सेवा केलीत तुम्ही माझी. पण हे– हे विष नको मला. जगले वाचले तर तुमचे उपकार–"

सुलभा एकदम खाली बसली. ताईचा हात घट्ट धरून ती म्हणाली, "असं नाही हे भलतं काही बोलायचं! मुकुंदाला लहानपणी ओवाळलंय मी. तेव्हा माझं नि तुझं बहिणीचंच नातं नाही का? गळ्याची शपथ आहे माझ्या! मुलांना खाऊ म्हणून देतेय मी–"

गहिवरून आलेल्या ताईच्या डोळ्यात पाणी उभे राहिले.

सुलभा उठली आणि मनि-बॅग मिटू लागली. एकदम तिच्या तोंडातून उद्गार बाहेर आला, "अग बाई!"

मुकुंद, केशर व ताई यांना तिच्या आश्चर्याचे कारण कळेना; पण ती लगेच हसून म्हणाली, "काय विसराळू आहे मी! कोठल्याशा जलशाची दोन तिकिटं घेतली होती एका मैत्रिणीच्या आग्रहावरनं. उद्या आहे वाटतं तो. माझ्याबरोबर तिकिटंही पुण्यालाच गेली असती आज. बरं झालं, तुम्ही दोघं उद्या जा की या जलशाला."

शेवटचे वाक्य बोलताना आपल्या मनात किती भावनांचा संकर झाला आहे याची सुलभेला कल्पनाही नव्हती. तिने तिकिटे बाहेर काढण्याच्या आधीच केशर म्हणाली, "जलशाला जाणार आहो आम्ही उद्या; पण तिकिटं नकोत आम्हाला."

"आधीच काढून ठेवली आहेत वाटतं?"

"अं हं. काढायचीच नाहीत."

"म्हणजे?"

"माझंच गाणं आहे ना उद्याच्या जलशात!"

केशरबरोबर तिच्या बंगल्यावर जाण्याची मुकुंदाने केलेली विनंती सुलभेने अमान्य केली नाही. शक्य असते तर तो स्वतःच गेला असता. पण काल सुलभेच्या औदार्याला आलेली भरती आज ओसरली आहे, हे त्याने चटकन ओळखले आणि चतुरपणाने बहिणीपाशी स्वतःच बसण्याचे ठरविले. दुसऱ्याच्या मनातील अस्पष्ट भावनांनाही मान देण्याच्या त्याच्या या वृत्तीचे सुलभेला कौतुक वाटल्यावाचून राहिले नाही. दोन वर्षांपूर्वी विजयच्या सहवासात आलेला एक साधा अनुभव तिच्या मनःपटावर सूचक रीतीने चमकून गेला. विजय आणि आपण फिरायला जायचे ठरविले होते. ऐन वेळी सिनेमात गेलेली आपली एक

मैत्रीण भेटायला आली आपल्याला. आधीच बोलकी होती ती; आणि त्यात नटी झालेली! मान वेळून, लाडिकपणाने ओठ पुढे काढून, मधून हातातल्या इवल्याशा हातरुमालाने घाम टिपण्याचे नाटक करून, खूप करमणूक केली तिने. मांजरीचे पिल्लू प्रथमच जग पाहू लागले म्हणजे सारखे वेडेवाकडे नाचत असते. तिचीही स्थिती तशीच झाली होती. पहिल्यांदा तिच्या चेहऱ्याकडे पाहत विजय स्वस्थ बसला होता. मग मात्र तो चवताळल्यासारखा झाला आणि तिला तो म्हणाला, ''आत्मचरित्र लिहिण्याइतकी सामग्री गोळा झालेली दिसते तुमच्याजवळ!'' या टोमण्याने काही ती शुद्धीवर आली नाही. टेंपो, क्लोजअप, अँगल, ग्रेटा गार्बो, नॉर्मा शिअरर, बॉक्स, रेकॉर्ड, वगैरे विविध शब्दांचे संमेलन भरविले तिने. विजय ओठ चावून तिला म्हणाला, ''सिनेमाचा कोशच व्हायला हवा आता. आपणाला तर बुवा यातलं अक्षरही कळलं नाही.''

''नाहीच कळायचं.'' असे उत्तर देऊन ती आपल्या कलेची महती दुप्पट जोराने वर्णन करू लागली. पावसाच्या पहिल्या सरीत खूप मौज असते, पुढच्या दोन-चार सरी पाहून आनंद होतो; पण त्यानंतर मात्र पावसाचा ताडताड आवाज असह्य वाटू लागतो. तिच्या बोलण्याचेही तसेच झाले होते. आपण जांभई देऊन पाहिली; पण त्यावरून आपण आश्चर्यचकित झालो आहोत असेच तिला वाटले असावे. याचवेळी विजय एकदम उठला आणि पलीकडे पडलेले एक इंग्रजी मासिक घेऊन ते चाळीत म्हणाला, ''अरे वा:! काय काय नवे शोध लागताहेत युरोपात!''

तिने आपली गाडी थांबवून विचारले, ''कसला नवा शोध लागला आहे?''

''कुलपाचा. साधं कुलूप नाही हे!''

''मग?''

''मनुष्याच्या तोंडाला घालायचं कुलूप! कितीही महाग असलं तरी आपण नेहमी एक खिशात ठेवीत जाणार. म्हणजे आताच्यासारखा भयंकर प्रसंग–'' पुढचा सर्वच भयंकर प्रसंग सुलभेच्या डोळ्यांपुढे उभा राहिला. कुठल्याही चित्रपटात साधला नसेल असा रागाचा अभिनय त्या नटीने करून दाखविला. एका दृष्टीने विजयचीही चूक होती त्यात. त्याने स्वत: खुशाल उठून जायचे होते. पण दुसऱ्याच्या तोंडावर असे बोलणे– नंतरसुद्धा या गोष्टीचे काही वाईट वाटले नाही त्याला. उलट तो म्हणाला, ''जाई ना तणतणत गेली तर. मला थोडंच लग्न करायचंय तिच्याशी?''

टॅक्सी घेऊन येईपर्यंत सुलभा विजयचे त्या वेळचे वर्तन आणि मुकुंदाचे आताचे वर्तन यांची तुलना करीत होती. मुकुंद येताच केशर म्हणाली, ''अहो महाराज, तुमचा पत्ता लिहून द्या मला. नाही तर द्याल मागच्यासारखा गुंगारा!''

मुकुंदाने आपली ट्रंक उघडली. कागद कोठे चटकन सापडेना. तेव्हा वरच नोटबुक होते ते घेऊन त्यातले एक पान त्याने फाडले आणि आपला पत्ता लिहून तो केशरच्या हवाली केला. तो घेऊन केशर म्हणाली,

"आणखी एक काम आहे."

"कोणतं?"

"ते नोटबुक हवंय मला!"

मुकुंद तिच्याकडे पाहतच राहिला.

"इतकं चिक्कू होऊ नये माणसानं. चार आण्याला कुठंही मिळेल तसलं!"

"मग चार आणेच देतो!"

"मी पळवून नेत नाही ते, मग तर झालं?"

"पण कशाला हवंय ते?"

"हल्ली मोठ्या माणसात गणना होऊ लागली आहे माझी!"

"न व्हायला काय झालं? कराचीला वडिलांच्या गिरण्या आहेत, मुंबईला स्टुडिओ नि बंगले आहेत; शिरगावला कारखाना निघतोय! असं मोठं मनुष्य आज इथं आलं म्हणून ताईच्या वतीने मी हवे तर आभार मानतो!"

"मोठ्या मनुष्याचा ऑटोग्राफ मागायचं ते राहिलं लांबच! द्या इकडं ते नोटबुक. माझा पत्ता लिहून देते. म्हणजे कधी काळी झाली आठवण तर–"

मुकुंदाने नोटबुकाचे शेवटचे पान उघडून तिच्या हातात दिले; पण केशरने त्याची सर्व पाने भर्रकन चाळलीच. ती आनंदाने उद्‌गारली, "गोष्टबिष्ट लिहिताय वाटतं?"

"होय."

"काय आहे तिच्यात?"

"बाकी सगळं आहे. पण कोणाचं कोणावर प्रेम मात्र नाही बसत काही केल्या त्यामुळं चुंबनं नाहीत–"

"इश्श! असली कसली बाई ही गोष्ट? परवा बाबांच्याकडे सिनेमाची गोष्ट घेऊन आला होता एक लेखक. प्रेमच प्रेम होतं त्यात. आगगाडीत प्रेम, दवाखान्यात प्रेम, बागेत प्रेम, तुरुंगात प्रेम."

"तुरुंगात?" मुकुंदाने विचारले.

"हो. नायक तुरुंगात जातो. गुप्तपणानं प्रियकरणीचा फोटो बाळगतो, त्याची पूजा करतो–"

आता मात्र मुकुंद व सुलभा यांना हसू आवरेना. केशर पुढे काही तरी बोलणारच होती; पण मुकुंदाने खाली उभ्या असलेल्या टॅक्सीची तिला आठवण केली. तेव्हा कुठे तिने चटकन त्या नोटबुकाच्या शेवटच्या पानावर आपला पत्ता

लिहिला. नोटबुक त्याच्या हातात परत देताना ती म्हणाली, ''उद्याच्या जलशाची आहे ना आठवण?''

''फुकट मिळणाऱ्या गोष्टीची आठवण राहणं कठीणच असतं जरा!''

दोघींनी ताईचा निरोप घेतला. रुग्ण स्थितीतही तिचा गृहिणीधर्म जागृत होता. ती म्हणाली, ''चहासुद्धा नाही आता मिळाला तुम्हाला. बरी झाल्यावर मुद्दाम बोलावणार आहे हं मी! याल ना गरिबाच्या घरी?''

सद्‌गदित मनानेच दोघीही खाली आल्या. मोटारीत सुलभा बसलेल्या बाजूला दरवाजावर हात ठेवून मुकुंद उभा राहिला होता. तो हळूच म्हणाला, ''सुलभा, कालचा दिवस कधीही विसरणार नाही मी!''

सुलभा चेष्टेने मान डोलवीत म्हणाली, ''मलासुद्धा जन्मभर आठवण राहील याची!''

''चोवीस तासांची शिक्षा म्हणून तुला आठवण राहील! पण मला– मानवी हृदय किती–''

पुढचे मनोगत त्याचे डोळेच बोलले. सुलभेला वाटले, मुकुंदाला म्हणावे– ''मला हृदय आहे हे तुला कबूल आहे ना? दे तर तुझं नोटबुक मला वाचायला!'' पण ती काहीच बोलली नाही. तिच्या डोळ्यांनीच मुकुंदाला उत्तर दिले. टॅक्सी सुरू झाली. मुकुंद विचारात मग्न होता. त्यामुळे आपला हात काढून घ्यायचे भान त्याला राहिले नाही. धक्क्यासरशी त्याने तो उचलायला आणि ''बरं आहे'' म्हणण्यासाठी किंचित पुढे वाकलेल्या सुलभेचा हात तेथे पडायला गाठ पडली. क्षणमात्र त्या दोन हातांचा एकमेकांना ओझरता स्पर्श झाला.

टॅक्सीमध्ये सुलभा केशरकडे एकसारखी निरखून पाहत होती. दुपारची वेळ असल्यामुळे लोकांच्या गर्दीला भरती अशी कोठेच नव्हती; पण मधूनच ट्रॅम पकडण्यासाठी थांबणारा एखाद-दुसरा मनुष्य मुंबईतील धावपळीच्या आयुष्याची आठवण मात्र करून देत होता. भर उन्हाळ्यातली दुपार आणि तीही मुंबईतली त्यामुळे एकदा केशर पदराने वारा घेत मोठ्याने 'हुश्श' म्हणाली. पण ते सुलभेला ऐकूच गेले नसावे. तिचे डोळे उघडे; पण दृष्टी शून्य होती. टॅक्सी चौपाटीच्या बाजूला वळली, तेव्हा झोपेतून जागे व्हावे त्याप्रमाणे ती एकदम केशरला म्हणाली, ''मुकुंद तुमच्याकडे गेला होता का पुण्याला?''

''माझ्याकडं? दोन वर्षांत बोटभर पत्र नाही कधी पाठवलंन त्यानं!''

''मग?''

''कर्जतवर तो माझ्या डब्यापाशी आला. मलाही देव भेटल्यासारखं झालं! पुणं सुटल्यापासून मेले दोन पठाण दर स्टेशनावर सारखे माझ्याकडे पाहत

डब्यावरून येत-जात होते. इथं येऊन सुखरूप पोचते की नाही अशी–''

''इतक्या भित्र्या आहात तुम्ही? मला वाटत होतं की, बोलकी माणसं फार धीट असतात.''

''कुणाला ठाऊक! पण चहानं तोंड पोळलं म्हणजे मनुष्य सरबतसुद्धा फुंकून प्यायला लागतो हे मात्र खरं!''

सुलभा पुढे काही विचारणार होती; पण इतक्यात केशरने ड्रायव्हरला आपला बंगला दाखविला व लगेच मोटार नर्तकीप्रमाणे डौलदार अंगविक्षेप करीत त्याच्या पोर्चखाली जाऊन उभीही राहिली. मोटारीचा आवाज ऐकताच आतून म्हातारा मुनीम धावतच आला. केशरकडे पाहून तो चकीत झाल्यावाचून राहिला नाही. या आपल्या ताईसाहेबच आहेत अशी खात्री करून घेण्याकरिताच की काय त्याने केशरकडे चाळिशीआडच्या आपल्या निस्तेज डोळ्यांनी पाहिले आणि म्हटले, ''आता दुसरी तार करायला हवी शिरगावला!''

केशर सुलभेकडे पाहून नुसती हसली आणि तिला बरोबर घेऊन भराभर बंगल्याच्या पायऱ्या चढली. केशर मागून जाता जाता सुलभेच्या दृष्टीला बंगल्याची एकच बाजू पडली; पण तेवढ्यावरून केशरचे वडील खूप श्रीमंत असले पाहिजेत हे तिने ताडले. दिवाणखान्यातले फर्निचर, पाहुण्यांच्या खोलीतील पलंग, भिंतीवरील चित्रे, प्रत्येकी खोलीत दिसणारे मनोहर पुतळे– श्रीमंतीला सौंदर्यदृष्टीचीही जोड मिळाली होती. चांदणे जलाशयावर पडले म्हणजे त्याची शोभा अधिकच खुलत नाही का?

केशरच्या खोलीत सुलभेने पाऊल टाकले आणि क्षणभर ती भांबावूनच गेली. एखाद्या नाटकातील मनोहर दृश्याप्रमाणे ती सजविली होती. संगमरवरी फरशीवर सौम्य रंगाचे विविध गालिचे किती मनोहर दिसत होते. गालिच्यांवरील चित्रविचित्र आकृतींतसुद्धा अप्रतिम कला होती. खोलीच्या एका बाजूला तर संगीत वाद्यांचे प्रदर्शनच भरले होते जणू काही.

उपचार म्हणून पाच मिनिटे बसून जायचे सुलभेने योजिले होते. पण केशरने तिचा हात धरून तिला एका सुंदर फिरत्या खुर्चीवर बसविले आणि ती म्हणाली,

''खुशाल खोली बघा आता!''

''खोली बघायला पुन्हा येईन! पुण्याला जायचंय मला आज!''

''मी सोडीन तर ना?''

केशरच्या लाघवी स्वभावाचे सुलभेला कौतुक वाटले आणि रागही आला. तिला वाटले या सुंदर, श्रीमंत, प्रेमळ पोरीने मुकुंदाला आपलेसे करून घेतले तर त्यात नवल कसले?

"पुन्हा येईन मी तुमचा पाहुणचार घ्यायला!"

"छे! माझा विश्वास नाही तुमच्यावर!"

"का?"

"मुकुंदाची मैत्रीण त्याच्यासारखीच असायची! आज गाडीत तो पठाण नसता, तर मुकुंद या जन्मात तरी मला भेटला असता की नाही कोणाला ठाऊक! दोन वर्षांपूर्वी पत्र पाठवायचं कबूल करून–"

"पूर्वी कुठं पडली होती तुमची गाठ?"

"कराचीला."

रहस्य उलगडण्यापेक्षा त्याची अधिक गुंतागुंत होत आहे, हे सुलभा ओळखून चुकली. तशा स्थितीतही तिच्या मनात विचार आला, केशर अगदी कोठल्याही कादंबरीत शोभणारी नायिका आहे. तेव्हा तिच्या आयुष्यात थोडा तरी अद्भुतरम्य भाग असणे स्वाभाविकच आहे.

सुलभेचे दोन्ही हात घट्ट धरून ते हलवीत केशर म्हणाली, "छानसं सरबत सांगते करायला. पण माझी पाठ वळलेली पाहून पळायचं नाही हं इथनं!"

तिच्या लाडकेपणाने मोहून जाऊन सुलभेने विचारले, "नि पळाले तर?"

"मी धावत येईन मागून."

"म्हणजे साऱ्या मुंबईला एक गमतीची शर्यतच मिळेल पाहायला!"

"हो! आणि मग आपले दोघींचे फोटो येतील, मुलाखती छापतील."

सुलभेला हसू आवरणे अशक्य झाले. केशरही हसत आणि जवळजवळ धावतच गेली. दारातून एकदम मागे वळून तिने लहान मुलासारखी सुलभेला मानेने जी खूण केली ती तर फारच मजेदार होती.

सुलभेने दारात येऊन पाहिले. भर उन्हात बागेतील फुले हसत होती. दूर समुद्रपृष्ठावर सूर्यकिरणांचे नृत्य चालले होते. एकदम तिला मुकुंदाच्या बहिणीच्या त्या कुंद खोलीची आठवण झाली. तिच्या नशिबी ती खोली का यावी? इथे चांगली हवा जणू काही फुकट जात आहे आणि तिथे मागूनसुद्धा ती मिळणे अशक्य! मुकुंदाच्या 'मजुरांना मेल्यावरच विश्रांती मिळायची' या कूट वाक्याची तिला आठवण झाली. अस्वस्थ मनाच्या वेदना असह्य होऊन ती आत आली. येथे खुर्च्या, चित्रे, वाद्ये, गालिचे, आरसे– आणि ताईच्या खोलीत केशरला रॉकेलच्या रिकाम्या डब्यावर बसावे लागले. पण एवढ्या श्रीमंतीत वाढलेली ही मुलगी तिथे आनंदाने बसू तरी शकली कशी?

मुनिमाबरोबर केशर बोलत होती. सुलभा फिरत फिरत खोलीतल्या टेबलापाशी आली. बदकाच्या आकाराचे एक सुंदर पेपरवेट तिथे तिला दिसले. ते पाहण्याकरिता तिथे हातात घेतले. त्याच्याखाली एक पत्र होते कोणाचे तरी. बाहेर केशरचा

आवाज ऐकू आला, ''माझं पत्र आहे?''

सुलभा बदक टेबलावर ठेवण्याकरिता वाकली. सहज तिच्या नजरेला पत्रावरचे अक्षर पडले. ती दचकली आणि स्तंभित झाली. केशर इतक्यात आत येईल म्हणून घाईघाईने ते पत्र उचलून तिने पुन्हा पाहिले. शंकाच नव्हती. ते अक्षर बेपत्ता झालेल्या मनोहरचेच होते.

विचारी अविचार

खोलीत पाऊल टाकताच केशरची दृष्टी सुलभेकडे गेली. तिची मुद्रा गोंधळात पडल्यासारखी दिसत होती. केशरला वाटले, हिला घरी जाण्याची ओढ लागली आहे. आईला सोडून कुठेही गेले, परत जाण्याचे दिवस जवळ आले, म्हणजे आपल्या जिवाची नाही का तळमळ होत? डॉक्टरची परीक्षा दिली, मनुष्य मोठे झाले, म्हणून आईवरचे प्रेम थोडेच कमी होते? आपण सुलभेचा उगीच खोळंबा केला. गाडी चुकण्याची भीती वाटत असावी तिला. असे विचार मनात आल्यामुळे केशर सुलभेजवळ येऊन हळूच बसली. तिचा उजवा हात आपल्या हातात तिने जणू काही सहजच घेतला. पृथ्वीच्या पोटात पाण्याचे झरे असतात आणि केव्हा केव्हा रुक्ष भूमिभागाला संजीवन देण्याचे कार्य ते खळखळ न करता करतात. केशरच्या स्पर्शातून वाहणारा सहानुभूतीचा ओघ सुलभेला तसाच वाटला. तिच्या मनात आले, काही आडपडदा न ठेवता एकदम मुकुंद आणि मनोहर यांच्याविषयी या मुलीला विचारावे. प्रेमळ स्वभावामुळे हिचे कुणाशीही रहस्य होईल. पण ते रहस्य गुप्त ठेवण्याला लागणारे व्यवहारचातुर्य हिच्या अंगी खास नाही. आपली हिची सारी चार घटकांची ओळख. परंतु सख्खी बहीण फार दिवसांनी भेटल्याप्रमाणे तिचे आपल्याशी सारे बोलणे-चालणे चालले आहे. सुलभेने केशरच्या डोळ्यांकडे पाहिले. किती निर्मळ पाणी चमकत होते त्यांच्यात! कुणीही त्यातून हृदयाचा ठाव खुशाल घ्यावा.

सुलभेच्या त्या पाहण्याचा अर्थ केशरला कळला नाही. हातात धरलेला तिचा हात मौजेने हलवीत ती म्हणाली, "अश्शी धरून ठेवणार आहे मी तुम्हाला!"

"नि चोर आपण होऊनच स्वाधीन झाला तर?"

"हे सारं वरकरणी बोलणं झालं. पुण्याला घरी केव्हा जाते आणि आईपाशी बसून मुंबईच्या साऱ्या गोष्टी–"

"आई नाही मला." सुलभा एकदम म्हणाली. तिच्या स्वरात चटकन येऊन गेलेले कारुण्य केशरच्या कानांत घुमत राहिले. एखाद्याच्या अंगावरून प्रेमाने हात फिरवायला जावे आणि चुकून त्याच्या जखमेला धक्का लागावा तसे आपल्या हातून झाले, असे तिच्या मनात आले. क्षमा मागण्याच्या दृष्टीने ती म्हणाली, "सुलभाताई, चूक झाली माझी!"

"कसली?"

"तुमच्या मनाला लागेल असे बोलून गेले मी!"

"माझ्या मनाला लागेल असे?" मात्र हे विचारता विचारता मघाशी आपला स्वर मध्येच एकदम बदलला असावा, हे तिच्या लक्षात आले. आईच्या आठवणीने सुलभेला गहिवरून येण्याइतका तिचा मृत्यू काही अलीकडचा नव्हता. फुलांचे निर्माल्यात रूपांतर होताना पाहणे मोठे कठीण असते. पण पुढे फूल आणि निर्माल्य या दोहोंच्याही मूर्ती अस्पष्ट होत जातात. मृदू मुग्ध सुगंध मात्र एखादे वेळी स्मृतीच्या झुळकेबरोबर वाहत येतो.

'आई नाही मला' हे केशरला सांगताना सुलभेचे मन अगदी पिळवटून गेले होते असे नाही. पण मनोहरच्या अक्षरामुळे त्याची मूर्ती तिच्या मन:चक्षुंपुढे उभी राहिली. आज आपली आई असती तर मुलगा असा परागंदा झालेला पाहून तिला किती दु:ख झाले असते, हा विचार स्वाभाविकच तिला सुचला. मरणापूर्वी काही दिवस मनोहरला जवळ घेऊन, 'मन्या, इतका हूडपणा बरा नव्हे रे. माझ्या मागून तुझे कसे होईल?' हे आईच्या तुटणाऱ्या आतड्यातून बाहेर आलेले करुण उद्गारही सुलभेला आठवले. त्या मृत्युशय्येचे चित्र डोळ्यांपुढून जात असतानाच तिने केशरला 'आई नाही मला' हे उत्तर दिले होते.

तिच्या स्वरातील आकस्मिक कारुण्याचे हे कारण केशरला कळणे शक्य नव्हते. तिच्या हळव्या मनाचे सांत्वन करण्याकरिता सुलभा म्हणाली, "तुम्हाला खरंसुद्धा वाटणार नाही– आईला विसरून गेले आहे मी!"

मनुष्य आईला विसरून जाऊ शकतो? सुलभेसारख्या प्रेमळ मुलीच्या मनातली आईची आठवण बुजून जाते? दुसऱ्या कुणी हे उद्गार काढले असते तर केशरने निष्ठुर मनुष्यांतच त्याची गणना केली असती. पण सुलभेला निर्दय कसे म्हणायचे? पुण्याला जायची घाई असताना मुकुंदाच्या बहिणीसाठी ती मुद्दाम राहिली. तिचे वडील चांगले श्रीमंत आहेत असे विजय सांगत होते. डॉक्टरीण झालेली श्रीमंत मुलगी मजुरांच्या चाळीतील एका गरीब बाईची चोवीस तास उशाशी बसून शुश्रूषा करते, ती काय तिचे मन दगडाचे आहे म्हणून?

केशर भांबावलेली पाहून सुलभा म्हणाली, "नवल वाटतं ना तुम्हाला? लहान आहात तुम्ही अजून, केशरबाई. सुखे, दु:खे, इतकेच नव्हे, तर आयुष्यातल्या

किती तरी बऱ्या-वाईट गोष्टी मनुष्य सहज विसरून जात असतो.''

''पण आईची आठवण?'' केशरने अर्धवटच प्रश्न केला. तिच्या स्वरात विलक्षण व्याकुळता होती. लहानपणी आईखेरीज दुसरे कोणीच तिला प्रेम करायला मिळाले नसावे हे सुलभेने ताडले. ती म्हणाली,

''प्रेम नाहीसं होत नाही काही माणसाचं– फक्त जागा बदलतात त्याच्या!''

केशरचा थट्टेखोर स्वभाव एकदम वर आला. मंद स्मित करीत ती उद्‌गारली, ''अस्सं. म्हणजे पुण्याचं प्रेम मुंबईला येतं!''

थट्टेने थट्टा उडवून लावण्याच्या मन:स्थितीत सुलभा नव्हती. केशरच्या डाव्या खांद्यावर आपला हात ठेवून तिच्या तोंडाकडे स्निग्ध दृष्टीने निरखून पाहत ती म्हणाली, ''केशरताई, जर मावशी नसती, तर आईची आठवण काढून अजूनही रडत बसले असते मी!''

''तुमच्या मावशी?''

''अं हं. माझ्या आईची मावशी ती. पण आम्ही सगळे मावशीच म्हणतो तिला. माझ्या आयुष्यात जर मावशी आणि–''

एका सुंदर ट्रेमध्ये सरबताचे पेले घेऊन नोकर आत आला आणि नंतर सुलभा कोणाचे नाव घेते इकडे केशरचे मन गुंतून राहिले होते. उत्कंठा अगदी पराकोटीला पोहोचली आहे. अशा प्रसंगाच्या वेळी चित्रपट मध्येच तुटावा तसे तिला झाले. ती किंचित रागानेच त्या नोकराला म्हणाली, ''किती उशीर केलास रे? पाहुण्याबाईंना गावाला जायचंय म्हणून सांगितलं तरी–''

केशरने सुलभेच्या हातात पेला दिला. त्या मधुर सरबताचे दोन-चार घोट घेताच तिला आराम वाटला. ती त्या ट्रेवरील नक्षीकाम कौतुकाने पाहू लागली. बहुधा इराणातली कारागिरी असावी ती. जितका नाजुकपणा तितकीच गुंतागुंत. मनुष्याचे मन तरी असेच नाही का, असा विचार या वेळी सुलभेच्या अंतर्मनाला स्पर्श करून गेला.

''पत्र पाहिलंत का, ताईसाहेब?''

सुलभेची नजर खाली होती. प्रश्नावरून मुनिमांनी तो विचारला असावा, हे तिच्या ध्यानात आले.

''विसरलेच होते की मी! काही काही माणसं दुसऱ्याला अशी मोहिनी घालतात की माणूस स्वत:ला विसरून जाते अगदी.''

तिच्या या अर्धवट स्वगत उद्‌गारांबरोबर सुलभेने वर पाहिले. केशर तिच्याकडे पाहून हसत होती. सुलभा हळूच उत्तरली, ''अगदी माझ्या मनातलंच बोललात की तुम्ही!''

टेबलावरून केशरने पत्र उचलून वरील अक्षर पाहिले मात्र! तिच्या मुद्रेवर

आनंदाच्या विलक्षण लहरी नाचू लागल्या. सुंदर संगमरवरी मंदिराला दीपज्योतीने निराळीच मोहक शोभा यावी तसे झाले. वृक्षवेलींनी भरलेल्या एखाद्या बागेतील साऱ्या पानांची जादुगाराने फुले करून टाकावी, तसा केशरच्या चेहऱ्यावरील तो अनिर्वचनीय आनंद सुलभेला भासला. लगेच तिच्या मनात आले अक्षरावरून हे पत्र तर मनोहरचे दिसते. केशरची नि त्याची बरेच दिवसांची ओळख असली पाहिजे. या ओळखीचे स्वरूप–

त्या स्वरूपाविषयी कल्पना करण्याची जरुरच नव्हती. ते पाकीट फोडताना केशरचा हात अकारण कापत होता, आत मजकूर काय असेल तो असो! केशरच्या खाली-वर होणाऱ्या दृष्टिवरून तिने त्याची तीन तरी पारायण केली हे सुलभेने पाहिले. प्रत्येक वाचनाबरोबर तिच्या चेहऱ्यावरील आनंदाला अधिकच भरती येत होती. शेवटी तिचे लक्ष आपणांकडे ओढून घेण्याकरिता सुलभा म्हणाली, ''सरबत ऊन होईल की ते!''

केशरने हसत हसत मान वर करून पाहिले. चटकन तिने पत्राची घडी करून ती डाव्या हातात घेतली आणि सरबताचा पेला उचलला, ''अगदी जवळच्या माणसाचं पत्र दिसतंय. सरबताचीसुद्धा शुद्ध राहिली नाही!''

''जवळच्या?'' केशरच्या या उद्गाराला एका मंद निःश्वासाची सोबत आहे असा सुलभेला भास झाला. क्षणभर केशर घोटाळली. पण लगेच मनाचा निश्चय करून म्हणाली, ''बंगाल काय जवळ आहे मुंबईला?''

''बंगाली मैत्रीण बरी मिळाली तुम्हाला?''

''मैत्रीण नाही!''

''बरं मित्र!''

''कसं बरोबर ओळखलं तुम्ही.''

''काय?''

''अभय मित्रच नाव आहे ना त्याचं!''

अभय मित्र आणि मनोहर. अक्षरासारखे अक्षर दिसल्यामुळे आपण फसलो तर नाही ना, असा सुलभेला संशय आला. त्याचे निरसन करून घेण्याकरिता तिने विचारले, ''बंगाली मनुष्याला मराठी लिहिता येतं?''

''कसं छान मराठी बोलतात ते. कुणाला वाटावे की, त्याचा सारा जन्म इकडेच गेला आहे.''

''तुमची नि यांची ओळख कशी झाली?''

''बाबांच्या स्टुडिओमध्ये एक कंपनी बोलपट काढीत होती. तिने संगीताकरिता आणले त्यांना बंगालमधून. गाण्याची खरीखुरी गोडी त्यांनीच लावली मला. पूर्वी शाळेतल्या समारंभात स्वागताच्या पदाला उभे राहण्याइतकीच तयारी होती

माझी. पण या दीड वर्षात– उद्याच्या जलशाला राहिलात तर तुम्हाला पाहायला मिळतील ते.''

''इथंच असतात ना ते?''

''मागे होते. पण कुठल्याशा पठाणाचं आणि त्यांचं भांडण झालं म्हणे. एके दिवशी स्वारी कोणाला न सांगता निघून गेली ती गेली! बाबा तर म्हणाले, 'काही तरी गौडबंगाल आहे या बाबूचं!' मला अस्सा राग आला होता त्यांचा. सहा महिने दोन दोन तास गाणं शिकविलं मला. जायच्या वेळी एका शब्दाने सांगण्याइतकी काही सवड झाली नाही त्यांना!''

''राग गेला की शिल्लक आहे अजून?''

''आज गेला!''

''या पत्रानं?''

''अं हं. मुकुंदामुळं. सारे पुरुष एकाच माळेचे मणी! मग रागवायचं तरी कुणावर?''

''या अभय मित्रांचा एखादा फोटो आहे का तुमच्यापाशी?''

''फोटो? मोठी लहरी स्वारी आहे ती. फोटोला उभी राहायलाच कबूल नाही कधी. ते ज्या कंपनीत होते तिच्या चित्रपटात एक मोठा मेजवानीचा प्रसंग होता. खूप माणसं हवी होती त्या प्रसंगाला. आईची परवानगी काढून मीसुद्धा तयार झाले त्या दिवशी. अभयांना सर्वांनी आग्रह केला; पण ते तयारच होईनात काही केल्या. शेवटी माझ्यासाठी स्वारीनं हूं म्हटले. पण आयत्या वेळी कॅमेऱ्याकडे केली पाठ आणि–''

''चांगलेच विक्षिप्त गृहस्थ दिसतात. एकदा पाहायला हवं स्वारीला!''

''माझ्यासाठी म्हणून शेवटी एकदा फोटोला बसले होते ते. थांबा हं! कोणाला दाखविला नाही मी तो फोटो. पण–'' केशर लगबगीने उठून गेली. सुलभेची मन:स्थिती मोठी विलक्षण झाली. मनोहरच्या भेटीविषयी उत्पन्न झालेली आशा म्हणत होती, 'अभय मित्र म्हणजे मनोहरच!' दुसऱ्याच क्षणी तिला वाटे– इतक्या वर्षांत मनोहरने बोटभर चिठ्ठीसुद्धा लिहिली नाही कोणाला. तात्यांची एक भीती वाटत असेल त्याला. पण मी तर होते? माझ्यासाठी नाही तर निदान मावशीच्या जिवाला बरे वाटावे म्हणून त्याने आपली खुशाली कळवायला नको होती का की वैतागाच्या भरात त्याने जीवबीव दिला असेल? बंगाली नाव घेऊन मुंबईत राहायचे, केशरसारख्या गुणी मुलीचा स्नेह संपादन करायचा, एवढे चातुर्य मनोहरच्या अंगी आहे तरी का? अभय मित्र आणि मनोहर! गाण्यापेक्षा दोघांत काहीच साम्य नाही. लगेच आशा म्हणे, 'ते पत्रावरचं अक्षर, अस्सल मराठी बोलणं आणि पठाणाशी भांडण–'

केशर परत आली ती हिरमुसल्या मुद्रेनेच! ''शिरगावला विसरला वाटतं तो.'' या तिच्या उद्‌गारांआड भीती लपून बसली आहे असे सुलभेला वाटल्यावाचून राहिले नाही. मात्र झटकन खेळकर होऊन ती सुलभेला म्हणाली, ''आता गाडी गाठायची गडबडच होणार! चांगला उपास पडला तुम्हाला. त्याचं सारं पुण्य मला मिळालं पाहिजे हं!''

''पण उपास करणारच नाही मी! चांगली चापून जेवणार आहे. पुण्याला जायची घाई नाही मला! जलसा झाल्यावरच–''

सुलभा आपली थट्टा करीत आहे की काय हेच केशरला कळेना. क्षणभर थांबून ती म्हणाली, ''मग तुमच्या पंक्तीचा लाभ द्या की मला.''

''आमंत्रणाची वाट बघत होते मी. घरी चूल थंडसुद्धा झाली असेल एव्हाना.''

''मग घाई करायला सांगते जरा!''

''सावकाश होऊ दे की? डॉक्टरणीला उपाशीतापाशी राहायची सवय व्हायलाच हवी! नाही?''

दारात मुनीम येऊन आदबीने म्हणाले, ''ताईसाहेब, शिरगावला काय तार करू?''

''केशर इज्.'' हसत हसत केशरने उत्तर दिले.

''एवढीच?''

''हो; आणि तारेचा एक फॉर्म आणून द्या या सुलभाताईंना. त्यांनाही तार करायची आहे आपल्या वडिलांना.''

आपण तरुण होतो तेव्हा तरुण पोरी काही अशा एकट्या प्रवास करीत नसत, लहर लागेल तिथे मध्येच उतरत नसत आणि वेळी-अवेळी वडिलांना ताराही करीत नसत, असा विचार कपाळावरील चष्मा नाकावर सरकविताना वृद्ध मुनिमाच्या मनात आल्यावाचून राहिला नाही.

त्यांची पाठ वळताच केशर म्हणाली, ''सुलभाताई, भविष्यावर विश्वास आहे तुमचा?'' या प्रश्नाचा रोखच सुलभेला कळला नाही. क्षणभर थांबून केशर म्हणाली, ''माझ्या आईला नुसतं वेड आहे ज्योतिषाचं! कुठल्याशा पिंगळ्यानं तिला सांगितलं होतं ते खरं झालं म्हणे सगळं. दोन-अडीच वर्षांपूर्वी कुणी ज्योतिषानं बजावलं तिला की, तुझ्या मुलीला कुणी तरी पळवून नेणार आहे. तेव्हापासून ती अशी घाबरून गेली आहे म्हणता! तिथं राहिलेला फोटो तिला मिळाला असणारचं. त्यात मी इथे आले नाही म्हणून मघाशी गेलेली ती तार! आता यापुढे बिलकूल पाठविणार नाही मला.''

शेवटी शेवटी केशर जवळजवळ स्वगत बोलू लागली होती. मुनीम आत येताच ती थांबली. सुलभेने तार लिहून दिली. मुनीम निघून गेले. सुलभेच्या

स्नानाची व्यवस्था करण्याकरिता तिला घेऊन केशरही बाहेर आली. स्नानगृहातील ऊन पाण्याचा नळ, थंड पाण्याचा नळ, टॉवेल, साबण, सारे काही व्यवस्थित आहे की नाही, हे स्वत: पाहून ती सुलभेला म्हणाली, "मी माझ्या खोलीत आहे हं!" तिला मघाचं पत्र पुन्हा वाचण्याची आतुरता उत्पन्न झाली आहे, हे ओळखून सुलभा हसली. मान दुसरीकडेच वळवून केशर तिथून लगबग निघाली.

खोलीत येताच दार बंद करून टाकले. मात्र आपल्या लपवालपवीचे तिचे तिलाच हसू आल्यावाचून राहिले नाही. ते पत्र एकदा डोळे भरून वाचायचे आणि मग सुलभेच्या समाचाराला जायचे असे ठरवून ती बसली. तिने पत्र एकदा वाचले, दोनदा वाचले, काही केल्या तिचे समाधान होईना जणू काही ते एखादे सुंदर गाणेच होते. तिसऱ्यांदा लहान मुलाप्रमाणे हळूहळू एकेक शब्द वाचू लागली–

त्या पत्रगीतातील प्रत्येक मधुर स्वराचा पूर्ण आस्वाद घेण्याचा तिच्या मनाने निश्चय केला होता.

प्रिय केशर,

'किती दिवसांनी– नाही, किती जन्मांनी हे पत्र मी पाठवीत आहे! तुला विसरून जायचा निश्चय करून मी इकडे परत आलो. अगदी सोपी गोष्ट वाटली ती मला. शाळेत असताना वर्गातला अभ्यास विसरण्यात पहिला नंबर असे माझा. पण या जगात आपण ध्यानात ठेवायचे म्हणतो ते विसरून जातो आणि जे विसरण्याची खटपट करतो तेच अचूक ध्यानात राहते.

तुला आश्चर्य वाटेल; पण इथे आल्यापासून मी एकाही बोलपटाला मनासारख्या चाली देऊ शकलो नाही. कुठलीही चाल कुणाही नटीच्या तोंडून ऐकिली तरी वाटते– केशरच्या गळ्यातून ही यापेक्षाही गोड लागेल. तुझा नि माझा फोटो काढून घ्यायला पहिल्यांदा मी तयार नव्हतो; पण त्या वेळी तुझ्या आग्रहाला मी होय म्हटले ते बरे झाले. नाही तर इथले दिवस अधिकच भयाण भासले असते मला.

मुंबईहून मी का आलो हे तुला पत्रात तर नाहीच; पण भेटीतसुद्धा मी सांगू शकेन की नाही याची मला शंका वाटते. मुंबईत राहू नये असे एक मन मला सांगते. दुसरे मन म्हणते, 'केशरवाचून जगणे तुला शक्य आहे काय?' मला काहीच कळत नाही. खरे सांगायचे म्हणजे फक्त एक गोष्ट कळते. तुझ्यासारखी लक्षाधीशाची मुलगी माझ्यासारख्या फटिंगाला मिळणे अशक्य आहे. पण कळणे निराळे आणि वळणे निराळे!

विचार! विचाराने झुरत मरण्यापेक्षा अविचाराला बळी पडलेले काय वाईट?

एवढ्यासाठीच मुंबईतल्या एका बोलपट कंपनीतली नोकरी पत्करून मी तिकडे येण्यास उद्या अगर परवा निघत आहे.'

केशरला वाटले, आपल्या वडिलांची अभयला भीती वाटत आहे; पण आपण आईचे मन वळविले, तर त्यांचा विरोध नाहीसाही होईल, उद्या अभय येईल, आपल्या जलशाला हजर राहील, आपली तयारी पाहून त्याचा आनंद गगनात मावेनासा होईल. स्वप्नाळू डोळ्यांनी तिने खालच्या सहीकडे टक लावून पाहिले. तिच्याखाली थोडा मजकूर होता. गडबडीत तो वाचायचा विसरूनच गेली होती ती.

अजून तीन दिवस आहेत भेटीला. विमाने हिंदुस्थानात सर्रास केव्हा सुरू होणार असे या वेळी वाटते. पण विमाने मुंबईजवळ गेल्यावर त्याला अपघात व्हावा असेही एखादे वेळी यायचे माझ्या मनात, तेव्हा ती नाहीत हेच बरे! नाही का?

एकटा उभा मी

❉❀❉❀

केशरचा निरोप घेताना सुलभेच्या अंत:करणाला ओढ लागल्यावाचून राहिली नाही. प्रेमळ माणसे फुलासारखी असतात, असे ती नेहमीच म्हणे. पण फुलाफुलांत काय थोडे फरक असतात? अशा वेळी ती मनात मावशीला सदाफुली मानी, तर तात्यासाहेबांची तुलना अबोलीशी करी. केशरला 'येते हं.' म्हणून सांगताना तिला वाटले हिरव्या चाफ्याचं फूल आहे हे. दुरूनसुद्धा याचा सुवास वेड लावील माणसाला.

केशर सुलभेला घरी जाऊ द्यायला तयार नव्हती. 'तुम्ही पुण्यालाच गेला आहात असं समजा म्हणजे झालं' या केशरच्या कोटिक्रमाला 'अभय मित्र इथंच आहेत असं समजा म्हणजे झालं.' असे उत्तर जेव्हा सुलभेने दिले तेव्हा दोघीही अगदी मनापासून हसल्या. हसण्याचा भर ओसरताच लटका गंभीरपणा धारण करून केशर म्हणाली, ''पुण्याला जायची एवढी घाई का चालली होती, हे ठाऊक आहे मला!''

''का?''

''साधी घाई नव्हती ही! चांगली लगीनघाई—''

''कुणी सांगितलं तुम्हाला?''

''सांगितलं आपलं एका कर्णपिशाच्चानं.''

''त्याला नावगाव काही नाही का?''

''भुतांना नावं असतात हे नाही बाई मला माहीत.''

या लग्नाच्या थट्टेने आपणाला राग का यावा हे सुलभेलाही प्रथम कळले नाही. तसे पाहिले तर या बाबतीतल्या थट्टेचे पेटंट मावशींनी घेतल्याला पाच-सहा वर्षे होऊन गेली होती. तात्याही वकिली पद्धतीने हा विषय मधूनमधून काढीत. थट्टेखोर समवयस्क मैत्रिणींची गोष्ट तर बोलायलाच नको. त्यांनी आतापर्यंत तिची पाच-दहा बड्या लोकांशी लग्ने लावूनसुद्धा टाकली होती. तिच्यावर ज्याची मेहरनजर होती असा एक तरुण प्रोफेसर, तात्यासाहेबांच्या

बंगल्याशेजारीच राहायला आलेल्या वऱ्हाडातील एक गिरणीमालकाचा मॅट्रिक पास न झालेला मुलगा, आपल्या अप्रकाशित काव्यसंग्रहाला 'सुलभा' हे नाव देणारा कॉलेजातील एक गणमात्रांचा कारखानदार, किती तरी लोकांची नावे या थट्टेत येऊन गेली होती. वाळूवरच्या नावाप्रमाणे, तो सर्वांच्याच स्मृतीतून चटकन पुसून जात असल्यामुळे, सुलभेला या पोरकट थट्टेचा राग येत नसे.

पण आताची स्थिती अगदी निराळी होती. तिच्या मनात आले, विजय आपल्याविषयी केशरपाशी काय काय बोलले असतील कोणाला ठाऊक? आपले लग्न ठरविण्याचा अधिकार विजयांना कुणी दिला? लग्न म्हणजे काय नाटक मंडळीची जाहिरात आहे? मी लग्न करणार नाही, नाही तर वाटेल त्याच्याशी करीन. अगदी वाटेल त्याच्याशी– तिचे चिडलेले मन 'वाटेल तो' हे शब्द उच्चारताच ते साकार झाले. त्या आकाराला लगेच रंगरूप आले मुकुंद! आपल्या मनाचा असा विलक्षण राग आला सुलभेला! स्त्रीच्या उन्मादक स्पर्शाचे रसभरित वर्णन करणाऱ्या मुकुंदाला आपल्या मनाने लपायला जागा द्यावी? मनासारखा भयंकर वैरी कुणी नाही म्हणतात, ते तिला या वेळी पूर्णपणे पटले.

यामुळे केशरचा निरोप घेऊन सुलभा घरी जाण्याकरिता तिच्या मोटारीत बसली, तेव्हा तिचं लक्ष बाहेरच्या कोणत्याच गोष्टीकडे गेले नाही. उतरत्या उन्हाचा सौम्यपणा, दुपारी बंदीत पडलेल्या वायुलहरीची हळूहळू होऊ लागलेली मुक्तता, कोपऱ्यावरच्या एका छोट्या दुकानाला ताज्या वेण्यांनी आलेली शोभा, फिरायला बाहेर पडू लागलेली हसतमुख माणसे, यांपैकी एकाही सौंदर्याची तिच्या मनाला जाणीव झाली नाही. ड्रायव्हर अगदी बेदरकार होता. गाडीप्रमाणे तिचे मनही वेडीवाकडी वळणे घेत विलक्षण वेगाने धावत होते. मध्येच खर्रकन आवाज होऊन गाडीला एकदम ब्रेक लागला. 'दारूबिरू प्यालाय वाटतं साला?' असे काही तरी ड्रायव्हर पुटपुटला. सुलभेने मोटारीच्या आड आलेल्या मनुष्याकडे पाहिले. ड्रायव्हरची शिवी ऐकूनही ते हसत होता. बहुधा बहिरा असावा तो.

मावशीच्या घरी येताच सुलभा चटकन आपल्या खोलीत जाऊन पडली. शरीरापेक्षाही तिचे मनच अधिक शिणले होते; तिने डोळे मिटून घेतले. पण मिटलेल्या डोळ्यांपुढे सारे भूत-भविष्यकाळाचे जग उभे राहू शकते. तिने डोळे उघडले. समोर एक सुंदर कॅलेंडर होते. नेहमी ते पाहून तिला आनंद होई. पण आज त्याच्यावरील चित्र एका वेश्येचे आहे ही कोणीतरी सांगितलेली गोष्टच तिच्या मनात वारंवार येऊ लागली. तिने दुसरीकडे मान वळविली. पलीकडच्या खोलीतून गाणे ऐकू येऊ लागले :

'डोळे हे जुल्मी गडे रोखुनि मज पाहू नका!'

'डोळे हे–'

तिची मावसबहीण पुष्पाच गात होती. पडल्या पडल्या सुलभा म्हणाली, "उद्या संस्कृतच्या परीक्षेत हेच लिहिणार आहेस वाटतं!" गाणे थांबले न थांबले तोच सुमारे अठरा वर्षांच्या रेखीव नाकाडोळ्यांच्या पण फिकट चेहऱ्याच्या एका मुलीने सुलभेच्या खोलीत प्रवेश केला. सुलभेच्या हातातील सोनेरी बांगडीशी खेळत ती म्हणाली, "सुलभाताई, डॉक्टरीच्या परीक्षेला गाणं का ग नाही ठेवत?"

"तुझ्यासारख्या डॉक्टरणी गाऊन रोग्याचं कपाळ उठवतील म्हणून!"

"इश्श!"

"कर पाहू याचं संस्कृत भाषांतर."

"तू आधी मराठीतच सांग त्याचा अर्थ! सुलभाताई, माझा किनई देवावरचा विश्वास उडून जायला लागलाय हल्ली!"

"परवाच्या परीक्षेचा नवस फुकट गेला म्हणून की काय? आता आहे ना पुन्हा परीक्षा? अशी छान लाच दे देवाला–"

"की तो परीक्षकाच्या उरावर बसून–"

दोघीही भरपूर हसल्या. मग पुष्पा म्हणाली, "म्हणे देवभाषा आहे ही– देव जर इतकी अवघड भाषा बोलत असेल, तर देवींना ती समजत तरी असेल का ग?"

दोन भावांच्या पाठीवर पुष्कळ वर्षांनी झालेली पुष्पा ही एकुलती एक लाडकी लेक होती. वयाच्या चौदाव्या वर्षी पायांचे एक विचित्र दुखणे झाले तिला. पाय वाळूत ठेवून आणि नाना उपाय करून दोन-तीन वर्षांनी आई-बापांना ती पूर्ववत झालेली पाहायला मिळाली. या आजारीपणामुळे स्वाभाविकच तिचे लाड वाढले. यंदा सहावीत दोन-तीन विषयांत ती नापास झाली होती. संस्कृतचा तर तिला तिटकाराच होता; पण वडिलांच्या गीताभक्तीमुळे ते तिला सोडताही येत नव्हते. जूनमध्ये तिची पुन्हा परीक्षा होणार असल्यामुळे मे महिन्याच्या उन्हाळ्यातही संस्कृतच्या गिरणीत व्याकरणाच्या इंजिनापाशी काम केल्याशिवाय गत्यंतरच नव्हते तिला.

पुष्पाच्या प्रश्नाने सुलभेला गंमत वाटली. मात्र या वेळी बोलण्यापेक्षा स्वस्थ पडून राहणेच तिला हवे होते. पण, पुष्पा तिला थोडीच गप्प बसू देते? ती मान डोलवीत म्हणाली, "आज माझ्याकडे कोण आलं होतं, आहे का ठाऊक?"

"हो."

"कोण?"

"तुझ्या वर्गातला पहिल्या नंबरचा मुलगा."

"मुलगा? हट्. बडा माणूस आला होता. एक संपादक आला होता संपादक, सुलभाताई. आहात कुठे तुम्ही?"

“कशाला आला होता?”

“कविता मागायला. ‘रमणी’ म्हणून मासिक काढतात म्हणे ते! शाळेच्या मासिकातली माझी कविता त्याला फार फार आवडली. त्याचं रेकॉर्ड काढू या असं–”

पुष्पेची काव्यरचनेची पद्धत सुलभेच्या पूर्ण परिचयाची होती. ‘आनंदी आनंद गडे’ यात गडेबद्दल सखे शब्द घातला की प्रतिभासंपन्न बालकवयित्री पुष्पा यांचे काव्य तयार होई. यामुळे रमणीचा संपादक ठाण्याच्या इस्पितळातून पळून आलेला एखादा मनुष्य तर नाही ना, अशी शंका सुलभेला आली. तिने विचारले,

“कविता दिली की नाही मग?”

“शिल्लकच नाही ग!”

दररोज नवे नवे काव्यसंग्रह प्रसिद्ध होत असताना पुष्पेपाशी एकही कविता शिल्लक नसावी याचे सुलभेला आश्चर्य वाटू लागले. ती हसत हसत म्हणाली, “निराशा केलीस त्या संपादकाची!”

“वा! लेख देणार आहे ना मी!”

“कसला? श्रीखंडाची बासुंदी कशी करावी?”

“खुशाल कर थट्टा! छापून आल्यावर कळेल मग! प्रवासवर्णन लिहिणार आहे मी!”

प्रकृतीमुळे पुष्पा मुंबईच्या बाहेर कधीच गेली नव्हती. अर्थात सुलभा तिच्याकडे आश्चर्याने पाहतच राहिली.

“त्या संपादकांनीच सुचविलं हे. गिरगाव ते दादर प्रवासाचं फार चटकदार रीतीनं वर्णन करता येईल असं म्हणाले ते!”

सुलभेने डोळे मिटून घेतले. पुरुषांच्या विचित्र वृत्तीचे सर्व नमुने आजच्या एका दिवसात दाखविण्याचा आपल्या दैवाने निश्चयच केला आहे की काय हे कळेना. पुष्पा तिच्या हातावर रेलून तिला हलवीत म्हणाली, “ताई, तू संस्कृत शिकविल्याशिवाय काही पास होणार नाही मी. पुण्याला जाऊच नकोस तू गडे. उगीचच डॉक्टरीण झालीस. चांगली मास्तरीण झाली असतीस तर–”

“तर तुला पास व्हायला अडचण पडली नसती.”

हे वाक्य उच्चारताना मनुष्य न कळत स्वार्थी दृष्टीने कसा विचार करतो, हे लक्षात येऊन सुलभेला मोठी मौज वाटली. पुष्पाला ग्रामोफोनवर चांगलीशी गाणी लावायला सांगून ती गच्चीत येऊन उभी राहिली. तिचे मन अगदी अस्वस्थ होऊन गेले होते. कठड्यावर कोपर टेकून ती रस्त्याने जाणाऱ्या गर्दीकडे पाहू लागली.

तीन-चार वर्षांची एक मुलगी आपल्या आजोबांचे बोट धरून डौलाने

चालली होती. एकेकाळी आपणही अशाच दिसत असू या विचाराने सुलभेच्या मनात आनंदाची लहर येऊन गेली; पण ती क्षणभर. त्या वेळची सुलभा आणि आजची सुलभा याच्या मन:सृष्टीत केवढे अंतर पडले आहे, हा विचारच त्या आनंदापेक्षा प्रभावी झाला. मनुष्य सात वर्षांनी बदलतो असे शास्त्रज्ञ खुशाल म्हणोत. सुलभेला वाटले, त्यांच्यात क्षणोक्षणी फरक पडत असतो. तात्यासाहेबांची तार आली तेव्हा आपण किती आनंदाने पुण्याला जायला निघालो होतो. विजय आणि आपण चार दिवस खूप फिरू. शिरगावच्या गोष्टी बोलून हसू आणि मावशींनी लग्नाची थट्टा केली म्हणजे ती आपल्याला कळलीच नाही असे दाखवू, इत्यादी स्वप्ने त्या वेळी आपल्या डोळ्यांपुढे तरळून गेली होती. पण पुरा दीड दिवसही लोटला नाही तोच विजयना भेटण्याची आपली उत्सुकता नाहीशी झाली. धरणीकंपाचे धक्के बसून एकीकडे मंदिरे उद्ध्वस्त व्हावीत आणि दुसरीकडे जादूच्या दिव्याने नवी मंदिरे क्षणार्धात उभी राहावीत, तशी तिला आपल्या मनाची स्थिती वाटू लागली.

रस्त्याने एक मनुष्य हातात खूप फुले घेऊन घाईघाईने चालला होता. पाठीमागे एकदम मोटर वाजल्यामुळे दचकून तो बाजूला झाला. या गडबडीत त्याच्या हातातली दोन-तीन गुलाबाची फुले खाली पडली. किती ताजे आणि मोठे गुलाब होते ते! झाडावर वाऱ्याने केलेल्या गुदगुल्या जणू काही अजून हसवीत होत्या त्यांना. ते पडले न पडले तोच मागून ती मोटार झरकन् निघून गेली. चेंदामेंदा झालेल्या त्या फुलांकडे सुलभेला पाहवेना. एका गोष्टीचे मात्र तिला आश्चर्य वाटले, रस्त्याने जाणाऱ्या-येणाऱ्या कुणाही मनुष्याचे लक्ष त्यांच्याकडे गेले नाही. सुलभा उभी होती तिकडे मान करून पाहताना एका गृहस्थाचा पायच त्या चोळामोळा झालेल्या फुलांवर पडला; पण स्वारी खजील न होता तशीच चालू लागली.

हां हां म्हणता सुलभा त्या फुलांच्या जगाशी समरस झाली. किती किती मानवी फुलांचा जगाच्या यांत्रिक व्यवहारात असाच चोळामोळा होत असेल! जग हे असेच चालायचे का? गरिबांच्या उपयोगी पडण्याकरिता आपण डॉक्टरीण व्हायचे ठरवले. डोंगराप्रमाणे ध्येयेही दूर असतात तोपर्यंत कशी सुंदर दिसतात! पण कालचा मुकुंदाच्या बहिणीच्या आजाराचा अनुभव! घरी गाद्यागिरद्यांवर लोळून गरिबांचं दु:ख कमी करणे शक्य तरी आहे काय? 'मजुरांना मेल्यावर विश्रांती मिळायची' असे मुकुंद म्हणाला, ते खोटे थोडेच आहे? हजारो लोकांना हालहाल करून मारणारा हा विषमतेचा रोग– याच्यावर आपल्यापाशी औषध काय आहे?

सुलभेचे मन सुन्न झाले. पैसा, कीर्ती, प्रणय यांपैकी कुठल्याही मोहिनीचा तिच्या मनावर अद्यापि परिणाम झाला नव्हता. त्यामुळे आपल्या ध्येयाविषयी नकळत तिची आसक्ती वाढली होती. इस्पितळातल्या गरीब रोग्यांशी ती अत्यंत

सहानुभूतीने वागे. पण मुकुंदाच्या ताईच्या जगात या सहानुभूतीचा काय उपयोग होता? विहिरीत पडलेला मनुष्य रेशमाच्या दोऱ्याला धरून वर कसा येणार?

या विचारांनी सुलभेला इतके उदास करून सोडले की, क्षणभर जगण्यात काहीच अर्थ नाही असे तिला वाटले. समुद्राप्रमाणे मनालाही भरतीसुकती असते; पण आताची तिच्या मनाची ओहोटी साधी नव्हती. चंद्रग्रहणाच्या दिवशी ओहोटीचे पाणी जसे आत भयंकर ओढ घेत असते, त्याप्रमाणे आपल्या ध्येयाला जागा नसलेल्या या जगापासून कुठे तरी दूर पळून जावे असे तिला वाटले. पण जगातून पळून जाण्याचा मार्ग एकच आहे. मृत्यू! ती गच्चीतल्या कठड्यावर रेलून उभी होती. थोडेसे पुढे व्हायचे, किंचित तोल गेला की हळूच पुढे सरकून तिने डोळे मिटून घेतले. आपण वरून उडी टाकली आहे असे चित्र दिसताच तिने ते उघडले. या विकृत मन:स्थितीत आपण खाली कुठे पडलो असतो हे पाहण्याचा मोह तिला अनावर झाला. तिने वाकून पाहिले. क्षणभर तिचा आपल्या डोळ्यांवर विश्वासच बसेना. उडी टाकली असती तर आपण रस्त्यावर पडलोच नसतो. उलट मुकुंदाच्या– हो, मुकुंदच होता तो. दोघांचीही दृष्टादृष्ट झाली. सुलभेने हाताने त्याला वर येण्याची खूण केली.

मुकुंदाने आपले घर शोधून कसे काढले याचे सुलभेला आश्चर्य वाटले. मी येथे गिरगावातल्या आपल्या मावशीच्या घरी असते एवढेच आपण काल म्हटले होते. पण तेवढ्यावरून पत्ता कसा मिळणार? की सारे गिरगावच शोधायला निघाली होती स्वारी? मुकुंदाच्या लहानपणाच्या अनुभवावरून ते काही अशक्य नव्हते अगदी.

यामुळे मुकुंदाला दारातच तिने विचारले, ''घर कसं रे सापडलं तुला?''

''पोस्टाचा शिपाई मोठा दोस्त आहे माझा!''

''पत्रं नाही का दिली त्यानं काही?''

''एक दिलंय की– किती दिवस पडून राहिलं आहे ते.''

''कुठं?''

''माझ्या मनात–''

''देऊन टाक ना ते एकदा–''

''नॉटपेड आहे ते! मालक घेईल म्हणून काय नेम?''

सुलभा त्याच्याकडे पाहतच राहिली. लहानपणीही अशीच वरून विचित्र दिसणारी काही तरी बोलण्याची हौस मुकुंदाला फार होती. सुलभेने संवादातला हा पराजय कबूल करण्याच्या आधीच मुकुंद म्हणाला, ''शिरगावला असताना तू एकदा दिवाळीला मुंबईला आली होतीस.''

''मग?''

''त्या वेळी परत आल्यावर इथल्या मावशीच्या बंगल्याच्या किती तरी

खाणाखुणा सांगितल्या होत्यास तू?''

''त्या लक्षात होत्या तुझ्या?''

''म्हातारा झालो नाही मी अजून?''

''इतकी स्मरणशक्ती असल्यावर मागच्या जन्मीच्या आठवणीसुद्धा सांगायला लागायचा एखादा!''

''मी सांगू का?''

''हं.''

''तू मागच्या जन्मी बहीण होतीस माझी!''

''बरं तर बरं! आजी होतीस असं म्हटलं असतंस तर काय करायचं?''

''नातवाला दोन धम्मक लाडू द्यायचे''

हसत सुलभेने प्रश्न केला, ''केशर कोण होती मागल्या जन्मी?''

''आपल्या अंगणातलं पारिजाताचं झाडं.''

''आणि आपल्या शाळेतले शास्त्रीबुवा कोण होते?''

''कुंभार!''

''चांगलाच शिष्य आहेस तू! त्यांनी स्कॉलर आणलं तुला.''

''उत्तर चुकलं म्हणजे मुलाचं डोकं ते कसं मडक्यासारखं थापटीत, ते आठवतं ना? मागच्या जन्मीचा हातगुण होता तो त्यांचा!''

क्षणभर सुलभेला आपले बाल्य परत आल्यासारखे वाटले. त्या वेळी मुकुंद असेच मौजेने बोलत असे आणि ते ऐकून हसता हसता सुलभेची मुरकुंडी वळे.

भिंतीवरच्या एका चित्राकडे पाहत मुकुंद म्हणाला, ''फिरायला येतेस, सुलभा?''

''इथंच बसू या गप्पा मारीत.''

''मला काही सांगायचंय तुला.'' हे शब्द बोलताना त्याच्या आवाजात अस्पष्ट आर्तता व नजरेत पुसट लाचारी का यावी हे सुलभेला कळेना.

ती म्हणाली, ''इथंच सांगा ना.''

''भिंतीला कान असतात.''

''त्या कानात बोळे घालू आपण'' सुलभा दार लावीत उद्गारली.

''पण इथं सांगता येईल की नाही–''

''का?''

''वाटेल ती गोष्ट वाटेल तिथं सांगता येते का? कराचीला असताना माझ्याच शेजारी राहणाऱ्या एका आंधळ्याचा मुलगा गिरणीतल्या पट्ट्यात सापडून मेला ती बातमी कळविण्याचं काम माझ्यावर आलं. अंधार पडेपर्यंत त्याच्याकडे जाण्याचा धीर झाला नाही मला. काळोखात त्याची शून्य दृष्टी दिसणार नाही, अशा वेळी ती बातमी कशीबशी सांगितली मी त्याला.''

सुलभेचे हृदय धडधडू लागले. मुकुंद आपल्याला काय सांगणार आहे? केशर– स्त्रीचा पहिला स्पर्श किती उन्मादक असतो– की कुठल्या एखाद्या गुप्त कटात तो सामील झाला आहे? तिच्या मनाचा गोंधळ कमी व्हावा म्हणून मुकुंद म्हणाला, ''इथं कॉलेजात असताना असंच झालं होतं एकदा. निरपेक्ष प्रेम जगात असतं की नाही हा वाद निघाला. मी हो म्हटले. इतर मित्र अनुभव सांगायलाच लाजू लागले. चौपाटीवरच्या बाजारात माझा अनुभव सांगायचे अगदी जिवावर आले माझ्या. पुढे एका चांदण्या रात्री सारे जुहूवर फिरायला गेलो होतो. मागची गोष्ट कोणाच्याच ध्यानात नव्हती; पण मी सांगायला सुरुवात केली मात्र–''

''कुणाचा होता तो अनुभव?''

''एका वेड्या मुलीचा. त्या श्रीमंत मुलीनं भाऊबिजेदिवशी एका गरीब मुलाला भाऊ म्हणून कसं ओवाळलं–''

''ते जाऊ दे. आता कसली पार्श्वभूमी हवी आहे तुला? नाही तर म्हणायचास की हिमालयाच्या शिखरावरच सांगण्यासारखी ही गोष्ट आहे!'' सुलभेच्या टोमण्यातली मार्मिकता मुकुंदाला पटली. तो म्हणाला,

''फार काही नको या गोष्टीला. वेडेवाकडे खूप मोठे खडक आणि त्यांच्यावर आपटणाऱ्या समुद्राच्या लाटा!''

''एवढं बस्स होईल?'' प्रश्नाचे उत्तर मिळण्याच्या आधीच सुलभा आपल्या खोलीत गेली. मुकुंद भिंतीवरची चित्रे पाहू लागला. पिंजऱ्यातून निळ्या आकाशाकडे टक लावून पाहणाऱ्या पक्ष्याचे चित्र त्याच्या हृदयाला जाऊन भिडले. सुलभा बाहेर जाण्याकरिता तयार होऊन आली तरी तो त्याच्याकडे पाहतच उभा होता. सुलभेची चाहूल लागताच त्याने मान वळविली. त्याच्या तेजस्वी डोळ्यांत विलक्षण करुणा भरली आहे, असा तिला भास झाला.

दोघेही बाहेर पडून जिन्यावरून उतरू लागली. पुष्पाने वर गाणे लावले होते ते स्पष्ट ऐकू येत होते :

'एकत्र गुंफुनि जीवितधागे
प्रीतीचे नर्तन नाचलो मागे
एकटा उभा मी येथे'

मुकुंद गुणगुणला, ''एकटा उभा मी.''

सुलभेने मागे वळून पाहिले. त्याच्या डोळ्यांत आता मावळते चांदणे दिसत नव्हते. कोवळे ऊन चमकत होते.

राक्षसाच्या राजवाड्यात

मुंबईतला दिवस अनेकांना वर्षासारखा वाटतो. त्या वर्षांत रमणीय संध्याकालाच्या रूपाने वसंतकाल येतो म्हणूनच ते सुसह्य होते. सायंकाळी कुठेही पाहावे, रस्ते माणसांनी आणि माणसे आनंदाने फुलून गेलेली असतात. पदोपदी जीवन मूर्तिमंत नाचताना दिसते. पण ते धावपळीचे, मागे वाघ लागलेल्या माणसाचे नसते. उलट वाघाची शिकार करून विजयानंदाने परत येणाऱ्या वीराचे भासते. बिचाऱ्या ट्रामगाड्या सकाळी-संध्याकाळी ठरावीक वेगानेच धावत असतात. पण सुलभेला संध्याकाळच्या गाड्या हसतखेळत आणि डुलतझुलत जातात असे नेहमीच वाटे. दुपारच्या वेळी रणरण करणाऱ्या उन्हात भकास दिसणारे दगडी फुटपाथ संध्याकाळी जवळजवळ अदृश्य होतात. जणू काही सायंदेवता आपल्या जादूने त्या फत्तरांची फुलेच करून टाकते. फेरीवाल्यांच्या एरवी कर्कश वाटणाऱ्या आरोळ्यांना व हेलांनासुद्धा या वेळी गोडी येते. बंदिवानांच्या शृंखला पटापट गळून पडाव्यात, सुरवंटांची क्षणार्धात फुलपाखरे व्हावीत अगर आजारी मनुष्याच्या चेहऱ्यावर एकदम आरोग्याचे तेज दिसू लागावे, तसा हा फरक सुलभेच्या अंत:करणाला सदोदित प्रसन्न करी.

पण आज मात्र या आनंदी गर्दीचा कंटाळा आला होता. मुकुंद झपझप चालत होता. मोटरींचे कर्णे, घोड्यांच्या टापा, ट्रामगाड्यांचा खडखडाट; जोरजोराने बोलत जाणाऱ्या माणसांचा गलका यांच्या गोंधळात ती मुकुंदाशी एक शब्दही बोलू शकली नाही. त्याच्या चालीबरोबर आपली चाल ठेवणेही तिला कठीण जात होते. जाता जाता कोपऱ्यावर एक मोठी जाहिरात तिच्या नजरेला पडली. 'जादूचे प्रयोग!' एकदम तिच्या मनाचे भ्रमण सुरू झाले– 'मुकुंदा आपल्याला फिरायला बोलावतो काय आणि आपण मुकाट्याने त्याच्या मागून चालू लागतो काय! तो असेल मोठा जादूगार! पण त्याच्या मोहिनीला बळी पडण्याइतके आपण दुबळे का व्हावे?' लहानपणी वाचलेली एक गोष्ट तिला आठवली. एका

जादुगाराने राजकन्येला फसवून नेऊन तिची दगडी मूर्ती करून टाकली होती. मुकुंदाच्या नादी लागणे म्हणजे– सुलभेच्या मनाचा थरकाप झाला. नकळत तिची पावले रेंगाळू लागली. पाठमोऱ्या मुकुंदाशी अवाक्षरही न बोलता या गर्दीत मिसळून घरी परत जावे, असा ओझरता विचारही तिच्या मनात येऊन गेला. याच वेळी मुकुंदाने मागे पाहिले. तो जागच्या जागी थांबला. ती जवळ येताच तो हसून म्हणाला, ''काय डॉक्टरीणबाई, मागच्या मागं पळून जायचा विचार नाही ना?''

''आणि असला तर!''

''तो शोभत नाही!''

''कुणाला? डॉक्टरीणीला?''

''तो राणीलासुद्धा शोभेल. पण सुलभेला मात्र नाही!''

आरशावरच्या सूर्यकिरणांचा कवडसा डोळ्यांवर पडावा तसे सुलभेला झाले. मात्र कवडशाने आपली दृष्टी दिपली असे लहान मूलसुद्धा दाखवीत नाही. सुलभा हसत हसत म्हणाली, ''काही माणसं पुढं पळताहेत! मग काही मागच्या मागं पळाली, तर त्यात नवल कसलं?'' तिच्या बोलण्याची मोठी गंमत वाटली मुकुंदला; पण बोलण्यातसुद्धा आनंदाने पदरात पराजय घेणे कधी कुणाला आवडते का? त्याने लगेच उत्तर दिले, ''पुढं जाणाऱ्या कुणाला जगानं कधी बरं म्हटलं आहे?''

''बाकी मी अगदी सुवर्णपदक द्यायला तयार आहे तुला.''

''मला!''

''हो, जलद चालण्याच्या शर्यतीत सहज पहिला येशील तू!''

मुकुंदाने मनमोकळे हास्य केले. त्याची चालही किंचित मंदावली. आता त्याच्या बरोबरीने चालताना सुलभेला शिरगावच्या शाळेतील मुले-मुली जवळच्या एका डोंगरावर सहलीकरिता गेली होती तो प्रसंग आठवला.

बरीचशी मुले दमून हुश्श करीत देवळात बसली. पाच-सहाच डोंगराच्या एका कड्यावरून दिसणारा सुंदर देखावा पाहण्याकरिता निघाली. अगदी निमुळता कडा होता तो. खाली वाकून पाहायची चढाओढ सुरू झाली. मुलांच्या कुठल्या गोष्टीला मर्यादा असते? एकापेक्षा दुसऱ्याने अधिक खाली वाकून पाहावे असा क्रम सुरू झाला. आपलेही भान नाहीसे झाले होते. नकळत आपला तोल गेला. मुकुंदाने चटकन पुढे होऊन खसकन आपला हात मागे ओढला नसता तर–

''तूही गेला असतास ना तिच्याबरोबर खाली'' असे लगेच कुणीसे म्हटले, ''आयती सोबत झाली असती तिला'' मुकुंदाने लगेच उत्तर दिले होते. त्या दिवशी घरी परत जाईपर्यंत आपण क्षणभरसुद्धा मुकुंदाची पाठ सोडली नव्हती.

तिने तंद्रीतून जागे होऊन पुढे पाहिले. मुकुंद रस्ता ओलांडीत होता. तो मध्यावर गेला न गेला तोच दोन्ही बाजूंनी मोटारी आल्या. इतक्यात कुठून कुणाला ठाऊक, ‘‘कांबळी, कांबळी’’ अशी हाक ऐकू आली. मुकुंदाने चटकन मागे वळून पाहिले. आता त्याला मोटारचा चांगलाच धक्का बसणार असे सुलभेला वाटले. नकळत तिचे डोळे क्षणभर मिटले. लगेच ती उघडून पाहते तो मुकुंद सुरक्षित आहे. त्याला हाक मारणाऱ्या मनुष्याकडे तो परत येत होता.

पोषाखावरून माणसाच्या धंद्याचे अनुमान करणे योग्य असल्यास तो गृहस्थ नि:संशय थोर ठरला असता. पंडित जवाहरलालांच्या शिंप्याकडूनच तो आपले कपडे शिवून आणीत होता की काय कुणाला ठाऊक! पण ‘एक नूर आदमी, दस नूर कपडा,’ ही म्हण लक्षात घेता तो दहाअकरांश जवाहरलाल ठरायला काहीच हरकत नव्हती.

मुकुंद व तो हस्तांदोलन करीत असतानाच सुलभा त्यांच्याजवळ गेली. तो म्हणाला होता, 'Very glad to meet you, old boy.'

मुकुंदाने हसत हसत उत्तर दिले, ‘‘मला अजून खूप जगायचंय गृहस्था! कृपा करून ओल्ड बॉय म्हणू नकोस मला.’’

तो गृहस्थ किंचित खजील झाला. पण त्याची नजर लगेच सुलभेकडे वळली. कोलबंसाला जमीन दिसली. तिला नाजूक नमस्कार करीत मृदुतम स्वरात स्वारी उद्‌गारली, ‘‘मुकुंदाला म्हातारा म्हटल्याबद्दल मी तुमची क्षमा मागतो.’’

‘‘माझी?’’

तो हसत उत्तरला, ‘‘हो. नवऱ्याला म्हातारं म्हटलं की बायकोलाच अधिक राग येतो!’’ सोडा वॉटरची बाटली फोडताच ती जशी फसफसते तसे त्याचे हसे सुलभेला वाटले.

त्याची पाठ थोपटीत मुकुंद म्हणाला, ‘‘शकाराची गादी अजून कुठं आहे का शोध कर चांगला. उद्या मारुतीचं मेनकेशी लग्न लावून द्यायलाही कमी करणार नाहीस तू. या माझ्या मैत्रिणीचं नाव सुलभा कालेलकर.’’

‘‘सुलभा कालेलकर? नुकत्याच डॉक्टर झाल्या त्या?’’

‘‘आता आश्चर्य करण्याची पाळी मुकुंदावर आली. कॉलेजात बृहन्नडा या टोपणनावाने प्रसिद्ध असलेला हा आपला वर्गबंधू भूत-भविष्य जाणतो, की सध्या सरकारने सुशिक्षित स्त्रियांची डिरेक्टरी करण्याचे काम याच्यावर सोपविले आहे? पण एखादा प्रसंग आपल्याला विलक्षण वाटला म्हणून चित्रपटात तो थोडाच अधिक वेळ राहतो? मुकुंदाने पाहिले तो, तो स्त्रीदक्षिण गृहस्थ सुलभेकडे लेखांची मागणी करीत होता.

"स्वतःच्या नावावर छापायचा बेत आहे वाटतं तुझा?" मुकुंदाने मध्येच प्रश्न केला.

"मी संपादक आहे, मि. कांबळी!"

मराठी वाङ्मयावर हा भयंकर प्रसंग ओढवल्याची मुकुंदाला दादच नव्हती. तो स्तिमित होऊन संपादकाचे प्रवचन ऐकू लागला–

"स्त्रियांच्या वैरी सुशिक्षित स्त्रियाच आहेत. जिला भेटावं ती म्हणते, 'मला लिहिता येत नाही.' मग स्त्रियांची सुधारणा, उन्नती, प्रगती, इत्यादी इत्यादी व्हायचं कसं, सुलभाताई? माझी डायरी पाहा हवी तर! 'रमणी' करिता एक लेख मिळवायचा म्हणजे शंभर रमणींचे पाय धरावे लागतात मला. शिवाजीने हिंदुपदपादशाही स्थापन करण्याकरितासुद्धा एवढी धडपड केली नसेल!"

दररोज शंभर रमणींचे पाय धरणाऱ्या या सवाई शिवाजीला काय उत्तर द्यायचे ते सुलभेला कळेना. कशी तरी पीडा टाळावी म्हणून ती म्हणाली, "आता गडबडीत आहे मी. पुढे पाहीन."

"उद्या भेटू की परवा?"

"उद्या-परवा पुण्याला जाणार आहे मी!"

"अच्छा! तिथं भेटेन मी तुम्हाला. प्रोफेसर गरुडांच्याकडे उतरतो मी!"

सुलभा सुटकेचा निःश्वास सोडणार होती. इतक्यात संपादक उद्गारले, "विषय सुचवून ठेवतो सहज. अ-अ-च्- संततिनियमन चालेल का? आयत्या डॉक्टरीण आहात. आमच्या वाचकांची फार पत्रे येतात. शिवाय थोडी खळबळही उडविता येईल!"

"तुला किती मुलं आहेत रे?"

"तुझ्यासारख्या चार लोकांना दत्तक मुलगे देईन." चिडून संपादक महाशयांनी मुकुंदाला उत्तर दिले.

सुलभा मुकुंदाच्या बरोबर चालत होती. पण आपण कोणत्या बाजूला जात आहोत इकडे तिचे लक्ष नव्हते. नुकत्याच भेटलेल्या संपादकाच्या लोचटपणाचा ती विचार करीत होती. कोकणातल्या अनेक जिवाणूंची माहिती तात्या सहज बोलताना सांगत. त्यांतल्या सर्पटोळीची या वेळी आठवण झाली तिला. हिरव्यागार झाडावर सर्पटोळी लपून बसते म्हणे. तिच्या हिरव्या रंगामुळे कुणाला तिथे जिवाणू असेल असा संशयही येत नाही. पण मनुष्य आटोक्यात आले रे आले, की ती एकदम त्याच्या डोक्यावर उडी मारून दंश करते. स्त्रियांच्या सुधारणेच्या मिषाने पुढे येणारे पुरुषसुद्धा असेच असावेत? सुशिक्षित पुरुषांची दृष्टीही निवळलेली नसावी? द्राक्षांकडे दारूबाजाने मद्याच्या आशेने पाहण्यातलाच हा

प्रकार नाही का? तिने वाचलेल्या हल्लीच्या अनेक कथा-कांदबऱ्या झर्रकन तिच्या मनापुढून गेल्या. पुरुष हे लहान मूल आणि स्त्री हे सृष्टीने त्याला दिलेले खेळणे, यापेक्षा दुसरी कल्पनाच सुचत नाही कुणाला! एखादे मूल आपले खेळणे जपून ठेवते, दुसरे एखादे ते मोडूनतोडून टाकते, एवढाच काय तो फरक! पण जिथे पाहावे तिथे उपभोगाची दृष्टी! तिच्या मनाचा तळ ढवळून काढणाऱ्या या विचारांनी मुकुंदाचे ते विचित्र शब्दही त्याच्या पृष्ठभागावर आणले! 'स्त्रीचा पहिला स्पर्श किती उन्मादक असतो!' तिच्या अंगावर काटा उभा राहिला. मुकुंद आता आपल्याला काय काय सांगणार आहे कुणाला ठाऊक!

"पुढं खडकावर जाऊन बसू या." मुकुंदाच्या शब्दांबरोबर तिने भोवताली पाहिले. इतक्या जवळ अशी शांत जागा असेल अशी तिची कल्पनाही नव्हती. पलीकडे लाखो हृदयांच्या स्पंदनाने हालणारी मुंबई होती खरी! पण पिंजऱ्यातल्या खवळलेल्या वाघिणीसारख्या चाललेल्या तिच्या धडपडीचा येथे मागमूसही नव्हता. दूर अंतरावर जणू काही एखादी हरिणी बागडत आहे असेच येथे बसणाऱ्याला वाटले असते. मुकुंद कोकराप्रमाणे या खडकावरून त्या खडकावर उड्या टाकीत चालला होता. सुलभेला मात्र जपून चालावे लागत होते. काही काही खडक किती अजस्त्र होते! कित्येक मध्येच फुटलेले, तर कित्येक निसरडे झालेले. रस्त्यापासून दूर गेल्यावर मुकुंद उभा राहिला. सुलभा येताच तिला एक चांगली गुळगुळीत जागा त्याने बसायला दिली. तिथून समोरच्या समुद्राचे दृश्यही मोठे सुंदर दिसत होते. बसता बसता ती हसत म्हणाली, "ही जागा अचूक कशी रे सापडली तुला?"

"हव्या त्या वस्तू जगात सापडत नाहीत, सुलभा! त्या संपादन कराव्या लागतात."

त्याच्या उत्तरातला रुक्षपणा सुलभेला जाणवला नाही असे नाही. पण तिने मौजेने विचारले, "हे संशोधन तुझंच का?"

"कॉलेजात असताना डोकं भडकून गेलं की, चार चार तास मी एकटाच येथे येऊन बसत असे. या समुद्राच्या साक्षीनं माझ्या मनातली किती तरी वादळं मी शांत केली आहेत. सुलभा, अल्लाउद्दिनाचा दिवा जर माझ्या हातात आला, तर मी त्या राक्षसाला माझा राजवाडा येथेच बांधायला सांगेन." मुकुंद किती लवकर खेळकर होऊ शकतो याचे प्रत्यंतर सुलभेला आले. तिचीही विनोदी वृत्ती जागृत झाली.

"पण या राजवाड्यात एखादी राणी राहायला कबूल होईल का?"

"न व्हायला काय झालं?"

"राजा रागावला तर समुद्रातच ढकलून द्यायचा तिला!"

"त्यापेक्षा दुसरीच भीती आहे एक!"

"कोणती?"

"असला राजवाडा केव्हा नाहीसा होईल याचा नेम नाही. तेव्हा त्या राजवाड्यात मी आणि तो राक्षस असे दोघेच राहू."

ती दोघे बसली होती, त्या खडकांच्या मधूनमधून खळखळ करीत लाटांचे पाणी येत-जात होते. त्यांची मनेही तशीच चुळबुळत होती. त्या पाण्यावरची आपली दृष्टी वर करून सुलभेने पाहिले, तो मुकुंद एकाग्रतेने समुद्राच्या विस्ताराकडे पाहत आहे. त्याची काळीसावळी मुद्रा तेजस्वी डोळ्यांमुळे किती खुलून दिसत होती! थोडा वेळ टक लावून समोर पाहिल्यानंतर तो म्हणाला, "सुलभा, कराचीला शेकडो कामगारांच्या सभेत बोलताना क्षणभरसुद्धा कचरत नसे मी. पण आज तुझ्याशी बोलताना–"

"माझं एवढं भय वाटतं तुला?"

"भय? सारं जग काय भीतीवरच चाललं आहे?"

"जग राहू दे जरा बाजूला. तुला काय सांगायचं ते–"

"जग कधीच बाजूला राहत नाही! लाटांच्या खळखळाटाला कंटाळून मासे कधी किनाऱ्यावर येतात का?"

"किती विलक्षण फरक पडला आहे रे तुझ्या स्वभावात? अगदी रुक्ष तत्त्वज्ञानी झाला आहेस तू! माझा मुकुंद असा नव्हता."

"तुझा?"

"हो. माझ्या डोळ्यांपुढं अजून शाळेतलाच मुकुंद उभा राहतो. तो कवी होता."

"काव्य व्यवहाराच्या अनुभवानं गोठतं आणि मग त्याचं तत्त्वज्ञान बनतं."

"आमचे प्रोफेसर गरुड नेहमी म्हणत ते काही खोटं नाही. तत्त्वज्ञान बर्फासारखं असतं. संसाराच्या पाण्यात त्याचा एखादा खडा टाकला तर ते छान थंडगार होतं. पण उठल्यासुटल्या बर्फाचे खडे जर एखादा तोंडात भरू लागला– मघाशी त्या मूर्ख मनुष्याने ओल्ड बॉय म्हटल्याबद्दल तू कसा छान टोमणा मारलास त्याला. पण काल तुझी नि माझी गाठ पडल्यापासून तू म्हाताऱ्यासारखाच वागतोयस! एक गमतीदार वाक्य आहे बघ कोठेतरी. म्हाताऱ्यांची मनं तळघरांसारखी असतात! त्यांच्यात कोणती रहस्ये दडली असतील–"

"आणि तरुणांची मनं गच्चीसारखी असतात. दूरचा देखावा पाहायला फार चांगली! पण उडी घ्यायची म्हटली की– जाऊ दे ते! लहानपणीसुद्धा आपण बोलण्यात एकमेकांना हार जात नव्हतो. मग–" विमान उतरण्यापूर्वी जसे घिरट्या घालते तशातलेच हे संभाषण होते. क्षणभर खडकाखडकांतून उसळणाऱ्या

तुषारांकडे पाहत मुकुंद म्हणाला, ''आज मी तुला सांगणार आहे ते फार विचित्र वाटेल.''

सुलभेच्या डोळ्यांपुढे केशर उभी राहिली. मुकुंदाकडे रोखून पाहत ती म्हणाली, ''सारंच विचित्र आहे तुझं. इतका हुशार मुलगा मधल्यामधे कॉलेज सोडील हे स्वप्नातसुद्धा खरं वाटलं नसतं.''

''स्वप्नाइतकं सत्य गोड कसं असणार? सुलभा, मी मुंबईला आलो तो केवढ्या महत्त्वाकांक्षेनं! आय.सी.एस.ला जाईन, निदा बडा डॉक्टर अगर जाडा पंडित होईन, बंगल्यात राहीन नि मोटारीतून फिरेन– आयुष्यातला तो काळ स्वप्नांचाच असतो. पण इथं येताच माझी स्वप्नच नाहीत तर झोपसुद्धा पार उडून गेली.''

''कशानं?''

''वाचनानं!''

''पुस्तकं वाचून?''

''हो. पण साधी पुस्तकं नव्हती ही. अनेक माणसांच्या आयुष्याचे ग्रंथ होते ते. त्यातल्या पानापानावर भरलेले दुःख पाहून कॉलेजातल्या निर्जीव पुस्तकांवरून माझं लक्ष उडून गेलं. ताईकडेच राहत होतो तेव्हा मी! दररोज संध्याकाळी परत आल्यावर जे प्रसंग मी पाहत असे, ते तुला सांगू लागलो तर– तुला स्वप्नातही खऱ्या वाटणार नाहीत या गोष्टी. बहिणीच्या अगर बायकोच्या शीलाचा बळी सुखासुखी कोणी देईल का? पोटच्या पोरांना अफू घालून कोणी ठार मारील का? घाणेरड्या रोगांनी खितपत पडणे कोणाला आवडेल का? असल्या गोष्टी उघड्या डोळ्यांनी पाहणे मला असह्य झाले. डोळे झाकून घेतले तर मनाच्या पडद्यावर त्यांचा भेसूर चित्रपट सुरू होई. शिकूनसवरून मी मोठा होणार होतो; आयुष्यातले स्वर्गमुख मिळवणार होतो; पण माझ्यासारखी हजारो, लाखो माणसं नरकात खितपत असताना मला एकट्याला स्वर्गात जाण्याचा अधिकार आहे का, असं माझं मन मला विचारू लागलं.''

''प्रोफेसर नाही तर डॉक्टर होऊन या गरिबांना तुला मदत करता आली नसती का?''

''असती की! माझ्या मनाला हेच पटविण्याकरिता इथं मी तासन्तास येऊन बसत असे. पण या समुद्राकडे पाहिलं की वाटे, टिटव्यांनी कधी समुद्र आटवला आहे का? त्याला अगस्तीच हवा!''

''सारी मोठमोठी माणसं या टिटव्या?''

''यारीनं वाटेल तेवढं ओझं उचलता येतं! पण मनुष्य कितीही सशक्त झाला म्हणून तो ते काम करू शकेल का?''

"शिक्षण पुरं करायला काय हरकत होती तुला?"

"माझी नव्हती!"

"मग?"

"प्रिन्सिपलनी हालकून दिलं ना मला कॉलेजातून!"

"हाकलून?"

"दुर्वर्तनाचा परिणाम भोगणं प्राप्तच होतं मला. असं आश्चर्यानं पाहू नकोस! पोरींना पाठवलेल्या पांचट पत्रांच्या भानगडीत काही सापडलो नाही मी! मुंबईत मोठा संप चालू होता त्या वेळी. कॉलेजचं संमेलन रद्द करून ते सारे पैसे संपवाल्यांना द्यावे अशी चळवळ मी केली. प्रिन्सिपल काही कबूल होईनात. शेवटी संमेलनावर बहिष्कार घालायचं ठरविलं काही विद्यार्थ्यांनी. बहिष्कार यशस्वी झाला. पण बाकीचे माफी मागून नि दंड देऊन मोकळे झाले. मी मात्र–"

"तू ठाऊक आहेस मला." सुलभा कौतुकाने म्हणाली.

"गरिबांविषयी कळवळा वाटणं हा गुन्हा आहे का," असं चक्क विचारलं मी प्रिन्सिपलना. ते म्हणाले, 'मला तुझी तळमळ कळते; कॉलेजची शिस्त मोडल्याबद्दल–' सुलभा, प्राणांपेक्षा शरीराची किंमत अधिक मानणाऱ्या या ढोंगी समाजाची विलक्षण चीड येते मला. शिस्त, शास्त्र, रूढी– सामाजिक जीवनाला तुरुंगातल्या राहणीची कळा आणली आहे यांनी."

"पण जन्माचा तोटा करून घेण्यापेक्षा–"

"प्रिन्सिपलही हेच म्हणाले त्या वेळी. आयुष्याच्या व्यापाराच्या प्रत्येकाच्या कल्पना निराळ्या असतात, एवढेच उत्तर मी दिले. कॉलेजातला एक स्कॉलर कमी होतो या भीतीनं माझं मन वळविण्याचा खूप प्रयत्न केला त्यांनी. 'बोरीच्या झाडावर पोराने धोंडे मारले म्हणून बोरे पडत नाहीत, उलट धोंडा लागून त्याला मात्र खोक पडते.' असाही युक्तिवाद करायला त्यांनी कमी केलं नाही. मी लगेच सांगितलं, 'खोकेतून वाहणारं रक्त पुसण्यापेक्षा झाडावर कसं चढता येईल हेच पाहीन मी आधी.''

मुकुंदाच्या अभिमानी व पराक्रमी स्वभावाची सुलभेला चांगलीच ओळख होती; पण शाळेच्या चिमण्या जगातली! तळ्यात ऐटीने पोहणारा मनुष्य समुद्राच्या लाटांपुढे टिकाव धरीलच असे नाही. मुकुंदाने शिक्षण मधल्यामध्येच सोडल्याबद्दल आलेला राग सुलभेच्या मनातून आता नाहीसा झाला. त्याची जागा आदराने घेतलीही असती. पण मुकुंदाच्या वहीतले ते पहिल्या स्पर्शाचे विचित्र वाक्य तिच्या मनात एकसारखे डाचत होते. त्याला अडविण्याच्या हेतूने तिने विचारले, "कॉलेज सुटल्यावर तू कसला व्यापार केलास तो तरी सांग. कुणाला कसं लुबाडलंस–"

मुकुंद शांतपणाने म्हणाला, "एका मनुष्याला फसविलं!"

"एकाच! नाव तरी ऐकू द्या त्याचं."

"काय करायचंय ऐकून?"

"ठीक आहे. जाते तर मग मी!"

"लहानपणीसारखा अजून नाकावरच राग आहे की तुझ्या! मुली मोठ्या झाल्या की तो नाकारून डोळ्यांत जातो अशी माझी कल्पना होती!"

"नाव हवंय मला."

"तुला ठाऊक आहे ते."

"अशी टाळाटाळ नाही चालायची हं."

खिन्न स्वराने मुकुंद उद्‌गारला, "ताई!"

मुकुंदाला केशरचे नाव घ्यावे लागणार अशी सुलभेची कल्पना होती. त्यामुळे मुकुंदाच्या या उद्‌गाराने ती चकितच झाली.

"सुलभा, माझ्याबरोबरचे लोक आज मोठ्या हुद्यावर आहेत, चैन करताहेत, मोटारी उडविताहेत, या गोष्टीचं क्षणभरसुद्धा वैषम्य वाटत नाही मला. मन मारून शरीर शृंगारणाऱ्या सम्राटाचासुद्धा हेवा करणार नाही मी. कॉलेज सुटताच मन स्थिर करण्याकरिता मी येथून कराचीला गेलो. तिथल्या कामगारांत राहिलो, कोकणातून गेलेले माझे आप्तेष्ट आला दिवस कसा ढकलीत आहेत, हे डोळ्यांनी पाहिलं आणि माझ्या स्वत:च्या आयुष्याचा विसरच पडला मला. सुलभा, पाण्यात बुडणारा मनुष्य पाहून काठावर आरडाओरडा करणारे शहाणे ठरून सुरक्षित राहतात. जो उडी टाकतो तो मूर्ख पाण्याच्या धारेबरोबर वाहून जातो. माझं तसंच झालं. लहानपणीच आईच्या मायेला अंतरलो. ताईनं मला लहानाचा मोठा केलं. तिचा सारा जीव माझ्यावर! मोठा होईन आणि तिचे पांग फेडीन, या उमेदीवर उपाशी राहूनही शाळेतला अभ्यास केला मी. पण– आज ताई अंथरुणावर खिळली असूनही मला–"

मुकुंदाच्या डोळ्यांत पाणी तरळत आहे असा सुलभेला भास झाला. पण तो भासच होता. लगेच हसून तो म्हणाला, "काही झालं तरी ताईसाठी धडपडलं पाहिजे मला. तिला कुठेतरी हवेवर पाठवायला हवं असं तूच म्हणालीस. तसं करायचं म्हटलं म्हणजे मला तिच्यासाठी पैसेही मिळविले पाहिजेत. जुन्या ओळखी काढून कुणाकडे जायचं जिवावर येतं. काम राहायचं बाजूला आणि नुसत्या चौकशा व्हावयाच्या सुरू. सुलभा, तुझ्या ओळखीनं जर दोन चांगल्या शिकवण्या मिळाल्या मला तर–"

मुकुंदाच्या तीव्र अभिमानाला दुर्दैवापुढे मान वाकवायची पाळी यावी याचे सुलभेला अत्यंत वाईट वाटले. पण तिच्या मौनाचा अर्थ मुकुंदाने मात्र निराळाच

केला. "मीही कामकरी का होऊ नये असे मनात म्हणत असशील तू! माझ्यासुद्धा मनात येतं ते. पण अंगमेहनतीचं काम करायला मी नालायक झालो आहे!''

"म्हणजे?''

"एकदा जो भयंकर मुका मार बसला–''

"कुठं?''

"कराचीला!''

"मारामाऱ्याही करायला शिकलास का?''

"प्रसंग पडेल ते करावं लागतं माणसाला. चांगला पंधरा-वीस दिवस अंथरुणावर होतो त्या वेळी.''

"शुश्रूषा कुणी केली तुझी तेव्हा?''

"शुश्रूषेला काय कमी? मला अंथरुणावरून उठवत नसे अगदी! एक चोरटा बोका येई आणि झाकण उडवून माझं दूध फस्त करून जाई.''

सुलभेच्या डोळ्यांत पाणी व तोंडावर हसू उभे राहिले. तिने विचारले,

"पण एवढं धर्मयुद्ध केलंस तरी कोणासाठी?''

"तुझ्यासारख्या एका मुलीसाठी!''

"तिचं नाव?''

"नावात काय आहे?''

"मी सांगू?''

"हं.''

"केशर!''

हिरा आणि चांदणी

“पुष्पा, काकांच्या खोलीत बसलेले ते शास्त्रीबाबा गेले का ग?”

पुष्पा एक कादंबरी वाचण्यात तल्लीत होऊन गेली होती. मधुर स्वप्नात कुणी तरी मध्येच हलवून जागे करावे तसे तिला वाटले. कादंबरीतले बोट न काढता त्याच हाताने आळस देत तिने विचारले, “काय ग ताई?”

“काका एकटे असले तर जाऊ या जरा त्यांच्याकडे!”

“कशाला?”

“तू वाचीत असलेल्या कादंबरीचं कथानक सांगू या त्यांना आपण!”

हातातले पुस्तक हळूच दूर लोटून जवळचे दुसरे घेत पुष्पा म्हणाली, “मी तर गीता वाचतेय.”

सुलभेने जवळ जाऊन पाहिले. पुष्पाच्या हातात गीताच होती. सुलभेच्या मनात आले– सक्तीच्या पोटी लबाडी जन्माला यायची. निजताना गीतेचा एक अध्याय वाचलाच पाहिजे असा जुलूम काकांनी या वयात पुष्पेवर का करावा?”

सुलभेने पुष्पेला जवळजवळ ओढून काकांच्या खोलीत नेले. हरिणाजिनावर बसून चौरंगावर ठेवलेल्या गीतेचे पारायण करणारे काका पाहताच सुलभेच्या डोळ्यांत मिस्किलपणाची चमक क्षणभर चमकून गेली. जुन्या आठवणी जणू काही प्रकाश पाडण्याकरिताच ती चमक आली होती. मावशींनी लहानपणी सांगितलेल्या काकांच्या कितीतरी गोष्टी तिला एकदम आठवल्या. एकदा काका शिरगावला आले होते. घरात आंब्याचे गुळाचे लोणचे केले होते. मिटक्या मारीत ते खाता खाता काका उद्‌गारले, “पण हरिणाच्या लोणच्याची काही सर नाही याला!” कुठल्याशा खटल्यात खेडेगावातली जागा प्रत्यक्ष पाहण्याकरिता काका गेले होते. तिथे त्यांना प्रथम हरिणाची मेजवानी मिळाली. तेव्हापासून त्यांना हरिणाच्या मासांची जी चटक लागली–

सुलभा व पुष्पा दारातच उभ्या होत्या. काका स्वगत भाषण करणाऱ्या

नटाप्रमाणे एकदम मोठ्याने उद्‌गारले, ''वा:! काय तत्त्वज्ञान आहे! ईश्वर: सर्व भूतानां हृद्देशेऽर्जुन तिष्ठति– सर्व भूतानां हृद्देशे–''

सुलभेने हसू आवरण्याचा शिकस्तीचा प्रयत्न केला; पण जोराने ऊतू जाऊ लागलेले दूध पाण्याच्या चार थेंबांनी थोडेच खाली बसते, अवखळ बालकाने आईच्या हाताला झटका देऊन एकदम मऊ वाळूत लोळत घ्यावी, त्याप्रमाणे ते खुदकन बाहेर पडले. काकांनी मान वर करून पाहिले. सुलभेला स्वत:चा राग आला. ज्या कामाकरिता आपण आलो त्याच्याआड तर हे हसणे येणार नाही ना अशी शंकाही तिच्या मनात उद्‌भवली. पण आज काका अगदी खुषीत होते. कदाचित हास्य ही हृद्देशातील ईश्वराची भाषा आहे, असेही त्यांना वाटले असेल.

सुलभेकडे टक लावून पाहत ते म्हणाले, ''तुझं जाणं रहित झालं वाटतं, ताई? ईश्वराची कृपा आहे तुझ्यावर!''

आपल्या जाण्याशी अगर राहण्याशी ईश्वराचा काय संबंध आहे, ते जन्मभर विचार करूनही सुलभेला कळले नसते. पण काकांनी या कोड्याचा क्षणार्धात उलगडा केला.

''उत्तर हिंदुस्थानातून एक पंडित आले आहेत म्हणून शास्त्रीबुवा सांगत होते मघाशी! गीता फार चांगली सांगतात म्हणे ते. काशीला 'कर्मण्येवाधिकारस्ते' या चरणावर त्यांची सत्तेचाळीस आठवडे प्रवचने चालली होती.''

सुलभेच्या डोळ्यांपुढे तुफान गर्दीचा तिसरा आठवडा, विसावा वैभवशाली आठवडा, इत्यादी बोलपटांच्या जाहिराती तरळून गेल्या. पण काकांनी रामबाण अजून हातात ठेवलाच होता. ते अभिमानाने उद्‌गारले, ''इतकी प्रवचने होऊनही त्यांचं विवेचन संपलं नाही ते नाहीच!''

काकांना उच्च गीतालोकातून शाळेची पुस्तके व कथा-कादंबऱ्या यांनी गजबजलेल्या हीन जगात कसे आणायचे हा सुलभेला प्रश्न पडला. क्षणभर केसांच्या दोन-तीन बटांची हाताने चाळवाचाळव करीत ती म्हणाली, ''माझ्यावर झालेली ईश्वराची कृपा तुम्ही मला सांगितलीच नाही अजून!''

''तुम्ही तरुण मंडळी काही आमच्यासारखी विसराळू नाही. म्हणूनच या वयात एकदा गीतेची गोडी लागली की– हो, तू राहिलीस ते बरं झालं. या पंडितांची प्रवचनं येथे करविणार आहे मी. घर तरी पवित्र होऊन जाईल. आत्म्यावर विवेचन करणार आहेत ते. 'नायं हन्ति' याच्यावर आठ दिवस आणि 'नायं हन्यते' याच्यावर आठ दिवस.''

''या पंडितांना संस्कृत शिकवायला येत का?'' गनिमी कावा व जोहार या दोन्ही युद्धपद्धतीचे मिश्रण करीत सुलभेने विचारलं. काका तिच्याकडे पाहतच राहिले. उद्या ही पोरगी अमृत कोल्ड्रिंकपेक्षा चांगले असते का अगर इंद्राची

योग्यता नऊ तोफांची सलामी असलेल्या संस्थानिकापेक्षा अधिक आहे काय? म्हणूनही प्रश्न विचारायची! आश्चर्याचा पहिला भर ओसरल्यावर ते म्हणाले, "का? आता संस्कृत शिकायची लहर आली की काय तुला?"

"मला नाही. पण पुष्पाला शिकायला हवंच की. तिची परीक्षा आहे पुन्हा महिन्यानं!"

"कुंभाराच्या कामाला ऐरावत काय कामाचा?" सुलभेवर मात करण्याकरिता कुठल्या तरी प्रवचनात ऐकलेला एक दाखला काकांनी पुढे काढला.

"पण ऐरावत नसला तरी कुणी तरी हवंच की नाही?"

"अलबत्!"

"माझ्या ओळखीचा मनुष्य आहे एक!"

"मास्तर आहे का?"

"मास्तर नाही; पण जगन्नाथ शंकरशेठ आला होता तो!"

"ठीक आहे. शिकव म्हणावं त्याला पुष्पाला. पैसे–"

"महिन्यात परीक्षेची तयारी करून घ्यायची आहे हिची. पंचवीस रुपये तरी"

"बघ विसावर कबूल झाला तर; नाही तर– माझा गीतापाठ पुरा व्हायचाय अजून नि पुष्पालाही जागरण सोसत नाही. जा, निजा तुम्ही आता."

सुलभा मऊ मऊ बिछान्यावर जाऊन पडली खरी! पण काही केल्या तिला झोप येईना. कालची रात्र तिने अस्वस्थपणाने घालविली होती. दुपारी तर डोके टेकायला फुरसत मिळाली नव्हती तिला. पण तिच्या कल्पनेला एका दिवसात इतकी नवी खेळणी मिळाली होती की, एक टाकून दुसरे घ्यायचे, ते फेकून तिसरे उचलायचे, या चाळ्यात तिला झोपेची शुद्धच राहिली नाही. मुकुंद, मनोहर आणि केशर पुन:पुन्हा तिच्या मनाच्या रंगभूमीवर येत आणि जात. मधूनच काकांचे पूर्वआयुष्य तिला आठवले. करडे पोलीस अंमलदार म्हणून काका प्रसिद्ध होते. त्यांनी बंगल्यासाठी पाण्यासारखा पैसा खर्च केला असला, तरी या पाण्यात निढळाचा घाम फार नाही, ही टीकाही तिच्या कानी अनेक वेळा पडली होती. सी.आय.डी. मध्ये चांगल्या जागी थोरला मुलगा लागल्यावर काकांनी पेन्शन घेतले. पोलीस खात्यातल्या धाडसाच्या गोष्टी सांगण्याऐवजी ते गीता वाचण्यात रममाण होऊ लागले. त्यांचा वेश बदलला. गुप्त पोलिसांच्या गोष्टींची जागा वेदांताने घेतली. फार काय, त्यांचा मित्रपरिवारही निराळा झाला. म्हातारपण म्हणजे दुसरे बालपणच. त्यालाही काही तरी खेळ लागतोच, अशा विचारांनी सुलभा आजपर्यंत काकांच्या गीतागौरवाकडे पाहत असे. पण शिकवणीच्या निमित्ताने काकांचा व मुकुंदाचा आता निकट संबंध येणार, या दृष्टीने ती जो जो विचार करू लागली, तो तो या दोघांच्या आयुष्यात विलक्षण विरोध भरलेला

आहे असे तिला वाटू लागले. हातपाय चालत असताना ते स्वच्छंद चालावेत पण त्यांत इतरांना लाथा-बुक्क्या बसल्या तरी हरकत नाही. ते थकले म्हणजे तोंडाने हरीहरी म्हणावे. म्हणजे हाता-पायांनी केलेल्या सर्व पापांचे क्षालन होते. उलट अन्यायाचा प्रतिकार करण्याकरिता कुणी हात उगारला अगर धावून गेला, तर त्याच्या हाता-पायांत मात्र चटकन शृंखला पडतात यापेक्षा मोठा अधर्म जगात दुसरा कुठला असणार?

अभय हाच मनोहर असेल का, केशरसाठी जिवावर उदार होण्याचे कारण मुकुंदाने आपल्याला का सांगू नये, इत्यादी प्रश्नांपेक्षा हाच विचार तिच्या मनात अधिक अधिक खळबळ माजवू लागला. समुद्रकिनाऱ्यावर लाटांच्या खळखळाटात हलक्या स्वरातले बोलणे ऐकूच येत नाही. तिच्या कोमल भावनांची कुजबूज मनातल्या या सामाजिक अधर्माच्या खळबळीत अशीच लोप पावली. शाळेतली, खेळातली, इस्पितळातली, किती तरी करुण स्मृतिचित्रे क्षणार्धात सजीव झाली. तिला वाटले, आजच्या जगात माणसे आहेत; पण माणुसकी नाही. याला जबाबदार कोण?

बिछान्यावर बसूनही तिला चैन पडेना. पलीकडे शांतपणाने झोपलेल्या पुष्पेचा तिला हेवा वाटला. पण तो क्षणभरच. लगेच तिच्या मनात आले, आभाळात उडणाऱ्या पाखराने फुलपाखरांशी आपली तुलना करणे वेडेपणाचे नाही का? शांत! तिच्या मनाशिवाय सर्व शांत होते. घड्याळाची टिकटिक ऐकून तिच्या कल्पनेला भास झाला– काळपुरुष रात्रीचा वेळ घालविण्याकरिता एक विचित्र गाणे गात बसला आहे. ती एकाग्रतेने त्या गाण्याचे विलक्षण सूर ऐकू लागली. पण थोड्याच वेळात त्या टिकटिकीचे रूपांतर घणघण आवाजात होत आहे, असा तिला भास झाला. मध्यरात्री जागणाऱ्या मनुष्याने कसली तरी सोबत हवी म्हणून पिशाच्चांची कल्पना निर्माण केली असावी, अशीही कल्पना तिच्या मनात येऊन गेली. मध्यरात्रीच्या एकांतात मनुष्य लहान मुलासारखा अद्‌भुतरम्यतेत रमून जातो. मनाच्या या स्वच्छंदी भ्रमणात सुलभेने कितीतरी चित्रविचित्र दृश्ये पाहिली. एकदा मुकुंद हिमालयाच्या शिखरावर उभा राहून गगनाला हात लावण्याचा प्रयत्न करीत होता. त्या अट्टहासात त्याचा तोल सुटला. पायथ्याशी उभी असलेली सुलभा त्याला धरण्याकरिता धावत पुढे गेली. या अपघाताने तो भिऊन गेला असेल असे तिला वाटले. पण सुलभेचा स्पर्श होताच हसत हसत तो म्हणाला, ''खाली धरायला तू असल्यावर मी याच्यापेक्षा उंच जाईन!''

दुसऱ्यात शर्यतीच्या मैदानावर घोडे धावत होते. सगळ्यात पुढे गेलेला घोडा मध्येच ठेचाळून अडखळला व त्याच्यावरील स्वार खाली पडला. 'मुकुंद,

मुकुंद' असे कुणी तरी ओरडले. बाकीचे घोडे दौडतच होते. शर्यत जिंकणाऱ्या घोड्यावरील जॉकी थेट सुलभेकडे आला. 'काय बाईसाहेब, माझ्याच घोड्यावर पैसे लावले होतेत ना!' त्या जॉकीचा स्वर अगदी थेट विजयच्यासारखा होता.

तिसऱ्यात तात्यासाहेब एका चाबकाने मनोहरला झोडपत होते. त्याचा अपराध काय? तर कुठले तरी एक फूल आणून ते त्याने देवाला वाहिले होते. त्याला मार बसू नये म्हणून मावशी आड आल्या. त्या तात्यासाहेबांना म्हणाल्या, 'कुठलं का असेना फूल! दिसायला सुंदर आहे, वास छान आहे–'

तात्यासाहेब ओरडून म्हणाले, 'माझ्या देवाला माझ्याच बागेतील फुलं वाहिली पाहिजेत.'

झोपेतल्यापेक्षा जागेपणीची दुःस्वप्ने फार त्रासदायक असतात. मधुर जागृतिस्वप्ने हिंदोळ्याप्रमाणे झुलविणाऱ्या जललहरींसारखी असतात. पण असले विचित्र आभास– नाकातोंडात पाणी घालवून गुदमरवून टाकणाऱ्या भयंकर लाटाच त्या! समुद्राच्या अक्राळविक्राळ लाटांना घाबरून एखाद्याने किनाऱ्याकडे धावत सुटावे, त्याप्रमाणे सुलभा या दुःस्वप्नातून आपल्या सत्य जीवनाकडे वळण्याचा प्रयत्न करू लागली. तापलेले डोके शांत करण्याकरिता ती हलक्या पावलांनी दार उघडून गच्चीवर आली. तिला एकदम किती मोकळे वाटले! विशाल आकाशाचे दर्शन झाले नाही तरी दोन-तीन चांदण्यांनी शोभणारा त्याचा चिमुकला मनोहर भाग तिला दिसला. त्या स्वर्गीय फुलांकडे पाहता पाहता वायुलहरींबरोबर आलेल्या सुवासाने तिचे मन प्रसन्न झाले. रातराणी फुलली होती पलीकडे. त्या सुगंधाने आनंदित होऊन जवळजवळ निर्जन होत चाललेल्या मार्गाकडे तिने नजर वळवली. सिनेमाहून घरी परत जाणारे एक जोडपे हसत खिदळत चालले होते.

पहाटे दारावरची घंटा पुनः पुन्हा खणखण करीत होती. 'दूधवाला असेल' असे अर्धजागृत मनाला बजावून सुलभा या कुशीची त्या कुशीवर झाली. पण चांगली उन्हे पडल्यावर ती उठून खोलीबाहेर येते तो व्हरांड्यात 'टाइम्स' वाचीत विजय उभा! पलीकडे पांडुरंगही कुठले तरी मराठी वर्तमानपत्र चाळीत होता. अपुऱ्या झोपेने आळसावलेल्या आपल्या डोळ्यांवर तिचा विश्वासच बसेना. तिची ही भांबावलेली स्थिती पाहून विजय म्हणाला, "मला जर गाता येत असतं–"

सुलभेच्या भ्रुकुटिसंकोचाने त्याला अधिकच उत्तेजन आले, मूक उत्तरेच माणसांना अधिक बोलकी करतात.

"पूर्वी राजेराण्यांना उठवायला भाट होते ना? तसे आज तुला जागं करायला मुंबईतले सारे गवई गोळा करावे लागतात की काय, अशी भीती पडली

होती मला.''

''काहीतरीच बोलतो, झालं.'' असे सुलभेला म्हणायचे होते. पण तिच्या मानेच्या एका मधुर हालचालीने या शब्दापेक्षाही अधिक भाव व्यक्त केला.

सुलभा तोंड धुण्याकरिता निघून गेली. तिच्या पाठमोऱ्या आकृतीकडे पाहण्याचा मोह विजयला अनावर झाला. आपल्या मनाचे त्याचे त्यालाच आश्चर्य वाटले. कॉलेजातले त्याचे काही दोस्त नटींच्या फोटोकडे घटका घटका पाहत बसत असत. त्यांच्या या वेडेपणाला तो हसे. गणिताच्या पुस्तकात ह्या वेड्यावाकड्या आकृती दाखवून 'या काय कमी सुंदर आहेत?' असा प्रश्न करायलाही तो कमी करीत नसे. बॅरिस्टर होऊन शिरगावला आल्यावर बड्या लोकांच्या क्लबमध्ये बायकांविषयी टारगट गोष्टी नेहमी चालत. खऱ्या वैमानिकाने खेळातले विमान घेऊन नाचणाऱ्या बालकाकडे तुच्छतेने पाहावे तसा तो या गोष्टीचा उपहास करी. पण ज्या जहागिरीच्या वारसाहक्काविषयी तो खटपट करीत होता ती निश्चितपणे मिळणार असे ज्या दिवशी त्याला समजून चुकले, त्या दिवसापासून त्याच्या वृत्तीत पालट झाला. त्या रात्री अंथरुणावर पडल्या पडल्या एक चित्तवेधक गोष्ट वाचीत असताना पुस्तक मिटून त्याने सुलभेची मूर्ती डोळ्यांपुढे उभी करण्याचा प्रयत्न केला. पूर्वी प्रवासात त्याला कशी छान झोप लागे. पण केशरबरोबर पुण्याला येताना मात्र तो अनुभव त्याला आला नाही. आताही–

''ताई चहाला बोलावतेय तुम्हाला.'' विजयने वळून पाहिले. पुष्पा सुलभेचा निरोप सांगत होती. तिच्याकडे पाहताच विजयच्या मनात आले– संध्यारंगाप्रमाणे स्त्री-सौंदर्यातही किती विविध मोहकता असते!

''चहा घेता का पुन्हा?'' गोलमेजावरील पेल्यात चमचाने साखर घालीत असलेल्या सुलभेने विचारले.

''फौजदारी वकिलाला केस आणि तरुणांना चहा नको होतो का?''

''पण नियमाला अपवाद असतातच की!''

''चहाच्या बाबतीत तरी नाही!''

''नसायला काय झालं? अमक्याच माणसानं चहा दिला पाहिजे असं–''

पुष्पा धावतच येऊन म्हणाली, ''ताई, तुझ्याकडे आलंय कुणी तरी.''

''कोण?''

''काल तू फिरायला गेलीस होतीस ना? ते!''

''घेऊन ये ना त्यांना. आता गुरुजी व्हायचेत ते तुझे!''

विजय तिरसटपणानेच दरवाजाकडे पाहत होता. मुकुंद दिसताच त्याच्या कपाळाला आठी पडली. त्या दोघांची ओळख करून देण्याकरिता सुलभा म्हणाली, ''मुकुंद, हे शिरगावचे दादासाहेब करंदीकर– बॅरिस्टर विजय!''

मुकुंदाने स्मितपूर्वक नमस्कार केला.

"नि विजय, हा–"

"हे कराचीचे महात्मा मुकुंद कांबळी!"

"तुमची नि यांची ओळख आहे?"

"थोर लोकांना सारं जग ओळखतं!" विजयच्या शब्दांत लपलेल्या कुचेष्टेचे थोडेसं अंग त्याच्या स्वरात प्रकट झालेच.

"तुम्ही पुण्याहून आलात का?" मुकुंदाने प्रश्न केला.

"हो!"

"मग कदमानंच सांगितली असेल माझी माहिती तुम्हाला! स्वारी गजघंटा आहे नुसती!"

चहापान जवळजवळ मुकाट्यानेच झाले. ते संपताच सुलभा विजयला म्हणाली, "आलेच हं पाच मिनिटांत." मुकुंदाला घेऊन ती सरळ आपल्या खोलीकडे गेली. आत जाताच मुकुंद म्हणाला, "सुलभा, मी आज प्रतिज्ञा करून घराबाहेर पडलो आहे."

"कसली?"

"काही तरी काम मिळविण्याची. पहाटे ताईनं डोळ्यांत पाणी आणून मला जो प्रश्न विचारला– मजेनं उडायला उंच आभाळ चांगलं, पण पाखराला घरटं झाडावरच बांधावं लागतं!" शेवटची वाक्ये जवळजवळ स्वगतच बोलला तो! आपल्या संदिग्ध बोलण्याचा सुलभेला उलगडा होणे शक्य नाही हे लक्षात येताच तो म्हणाला, "माझ्याच बरोबरच्या एका विद्यार्थ्याची हकिकत सांगत होती ताई. दोन-चार वेळा मॅट्रिकला बसून नापास झाला बिचारा! कुणी तरी पोस्टात चिकटविला. आज सुखानं चार माणसं जेवताहेत त्याच्या जिवावर. बहिणीला चांगलं स्थळ मिळावं म्हणून खूप पैसे खर्च केले त्यानं परवा! हे सारं सांगून ताईनं माझ्याकडे रोखून पाहिलं– सटवीनं तुझ्या कपाळी सुख लिहिलंच नाही. असे उद्‌गार काढले."

खालचा ओठ वरच्या दातांनी क्षणार्ध दाबून मुकुंदाने वर पाहिले. लगेच तो हसून उद्‌गारला, "ताईचं बरोबर आहे नि माझंही बरोबर आहे!"

"म्हणजे चूक माझीच आहे वाटतं?"

"हो!"

"कसली?"

"माझ्यासारख्याशी मैत्री ठेवायची! बाहेर बॅरिस्टरसाहेब रागावले असतील ना?"

त्याच्या थट्टेला उत्तर न देता सुलभा म्हणाली, "इथली शिकवणी सुरू कर

आजपासून. दोन महिन्यांचे पन्नास रुपये मिळतील. पण मुलगी अगदी संस्कृतमध्ये बोलायला लागली पाहिजे हं लवकर. गीताबिता मुद्दाम शिकव तिला.''

''ताईला शिरगावला पाठवून देतो तर मग!''

''शिरगावला?''

''तिथली हवा छान आहे की, परवाच एक सॅनिटोरियम बांधले आहे म्हणे टेकडीच्या पायथ्याशी!''

''पण ताईच्या सोबतीला कोण आहे तिथं?''

''माझ्या मावशीची नणंद आहे ना!''

''अस्सं! कितीदा शिरगावला जाते मी! पण मला पत्ताच नाही या गोष्टीचा!''

मुकुंदाने बोलक्या दृष्टीने तिच्याकडे पाहिले. आपली दोघांची जगे किती भिन्न! या जगांच्या सीमेवर येऊन एकमेकांकडे आपण पाहत आहोत म्हणून हे अंतर आपल्याला जाणवत नाही, असेच जणू काही त्याची नजर म्हणत होती. आकाशातल्या शुक्राच्या चांदणीचे दर्शन भूगर्भातील हिऱ्याला कधी होते का?

मुकुंद गेल्यावर सुलभा विजयजवळ गप्पा मारण्याकरिता येऊन बसली; पण बराच वेळ तो घुमा होता. मध्येच एकदा तिने विचारले, ''तात्या फार रागावलेत माझ्यावर?''

''अगदी विचित्र बोलले ते!''

सुलभेने हूं की चूं केले नाही.

''सुलभेचं लवकर लग्न करून टाकायला हवं असं म्हणाले ते!''

सुलभेला मनातून राग आला. पण तो हसण्यावारी घालवीत ती म्हणाली, ''असल्या कन्यादानानं पुण्याऐवजी पापच लागायचं!''

''ते कसं?''

''आपल्या गळ्यातली घोरपड दुसऱ्याच्या गळ्यात बांधण्याचा उद्योगच नाही का हा?''

पांडुरंग जिन्यावरून ओरडतच आला, ''ताईसाहेब, सुलभाताई–''

''काय रे?''

पुढे येऊन फार महत्त्वाची बातमी सांगण्याचा आविर्भाव करीत तो म्हणाला,

''नटी आली आहे एक तुमच्याकडे!''

''नटी?'' हे शब्द सुलभेच्या तोंडातून बाहेर पडतात न पडतात तोच केशरच वर आली. मोठ्या कष्टाने आपले हसू आवरून सुलभा म्हणाली,

''आज कुठल्या कुठल्या बोलपटांत काम करायचंय, केशरताई?''

''पहिला सत्यनारायण आणि दुसरा जलसा!''

''सत्यनारायण?''

"बाबांची तार आली आहे. दुपारी येताहेत ते. काल मुनिमाची तार गेल्यावर आई सत्यनारायण बोलली. तो करून उद्या परत जायचंय सगळ्यांनी!''

केशरचा हात धरून तिला आपल्या खोलीकडे नेताना सुलभेने हळूच विचारले,

"सत्यनारायणाच्या बोलपटात पोथी सांगणारे भटजी हेच नायक ठरणार! पण दुसऱ्या बोलपटात– त्या बोलपटातला नायक–''

"अभय आज येताहेत!''

"केव्हा?''

"आज दुपारी! त्यांच्या इथल्या पत्त्यावर जलशाचं आमंत्रणसुद्धा पाठवून दिलं मी!''

कारंजातून जलतुषार थुई थुई नाचत असताना त्यांच्यावर सूर्यकिरणे पडून चिमुकली इंद्रधनुष्ये निर्माण व्हावीत तसे केशरच्या भावरम्य मुद्रेवरील मधुर आनंदतरंग सुलभेला भासले.

न पावलेला सत्यनारायण

❄❦❄❦

अंधार दाटत असताना चंद्रोदय व्हावा, तसा केशरच्या अनपेक्षित आगमनाचा परिणाम झाला. तिच्याशी बोलण्याच्या नादात विजय आणि सुलभा एकमेकांशी खेळीमेळीने बोलू लागली. नाही तरी तरुण माणसे अधिक पावसाळे पाहिलेली लहान मुलेच असतात. सत्यनारायणावरून गोष्ट निघता निघता, नाहीशी झालेली माणसे देव परत देत असेल, तर सुलभेच्या भावाकरिता आपणही एक सत्यनारायण करू, असे विजय थट्टेने बोलून गेला. सुलभेला भाऊ आहे हे केशरला ठाऊकच नव्हते. ती आश्चर्याने पाहू लागली. सुलभेच्या मनात आले, 'आज रात्री यापेक्षाही मोठं आश्चर्य दिसणार आहे हे कुठे माहीत आहे हिला?'

जेवताना पांडुरंगाच्या 'नटी'बद्दल बरीच चर्चा झाली. पण स्वयंपाकाप्रमाणे संभाषणातही पांडुरंग काही कच्च्या गुरुचा चेला नव्हता. सगळ्यांना आवडलेली टोमॅटोची कोशिंबीर उदारपणाने वाढीत असताना तो म्हणाला, "सकाळीच त्या बाईंचा फोटो पाहिला होता मी वर्तमानपत्रात. आज जलसा आहे की त्यांचा." काका पंक्तीला नव्हते म्हणून बरे, नाही तर पांडुरंग, पुष्पा, विजय, सुलभा, इत्यादिकांच्या बोलण्यावरून आपल्या घरात नाट्यसंमेलन भरले आहे असाच त्यांना भास झाला असता.

तिसऱ्या प्रहरी विजय कुठे तरी फिरायला जावे असा विचार करू लागला. सुलभेनेही होकार दिला. संध्याकाळी परस्परच सत्यनारायणाला जावे असा त्यांचा बेत होता. पण तो सत्यनारायणाला पसंत पडला नसावा! सुलभा बाहेर जाण्याची तयारी करीत असताच केशरच्या घरची मोटार आली. ड्रायव्हर विजयच्या नावाचे एक पत्र घेऊन आला होता. मनसुखलालनी महत्त्वाच्या कामासाठी त्याला जरा लवकरच बोलावले होते. सुलभेलाही त्याने तोंडी निरोप सांगितला— "बाईंनी तुम्हालाही आताच बोलावलं आहे."

"बाईंनी?"

"केशरबाईंच्या आईंनी!"

बंगल्यावर जाऊन पोहोचेपर्यंत केशरचे आई-बाप कसे असतील याची सुलभा मनाशी कल्पना करीत होती. किती निरनिराळ्या आकृती तिच्या डोळ्यांपुढे नाचून गेल्या. पाच मिनिटांनी जी गोष्ट दिसणार तिच्याविषयीसुद्धा तर्क करीत बसायचे हा मनाचा धर्मच आहे, असे वाटून ती हसली. विजयने रुक्ष स्वरात विचारले, "हसायला काय झालं?"

"मनुष्य हा हसणारा प्राणी आहे!"

"पण हसण्यासारखे प्रसंग त्याच्या आयुष्यात थोडे येतात एवढंच!"

विजयच्या या टोमण्याचा अर्थच प्रथम सुलभेला कळला नाही. तिने त्याच्याकडे निरखून पाहिले. एकदम तिच्या लक्षात आले– तो मघापेक्षा अधिक जवळ आला होता. त्याच्या अंगाला स्पर्श होऊ नये या बेताने आपण नकळत अंग चोरून बसलो आहोत. मनाप्रमाणे शरीराचे संस्कारही एखाद्या स्वयंसिद्ध यंत्राप्रमाणे आपले काम करीत असतात. चोरट्या स्पर्शसुखाची इच्छा अतृप्त राहिल्यामुळे आलेली चीड हेच विजयच्या त्या टोमण्याचे मूळ असावे. पावसाळ्यातली उदास अभ्रे पाहून हसऱ्या सूर्यप्रकाशाची अधिक आठवण व्हावी, तशी मुकुंदाची मूर्ती तिच्यापुढे उभी राहिली. काल संध्याकाळी आपल्या महत्त्वाकांक्षेचे मरण सांगताना, आज सकाळी ताईने केलेल्या तुलनेने मनाला झालेल्या वेदना वर्णन करताना, केव्हाही त्याने सहानुभूतीच्या स्पर्शाचीदेखील अपेक्षा केली नाही आणि विजय–

केशरच्या आईला पाहताच सुलभेला आठवण झाली ती आजारी माणसाची. चेहऱ्याची ठेवण मुलीने आईपासूनच उचलली होती. पण आईच्या चेहऱ्यावर काळपुरुषाने आपल्या लहरीत काढलेल्या वेड्यावाकड्या रेघोट्या स्पष्ट दिसत होत्या. दोघींच्या डोळ्यातील विलक्षण साम्य दुरून पाहणाऱ्यालासुद्धा दिसले असते, मात्र आईच्या डोळ्यांतील पाणी सायंकाळच्या छाया पडलेल्या तळीप्रमाणे वाटे. उलट केशरच्या डोळ्यातले पाणी सूर्यकिरणांनी चमचम करणाऱ्या जलाशयाची आठवण करून देई.

सुलभेचा हात धरून तिने आपल्या जवळच कोचावर बसविले. तिच्या स्पर्शात वात्सल्य तर होतेच; पण करुणा दर्शविणारा कंप तेथे का असावा हे सुलभेला कळेना.

"आज दुपारी केशरनं सारी माहिती सांगितली तुमची. किती किती बरं वाटलं म्हणून सांगू? तुमच्यासारखी मैत्रीण मिळायला–"

"नि मला नाही वाटतं, तिच्यासारखी मैत्रीण मिळाली?"

"माझी बाळ गुणाची आहे. पण काही झालं तरी तिला तुमची सर कशी येणार?"

''पिकतं तिथं विकत नाही हेच खरं!''

सुलभेच्या हसण्याला केशरच्या आईनेही साथ दिली. पण लगेच तिची मुद्रा गंभीर झाली. जळून गेलेल्या मोहोरासारखे ते क्षीण, क्षणिक हास्य सुलभेला वाटले.

''केशरचं फार भय वाटतं मला! कालचंच पाहा ना? तो मेला पठाण–सारखं धागधूग होत असतं माझं मन!''

''तुमच्यासारखीनं असल्या गोष्टीला–''

''माझ्यासारखी! माणसं दिसतात तितकी सुखी असतात का कधी? सुलभाताई, दोन घटका निवांतपणी मला बोलायचंय तुमच्याशी! बोलायचं कसंल? मांडीवर डोकं ठेवून रडायचं म्हणानात!''

तिचे भरून आलेले डोळे पाहून सुलभा सद्‌गदित झाली. मनुष्य मोठे होत जाते तशा त्याच्या रडण्याच्या हक्काच्या जागा कमी होत जातात हेच खरे. म्हातारी माणसे कुढी होतात याचे कारण हेच असेल का?

मनात हे विचार येत असतानाच सुलभा तिचे दोन्ही हात प्रेमाने हातात घेऊन म्हणाली, ''असं काही बोलू नका, आई. केशरसारखीच नाही का मी तुम्हाला?''

बर्फ डोक्यावर ठेवले, की तापाचा परिणाम जाणवत नाही. सुलभेच्या 'आई' या प्रेमळ हाकेने केशरच्या आईच्या मनातले कढ आपोआप निवू लागले. दोघीही न बोलता स्तब्ध बसल्या होत्या. पण त्या स्तब्धतेत प्रेमळ शांती होती.

शेवटी सुलभा म्हणाली, ''आई, अगदी मनमोकळं करून सांगा सारं! माझ्या हातून काय होईल ते–''

''कसं सांगू? फार भय वाटतं मला!''

''भय? माझं भय?''

''तुझं भय नाही, मुली! पण पाप फार भित्रं असतं ग! देव करो नि हा अनुभव तुला कधीही न येवो!

सुलभेला विजय बोलावीत असल्याचा निरोप घेऊन केशर आली. दिवाणखान्यात पाऊल टाकताच विजयच्या उजव्या बाजूला पन्नाशीच्या घरात गेलेला स्थूल अंगाचा, बसकट चेहऱ्याचा, पण कठोर नजरेचा एक गुजराथी गृहस्थ बसलेला सुलभेने पाहिला. तो 'या, या' असे म्हणत असतानाच विजयच्या डाव्या बाजूला बसलेला तरुण गृहस्थ एकदम उठला व दोघींना आपल्या जवळच्या खुर्च्यांवर बसण्याविषयी आग्रह करू लागला. ''रतिलाल, असाच का कारखाना चालविणार तुम्ही?'' मनसुखलाल हा: हा: करीत उद्‌गारले.

स्त्रीदाक्षिण्याचे प्रदर्शन उघडण्याच्या आधीच ते बंद करावे लागल्यामुळे

निरुत्साही होऊन रतिलाल खुर्चीत बसला. केशरने त्याच्याजवळची खुर्ची मागे ओढून घेतली. सुलभेने तिच्याकडे पाहिले. तिच्या मुद्रेवर उघड उघड तिरस्कार दिसत होता.

"पाच मिनिटे माफ करा हं." असे सुलभेला सांगून मनसुखलाल विजयशी बोलू लागले. रतिलालने मध्येच डोळे झाकलेले पाहून "रतिलाल अगदी खराखुरा स्लीपिंग पार्टनर आहे", असे एकदा म्हटलेच त्यांनी. त्याबरोबर रतिलालने डोळे उघडले. पण ते लगेच केशरकडे वळले. केशर समोर आली असताना कारखान्याच्या गोष्टी बोलणे म्हणजे तुपाची मिठाई टाकून भेळ खाण्यासारखेच त्याला वाटत असावे.

मनसुखलालांच्या बोलण्यावरून सुलभेला एवढाच बोध झाला, की त्यांच्या कारखान्याला हव्या असणाऱ्या जमिनी शिरगावचे शेतकरी सुखासुखी द्यायला तयार नाहीत. पहिल्यांदा बरेच लोक कबूल झाले होते; पण पुण्याच्या कदम नावाच्या उपद्व्यापी चळवळ्याने त्यांचे कान फुंकून घोटाळा माजवायला सुरुवात केली. शेटजींनी चार-दोन माणसे फोडून कदमांची सारी माणसे काढली; त्याचे उच्चाटन कसे करता येईल हे पाहण्याकरिता संस्थानच्या पोलिसांकडून लिहून याच्यामागे पोलिसांचा ससेमिराही लावला; पण अजून खटला करण्याइतका तो कुठेच कचाट्यात सापडलेला नाही. कालच त्याचे एक गुप्त पत्र मनसुखलालना पाहायला मिळाले होते. त्यावरून सत्याग्रह करणारा चांगला पुढारी घेऊन शिरगावला यायचे त्याने ठरविलेले दिसले.

"येऊ दे शिरगावात! कदमचा आस्ते कदम करून टाकू!" विजय हसत हसत म्हणाला.

"तो तुरुंगात जाईल; पण सत्याग्रहाची भयंकर साथ सुरू होईल ना?"

"दिवाण काय म्हणतात?" विजयने एकदम प्रश्न केला.

"कुणी तरी मध्यस्थ घालायला हवाय. जरा नाराजच आहे स्वारी आमच्यावर!"

"तात्यासाहेबांचा फार उपयोग होईल या कामी!" विजयने सुचविले.

"तेच म्हणतो मी!" सुलभेकडे वळून पाहत मनसुखलाल म्हणाले, "तुमच्या वडिलांच्यापाशी आमच्या बाजूनं शब्द खर्च करायला हवा तुम्ही. शिरगावात कारखाना निघाला तर शेकडो मजुरांना अन्न मिळेल. पण ते कळण्याइतकी तरी या कदमकंपूला अक्कल कुठं आहे?" इमारतीप्रमाणे हास्याचे मजले चढविणे हा मनसुखलालांच्या तळहाताचा मळ असावा. ते का हसत होते हेच सुलभेला कळेना.

सत्यनारायणाला नमस्कार करण्याची वर्दी आल्यामुळे सर्वांना उठावेच लागले. पूजेच्या निमित्ताने प्रकट झालेले शेटजींचे वैभव डोळे दिपविणारे होते. केवळ

सौंदर्यदृष्टीने पाहणाऱ्यालाच ते दृश्य अत्यंत आनंददायक होते. चांदीच्या डौलदार उपकरणात जेवढे वैचित्र्य व मोहकता होती, तेवढीच सत्यनारायणाकरिता उभारलेल्या केळींच्या चिमुकल्या मंडपातही होती. भाविकपणाने नमस्कार करणाऱ्या केशरच्या आईच्या डोळ्यांतील श्रद्धेचा भाव निरंजनाच्या प्रकाशाइतकाच सुखदायक होता. पण असले दृष्टिसुख घेण्याच्या स्थितीत सुलभा नव्हतीच. 'पाप भित्रं असतं' हे केशरच्या आईचे उद्‌गार तिच्या कानांत अजून घुमत होते. कारखान्याविषयीच्या चर्चेनेही तिच्या डोक्यात काही कमी काहूर मांडले नव्हते. आगीचे चटके बसत असताना अग्निज्वालांची शोभा पाहण्याकडे कुणाचे लक्ष जाणार?

पूजेपासून किंचित दूर उभी राहून ती साऱ्या हालचाली पाहत होती. विजयने मोठ्या ऐटीने खिशातून रुपया काढला, जमिनीवर चांगला लांबलचक नमस्कार घातला आणि हातातील रुपया देवापुढच्या ताटात टाकला. त्याचा खण्-ण् असा जो कर्णकटू आवाज झाला, तो सुलभेला अगदी असह्य वाटला. जणू काही जगातल्या सोंगाढोंगाना त्या आवाजाच्या रूपानेच वाचा फुटली होती.

सुलभा दूर उभी आहे असे पाहून विजय तिच्याजवळ गेला आणि म्हणाला, "तू केलास का नमस्कार?"

"इथून केला तेवढा पुरेल देवाला!"

"काय मागितलंस त्याच्यापाशी?"

"स्वत:जवळ असलं तर तो देणार मला!"

"देवापाशी नाही अशी कुठली वस्तू हवी आहे तुला?"

"सत्य!"

विजय, पुष्पा व पांडुरंग यांच्यासह सुलभा नाटकगृहात आली तेव्हा ते नुसते फुलून गेले होते. विद्यालयाच्या मदतीकरिता जलसा असल्यामुळे तिकिटे खपविण्याची चालकांनी पराकाष्ठा केली होती हे तर खरेच; पण केशरच्या गायनाविषयी लोकांत उत्सुकता उत्पन्न व्हावी, अशी या जलशाची जाहिरातही केली होती त्यांनी. लक्षाधीश व्यापाऱ्याची मुलगी कशी गाते हे पाहण्याकरिता काही रसिक आले होते, तर जाहिरातीतला तिचा फोटो पाहूनच कित्येकांनी जलशाचे सर्वांत मोठे तिकीट खरेदी केले होते. लोकांकडून पैसे उकळण्याचा चालकांचा कावा हाणून पाडण्याच्या सदुद्देशाने आलेले श्रोते या प्रचंड गर्दीत मुळीच नव्हते असे नाही. मधूनमधून खिसे चाचपून आपला दारुगोळा सुरक्षित असल्याची ते खात्री करून घेत असावेत.

प्रकाश, सुगंध, संगीत यांपैकी प्रत्येकात उन्मादकता असते. रात्रीच्या अंधारात साशंक होणारे मन सूर्यप्रकाशाच्या झोपाळ्यावर झोके घेत गाऊ लागते. रुग्णशय्येवर

पडलेल्या माणसाच्या आशेला फुलांचा सुवास फुलवितो. संगीताचे स्वामित्व तर रणभूमीपासून शृंगारमंदिरापर्यंत सर्वत्र चालते.

यामुळेच नाटक अगर बोलपट पाहायच्या वेळी सुलेभची चित्तवृत्ती उत्कंठित होऊन जाई. आज तर ही उत्कंठा अनावर झाली होती. तिने खुर्चीवर बसल्याबसल्या सगळीकडे भिरीभिरी पाहिले. ती स्वत:शीच हसली. या अफाट जनसमुदायात मनोहर कुठे असला तरी आपल्याला तो कसा दिसणार? चटकन तिच्या मनात एक कल्पना आली. कदाचित तो आतच असेल. विजय, पुष्पा यांना बाहेरच बसवून ती कंपित हृदयाने आत गेली. केशर तंबोऱ्याच्या तारांवरून विमनस्कपणे बोटे फिरवीत होती. तिच्या मुद्रेकडे पाहत सुलभा म्हणाली, ''भ्याली वाटतं स्वारी आज?''

काही न बोलता केशरने चिठ्ठी काढून तिच्या हातात दिली.

''जलसा संपल्यावर भेटतो.''

''एका माणसाचं मन गाण्यावरून दुसरीकडे जाऊ नये म्हणून केली आहे वाटतं ही युक्ती? तीनच शब्द. अक्षर मनोहरचेच दिसत होते. सुलभा आनंदाने हसली.

केशरही हसली. पण ते हसणे सुकलेल्या फुलासारखे होते.

मात्र जलसा सुरू होताच हे सुकलेले फूल एकदम उमलून सुगंध उधळू लागले. विमानातून उंच गेल्यावर रुक्ष भूमिभाग सुंदर दिसू लागतो, त्याप्रमाणे तिच्या मधुर स्वरलहरींवर विहार करणाऱ्या श्रोत्यांच्या मनातील व्यावहारिक चिंतानिराशांचे खडेकाटे केव्हा लोप पावले हे त्यांचे त्यांनादेखील कळले नाही. केशरच्या गाण्याच्या तयारीत अपूर्व असे काही नव्हते; पण ती इतक्या मधुरतेने विविध स्वरांत गीतांतले भाव प्रकट करीत होती, की आपण अगदी नवीन पद्धतीचे गाणे ऐकत आहोत असेच श्रोत्यांना वाटले.

केशरच्या गाण्याची ही मोहिनी सुलभेला विश्रांतीच्या वेळी चांगलीच जाणवली. आकाशात फिरणाऱ्या पक्ष्याचे पंख कुणीतरी एकदम कापून टाकावेत तशी गाणे थांबताच तिच्या मनाची स्थिती झाली. मग तिच्या लक्षात आले की, आपण केशरला भेटायला आत गेलो, तेव्हा पुष्पा मधल्या खुर्चीवर येऊन विजयशी बोलत असावी.

पाय मोकळे करण्याकरिता तिघेही बाहेर आली. पांडुरंग आपल्या जागेवरून आधीच बाहेर आला होता. तो जवळ येताच सुलभेने विचारले, ''काय पांडुरंग कसं काय आहे गाणं?''

''माझी गोष्टच सोडून द्या ताईसाहेब, पण माझ्या शेजारी बसलेला एक पठाणसुद्धा इतका रंगून गेला, की केशरबाईंची सारी माहिती विचारलीन त्यानं

मला. मीही भरपूर सांगितली त्याला, अगदी खडान्खडा! काय योगायोग असतात बघा, ताईसाहेब! या पठाणाची नि आपल्या विठू ड्रायव्हरची चांगली ओळख आहे. आपले मनोहर इथं मुंबईत असतात म्हणून सांगितलंन त्यानं मला! मी पैज मारली–''

विश्रांतीनंतर गाण्याला चांगलाच रंग चढला होता. पण सुलभेचे मन मात्र त्याच्यावर मघाइतकं स्थिर होईना. विजय व पुष्पा यांच्या बोटाची चोरटी भेट तिने पाहिली होती, हे एकच काही त्या अस्वस्थतेचे कारण नव्हते. मुकुंद जलशाला का आला नाही? मनोहरचे कुठल्या तरी पठाणाशी इतके हाडवैर असण्याचे कारण काय? एक ना दोन, किती तरी प्रश्न तिच्या मनात कोलाहल माजवीत होते.

जलसा संपला. गर्दीचा लोंढा वाहून गेला. केशरची वाट पाहत सारी दारात उभी होती. केशर एकेक पाऊल टाकीतच आली. सर्वांना वाटले, की गाण्याच्या श्रमाने ती गळून गेली आहे. तिने उत्सुकतेने सभोवार पाहिले. अभय कुठेही नाही हे दिसताच तिचा चेहरा म्लान झाला.

इतक्यात व्यवस्थापक मंडळीपैकी कुणी तरी एक चिठ्ठी आणून तिच्या हातात दिली. तिने ती उघडून वाचली मात्र– 'आई गं' असे करुण स्वराने उच्चारून ती मटकन तिथेच बसली. इतरांना वाटले, अतिश्रमाने तिला ग्लानी आली असावी. पण केशरच्या हातातील चिठ्ठी घेऊन सुलभेने ती वाचली मात्र! तीदेखील स्तंभित झाली. चिठ्ठीत एवढाच मजकूर होता–

तुझं गोड गाणं पूर्णपणे ऐकण्याचंदेखील भाग्य मला नाही. त्या पठाणाने विश्रांतीच्या वेळी मला गाठले. या जगात आम्ही दोघांनी राहणं आता शक्य नाही. एक तो तर नाहीसा झाला पाहिजे, नाही तर मी तरी! जिवंत असलो तर उद्या संध्याकाळी तुला भेटेन.

— अभय

काटेरी वाट

सुलभा केशरला घेऊन बाजूस गेली, तेव्हा दोघींचे असे रहस्य तरी काय असावे याचे विजयला नवल वाटले आणि अवघ्या दोन मिनिटांत केशर हसतमुखाने परत आली, तेव्हा तर त्या आश्चर्याला सीमाच राहिली नाही. घरी परत येताना तो मुद्दामच म्हणाला, ''मेडिकल कॉलेजात जादूचे प्रयोगही शिकवितात वाटतं?''

सुलभा विचारमग्न होती. विजय पुष्पेशी बोलत आहे असे तिला वाटले. पण ते क्षणभरच! लगेच हसत तिने उत्तर दिले, ''रोग्याचं मन नेहमी आनंदी ठेवावं लागतं आम्हाला! तेव्हा थोडीशी नजरबंदीची विद्या–''

''नजरबंदी नाही नुसती, डोळ्यांआडून येणारं पाणीसुद्धा बंद. पुष्पाताई, शिकून घ्या ही कला बहिणीकडून. नवऱ्याच्या चेहऱ्यावर वादळाची चिन्हं दिसली, की एकदा छू: मंतर केलं म्हणजे झालं.''

पुष्पा मोकळेपणाने हसली. पांडुरंगाने अश्वहास्याने विजयच्या या विनोदाचे स्वागत केले. सुलभा मात्र अगदी स्तब्ध होती. घरी आल्यावर पुष्पा किती तरी वेळ विजयशी बोलत होती. केशरचे जॉर्जेटचे पातळ, तिची केशरचना, ती गात असताना एक म्हातारा दुर्बिणीतून तिच्याकडे कसा सारखा पाहत होता, असल्याच साऱ्या गोष्टी होत्या त्या! पण किती रसाळपणे ती त्या सांगत होती! शेवटी ती म्हणाली, ''पुन्हा केशरताई भेटल्या, की त्यांना विचारणार आहे मी!''

''काय?''

''सुंदर दिसायची ही विद्या कुठे शिकलात म्हणून!''

''असली विद्या शिकून येत नाही. घराण्यातच असावी लागते ती!''

हातात पुस्तक घेऊन त्याच्याकडे शून्य दृष्टीने पाहत पडलेल्या सुलभेने चमकून वर पाहिले. ''माझ्या मैत्रिणीविषयी भलतंसलतं बोलू द्यायची नाही मी तुम्हाला!'' असेच जणू काही तिला म्हणायचे होते. साक्षीदाराच्या मनातली खळबळ ओळखण्याची सवय झालेल्या विजयला ते सहज कळले. पण पुष्पाशीच

बोलत आहोत असे दाखवीत तो म्हणाला, "केशरची आई काही गुजराथी नाही."

"म्हणजे?"

"आमच्या शिरगावची कुळवाडी बाई आहे म्हणे ती! या मनसुखलालनं ठेवली तिला. पुढं लगेच व्यापारात लाखो रुपये त्याला मिळाले. हा सारा त्या बाईचाच पायगुण वाटून शेटजींनी तिला कायमची ठेवली. परवा शिरगावच्या कारखान्याचं काम भिजत पडलं ना? लगेच बाईला घेऊन शेटजी तिथं राहायला गेले. तिच्या पायगुणानं तिथल्या जमिनी लवकरच मिळतील अशी त्यांची समजूत आहे म्हणे! उद्या स्वराज्य मिळवायला याच बाईला घेऊन चला म्हणून गांधींना सांगायला शेटजी काही कमी करायचे नाहीत."

विजयच्या हसण्यात कसली तरी क्रूरता आहे असा सुलभेला भास झाला. पण गुंगीचे औषध दिल्यावर रोगी काही अंक मोजताच जसा बेशुद्ध होतो, त्याप्रमाणे "केशर ही ठेवलेल्या बाईची मुलगी" ही कल्पना पाच-दहादा मनात घोळली न घोळली तोच ती सुन्न झाली. केशर एका गुजराथच्या रखेलीपासून झालेली मुलगी आणि मनोहर एका दक्षिणी मनुष्याच्या खुनाच्या आरोपावरून पळून गेलला मुलगा! यांचं प्रेम कधी तरी सफल होणे शक्य आहे काय? प्रीतीचा मार्ग उंच सखल असतो हे तर खरेच, पण मनोहर आणि केशर यांच्या प्रेमाच्या मार्गात आभाळाला भिडलेले डोंगर आणि पाताळापर्यंत खोल गेलेल्या दऱ्या पसरल्या आहेत. त्या ओलांडण्याचे बळ– पण प्रीती हीच जगातली सर्वांत मोठी शक्ती नाही का?

या शेवटच्या विचाराने सुलभा स्वत:शीच हसली. आपल्या बोलण्याने चिडून सुलभा काही तरी प्रश्न करील, मग सत्यनारायणानंतर रतिलालने केशरची सर्व हकिकत आपल्याला कशी सांगितली; एवढेच नव्हे, तर मनसुखलालचा विचार केशरने रतिलालपाशी राहावे असाच आहे, इत्यादी गोष्टी सांगून आपण तिचे तोंड बंद करू, अशी विजयची कल्पना होती. पण जखमेवर मिठाचे पाणी ओतण्याचे हे समाधान सुलभेने त्याला लाभू दिले नाही.

दिवा मालवून सुलभा अंथरुणावर पडली तेव्हा रात्रीचा भयाणपणा तिला कालच्यापेक्षाही अधिक जाणवू लागला. अभय हा माझा नाहीसा झालेला भाऊ मनोहर आहे, त्याची काळजी तुझ्याइतकीच मला आहे, उद्या त्याची नि तुझी गाठ पडेल असे मी करते, वगैरे आश्वासनांनी तिने केशरचे समाधान केले होते. पण रोग्याला धीर देणाऱ्या डॉक्टरच्या मनात तो असतोच असे नाही. ताडदेववरचा अभयच्या स्टुडिओचा पत्ता केशरने तिला सांगितला होता; पण मध्यरात्र उलटून गेल्यावर एकटीने तिकडे जाणे शक्य तरी कसे होते आणि गेली म्हणून मनोहर तेथे थोडाच भेटणार होता! मुकुंद! मुकुंदाची आठवण होऊन तिला वाटले–

मुकुंद आज जलशाला आला असता तर किती बरे झाले असते. पण मनुष्याच्या इच्छेशी दैव नेहमीच खोखोचा खेळ खेळत असते. मधूनच ती अंथरुणावरून उठली. विजयला जागे करावे, सारी हकिकत सांगावी आणि मनोहरच्या शोधाकरिता त्याला बरोबर घेऊन जावे असा विचार आला होता तिच्या मनात. पण ती दाराशीच थबकली. खुनात मनोहरचे खरे अंग असले तर त्याने विजयच्या दृष्टीला पडणे योग्य होईल का? विजय तात्यासाहेबांचा स्नेही आहे; पण त्याच्या स्वभावात मधूनमधून एक प्रकारचा खुनशीपणा दिसतो. उद्या मनोहरच्या रहस्याचा फायदा तो घेणार नाही कशावरून?

ती परत अंथरुणावर येऊन स्वस्थ बसली; पण उन्हाने पाण्याची वाफ होताना दिसत नसली म्हणून ती व्हायची थोडीच राहते! एखाद्या पुतळीप्रमाणे ती निश्चल दिसत होती. पण तिच्या मनात ज्वालामुखी कढत होता. रात्रीचा असा राग आला तिला. उद्या सकाळी आपण मनोहरला शोधून काढणार. पण त्याच्यासारखा गांजलेला आणि चिडलेला मनुष्य सकाळपर्यंत गप्प बसेल का? अत्याचार आणि खून दिवसाढवळ्या थोडेच होतात. इस्पितळातल्या एका रोगी बाईने स्फुंदत स्फुंदत आपल्यावर आलेला बालहत्येचा प्रसंग तिला बहीण मानून सांगितला होता. काळोखी रात्र नसती तर माणुसकीची हत्या करण्याचा धीरही तिला कदाचित झाला नसता. काळोखात चांदण्या अधिक चमकतात असे सांगून कवी मनुष्याला आशावाद शिकवितात; पण जगातली पापे या चांदण्यांच्या साक्षीनेच होत नाहीत का? कठोर निसर्ग लुकलुकणाऱ्या चांदण्यांच्या रूपाने डोळे मिचकावून साऱ्या पापांकडे पाहत स्वत:शीच एखादे रंगेल गाणेही म्हणत असेल. काय बरे असेल ते गाणे?

मृत्युशय्येवरच्या रोग्याजवळ उभे राहतानाही जी अस्वस्थता कधी जाणवली नव्हती, तिने आज तिचे मन ग्रासून टाकले. ताडदेवच्या बाजूला खून झाल्याची बातमी या वेळी वर्तमानपत्रांच्या कचेऱ्यात टेलिफोन खणखणीत आवाजाने पुन:पुन्हा सांगत असेल. एक पठाण आणि एक–

डोक्यावर खूप थंड पाणी शिंपडून ती अंथरुणावर पडली. मावशी आणि मुकुंद ह्यांच्याशिवाय आपल्याला जगात कुणीही नाही अशी कल्पना करून ती दोघांच्या अनेक मधुर स्मृती मनातल्या मनात आठवू लागली. किरकिरणाऱ्या मुलाला आईने वात्सल्याने थोपटून निजवावे, त्याप्रमाणे या स्मृतिमालिकेनेही तिच्या मनाला गुंगी आणली.

सकाळी घाईघाईने उठून तिने मिळतील ती सर्व वर्तमानपत्रे विकत घेतली. ती चाळताना तिची छाती धडधडत होती. एखाद-दुसऱ्या खुनाशिवाय मुंबईचा दिवसच जात नाही. पण आजच्या वर्तमानपत्रांतल्या खुनाशी मनोहरचा दुरूनसुद्धा

संबंध पोहोचत नाही अशी जेव्हा सुलभेची खात्री झाली, तेव्हा कुठे तिचा जीव खाली पडला. चहाच्या वेळी पुष्पा कालच्या केशरच्या गाण्यातली एक ओळ घोळवून घोळवून म्हणत होती. विजय जलशाचे तो होण्याआधीच छापायला दिलेले वर्णन वाचीत होता. मध्येच तो सुलभेला म्हणाला, ''दुपारच्या गाडीने निघू या आपण! तात्यासाहेब वाट पाहत असतील आपली!'

''पण माझं काम आहे इथं अजून!''

''ती परवाची केस वाटतं?''

साक्षीदाराच्या मदतीला वकील कसा धावून येतो याचा सुलभेला अनुभव आला. विजयने काय काम आहे म्हणून विचारले असते, तर थोडा वेळ तरी तिच्या मनाचा गोंधळ झाल्यावाचून राहिला नसता!

सुलभा स्तब्ध राहिलेली पाहून विजय म्हणाला, ''सुलभा, ध्येय म्हणजे वेडेपणा नव्हे ना?''

''कुणाला ठाऊक! असेलही. कवींनासुद्धा लोक वेडे म्हणतात की!''

पुष्पाकडे पाहत विजय उद्गारला, ''या नियमाला आमच्या पुष्पाताई अपवाद आहेत हं!'' पुष्पाने लाजत लाजत विजयच्या स्तुतीचा स्वीकार केला.

''विजय, ध्येय वेडं असेल अगर नसेल; पण जरूर तेव्हा आंधळं होणं, हा त्याचा गुणच नाही का?''

''वा:! म्हणजे खड्ड्यात पडण्याच्या कामीच काय तो त्याचा उपयोग व्हायचा!''

''पण माणूस एकसारखं आजूबाजूला पाहू लागलं, की लहानसहान काटेकुटेसुद्धा त्याला दिसू लागतात नि मग जागचं हालण्याची बुद्धीच होत नाही त्याला!''

''आलं लक्षात. ध्येयवादी मनुष्य म्हणजे खरा आंधळा नव्हे; आंधळ्याचं सोंग घेतलेला सद्गृहस्थ! ध्येयाचा ढोंगाशी इतका निकट संबंध असेल हे माझ्या कधीच लक्षात आलं नव्हतं बुवा. बाकी मजुरांना संप करण्याची चिथावणी देणारे पुष्कळ पुढारी गिरणीमालकांचे पगारी नोकर असतात असं म्हणतात. हा तुझा कराचीचा महात्मासुद्धा पाच-दहा हजार पैदा करून आला असेल तिकडून.''

मुंग्यांमध्ये वागमुंगळी म्हणून एक जात असते. तिचा दंश विंचवासारखा विलक्षण असतो. विजयचे शेवटचे वाक्य सुलभेला तसेच वाटले. 'आपल्यावरून जग ओळखतं मनुष्य' हे शब्द तिच्या अगदी जिभेवर आले; पण निग्रहाने तिने ते आवरले.

विजयच्या लक्षात आपली चूक लगेच आली. तो सौम्य स्वराने म्हणाला, ''क्षमा कर, सुलभा. वादविवाद सुरू झाला, की प्रतिपक्षावर हल्ला चढवल्यावाचून राहवतच नाही मला. मी अंतर्बाह्य वकील आहे म्हणेनास.''

''तुमच्या भावी पत्नीची दया येते मला. बिचारीला आरोपीच्या पिंजऱ्यात

उभे राहिल्यासारखं आयुष्य घालवावं लागणार.''

विजयचा चेहरा एकदम आरक्त झाला; पण स्वरात पूर्वीचाच सौम्यपणा ठेवून तो म्हणाला, ''भविष्यकाळाची चर्चा आता कशाला हवी? पण परळवरची एक दारिद्री बाई आजारी पडते काय, वडिलांची तार आली असूनसुद्धा तू तिच्या शुश्रूषेला राहतेस काय, तुला घेऊन जाण्याकरिता मी आलो तरी तू या बाईच्या दुखण्याची सबब सांगतेस काय! साऱ्याच अद्भुत गोष्टी वाटतात मला. डॉक्टरीण झालीस, परोपकार करायची तुला इच्छा आहे, या गोष्टींचा तात्यासाहेबांना नि मला काय कमी अभिमान वाटतो? शिरगावला छान सॅनिटोरिअम काढलंय काही मिशनरी मंडळींनी. तिथं जाऊन खुशाल काम कर की! नको कोण म्हणतो? पण आपल्या वडिलांचा समाजातला दर्जा, आपलं शिक्षण, भावी आयुष्यातलं आपलं उच्च स्थान, या साऱ्यांकडे डोळेझाक करून–

''आंधळ्या मनुष्याचे डोळे व्याख्यानांनी उघडतात का कधी?''

खुर्चीवरून उठून गच्चीकडे जात विजय म्हणाला, ''चटक्यांनी उघडतील नि काही काही आंधळ्या माणसांना तर घड्याळे आणि घरं कशी बरोबर कळतात.''

त्याच्या या प्रश्नाचा रोख मुकुंदवर आला तेव्हा सुलभेला कळला. ती घाईघाईने उठली व मुकुंदाला म्हणाली, ''ताईला पुन्हा इंजेक्शनच द्यायला हवं चल, आलेच मी ही!''

मुकुंद आश्चर्याने तिच्याकडे पाहत होता. पण तिने डोळ्याने खुणावताच तो पुढे काही बोलला नाही. रस्त्यावर येताच तो म्हणाला, ''ताईला शिरगावला पाठविली मी काल रात्री!''

''तुझ्या ताईकडं नाही जायचं मला!''

''मग?''

''माझ्या ताईकडं!''

''कुठे?''

''ताडदेवाला!''

''ही कुठली काढलीस नवी ताई?''

''नवी नाही, जुनीच आहे. पण हरवली होती ती सापडली.''

''मनोहर आलाय होय?''

सुलभेने मानेनेच होय म्हटले. ती बोलायची थांबताच तिच्या मुद्रेवरील उदासीनपणा दुणावला. मनातली काळजी लपविण्यासाठीच आपल्याशी ती उखाण्याच्या भाषेत बोलत होती, हे मुकुंदाने ओळखले. पण तिचे सांत्वन कसे करायचे हे त्याला कळेना. खुनाच्या आरोपावरून पळून गेलेल्या भावाचे परत

येणे, आनंद आणि दु:ख यांचे असे समसमान भाग आयुष्यातल्या दुसऱ्या कोठल्या तरी घुटक्यात मिसळलेले असतील का?

सुलभेला हवा असलेला स्टुडिओ मुकुंदाने शोधून काढला. चौकशी करण्याकरिता दोघेही आत गेली. कुठल्या तरी राणीच्या भव्य महालाचा देखावा उभारण्याची गडबड चालली होती. मोठ्या कष्टाने मुकुंदाने तेथे आपली दाद लावून घेतली, तेव्हा अभय मित्र आजारी पडल्यामुळे बिऱ्हाडीच आहेत असे कळले. पत्ता मिळवून त्याने शेवटी बिऱ्हाड कसेबसे शोधून काढले. जिना चढताना सुलभेची पावले जड होऊन गेली. आता आपल्याला काय पाहावे लागणार? काय ऐकावे लागणार? अगदी वरच्या पायरीवर ती जागच्या जागीच खिळून राहिली. मुकुंदाने मागे वळून पाहिले. सुलभा भीतीने व्याकूळ झाली आहे हे त्याच्या लक्षात आले. एखाद्या मैत्रिणीप्रमाणे तिचा हात आपल्या हातात घेऊन तो म्हणाला, "मी आहे ना तुझ्याबरोबर?" त्या एकाच वाक्याने तिला आपल्या हृदयावरचा भार हलका झालासा वाटला.

अभय मित्राच्या खोलीपाशी दोघे येऊन पोहोचली. दारावरच्या भय्याने सांगितले, "साहेब बेमार आहेत. आत कडी लावून निजले आहेत."

कडी लावून? सुलभेपुढे आत्महत्येची अनेक दृश्ये उभी राहिली. वैतागलेला मनुष्य एकांतात केव्हा काय करील याचा नेम नाही. आता मनोहरच येऊन दार उघडणार की–

मुकुंदाने दार वाजविले. आत काहीच हालचाल नाही असे पाहून तो जोरजोराने दाराला धक्के देऊ लागला. आतून कुणीतरी ओरडले, "कौन है? भय्या–"

सुलभा म्हणाली, "दार उघड म्हणजे कळेल कोण आहे ते!" स्त्रीचा आवाज ऐकून आतील व्यक्ती दाराजवळ आली असावी. "नाव काय?" तिने प्रश्न केला. "केशर" सुलभेने उत्तर दिले. दाराची कडी खळकन् निघाली. मनोहरचे पिंजारलेले केस आणि तारवटलेले डोळे पाहून सुलभा क्षणभर भ्यालीच. मग तिच्या लक्षात आले, की रात्रभर त्याच्या डोळ्याला डोळा लागला नसावा.

"केशर कुठं आहे?" दोघेही आत जाताच मनोहरने विचारले.

"निघून गेली!"

"कुठं?"

"जिथून आली होती तिथं!"

"परत घरी?"

"अं हं. तुझ्या मनात! ती आली होती कुठं आमच्याबरोबर?"

"लहानपणापासून ही ताइटली अश्शी खट्याळ आहे!"

आपल्या येण्याने मनोहरला आनंद झाला आहे हे सुलभेच्या लक्षात आले. थोडा वेळ खाली मान घालून तो स्वस्थ बसला होता. मग एकदम मुकुंदाकडे वळून तो म्हणाला, ''तुझ्यासारख्या बड्या माणसाला असला भिकार पोषाख शोभत नाही.''

मुकुंद व सुलभा या दोघांनाही हसू आवरेना. शेवटी मुकुंदाने त्याला विचारले, ''मला ओळखलंस का तू?''

''वा:! भाऊबिजेदिवशी ही तुला ओवाळायला लागली म्हणून तर मी पळून गेलो!'' मनोहरने हसण्याचा प्रयत्न केला; पण कृत्रिम फुलाला सुवास कुठून येणार? आपले दु:ख लपवून ठेवण्याचा तो प्रयत्न करीत आहे, हे उघड उघड दिसत होते. आपण आय.सी.एस. अथवा बॅरिस्टर अशी एखादी बडी पदवी मिळविलेली नाही, हे मुकुंदाने सांगताच तो आश्चर्याने म्हणाला, ''मी दररोज जग पुढं गेलेलं पाहतोय! शाळेतल्या दिवसांची आठवण झाली, की वाटतं, मुकुंद कुठे तरी न्यायाधीश झालेला आहे आणि पोलिसांनी आपल्याला पकडून त्याच्यापुढं उभे केलं आहे. सुलभा कुठल्या तरी बड्या डॉक्टराची बायको झाली आहे. तिच्या नवऱ्याकडे जेलच्या तपासणीचेही काम आहे. सुलभाताई सहज एकदा तुरुंग पाहायला पतिराजांबरोबर येतात. कैद्याच्या कपड्यात बागेत काम करीत असलेला मनोहर दिसताच त्या तोंड फिरवितात, आणि–'' एक हुंदका देऊन मनोहरने आपले डोके दोन्ही हातांनी घट्ट दाबून धरले आणि ते उशीवर टेकले. 'दादा, दादा' म्हणत सुलभा त्याच्याजवळ गेली. त्याचा हात हातात घेऊन वत्सलतेने दुसऱ्या हाताने ती त्याचे मस्तक थोपटू लागली. आपले अश्रू झटकन पुसून मनोहर म्हणाला, ''ताई, आज आपली आई असती तर–''

''तर तिलाही सोडून तू पळून गेला असतास!''

''नाही. आई असती तर मी गेलो नसतो! सारं सारं खरं तिला सांगितलं असतं. तू आपल्या अभ्यासात नि मैत्रिणीत दंग. मावशीला निलाजरेपणाने सांगायला मन घेईना आणि तात्यांनी तर एक अक्षरसुद्धा ऐकून घेतलं नसतं माझं! त्यामुळं खून न करता मी गुन्हेगार ठरलो–''

''त्या खुनात तुझं काही अंग नव्हतं?''

''त्या रात्री गाणं ऐकायला मी तिच्या घरी गेलो होतो.''

''खून कुणी केला मग?''

''एका पठाणानं. खटल्यात साक्षीदार म्हणून माझं नाव पुढं येईल नि नायकिणीच्या घरी तात्यासाहेबांचा मुलगा होता ही गोष्ट त्यांच्या अब्रूला काळिमा लावील, असं सांगून पळून जायला त्यानं माझं मन वळविलं आणि मी गेल्यावर माझ्याविरुद्ध सारा पुरावा तयार करून सहीसलामत सुटला.''

मुकुंदाने प्रश्न केला, ''त्यांचा धंदा काय?''

“फार पवित्र आहे त्याचा धंदा! देखण्या मुली पळवून त्या विकायच्या नि पंचवीस टक्के व्याजानं पैसे उसने द्यायचे!”

“तो असतो कुठं?”

“त्या वेळी शिरगावला होता. हल्ली पुण्या-मुंबईला असतो! मी मुंबईला राहिलो तर फरारी खुनी मनुष्य म्हणून पोलिसांत वर्दी देण्याची भीती घालतो तो नेहमी! वाघ म्हटलं तरी खातो, नि वाघोबा म्हटले तरी खातो! मग एकदा सोक्षमोक्ष करून घेतलेला काय वाईट?”

“काय करणार आहेस तू?” उशीवर टेकलेले मनोहरचे मस्तक मांडीवर घेत सुलभेने विचारले.

“ज्या धंद्यात पडलो तेच.” विकट हास्य करीत मनोहर उद्गारला,

“शूटिंग!”

“दादा, अजून लहानपणासारखाच राहिला आहेस की तू!”

“तात्यांनी कधी मोठं होऊ दिलंच नाही मला. भय! साऱ्या गोष्टीचं भय! ताई, तू आपल्या बुद्धीनं पुढं आलीस; मला काय बुद्धी नव्हती? बोलपट कंपन्यांना अभय मित्रांच्या चालींची गोडी विचार जा! पण हे सारं चोरून शिकावं लागलं मला. उघड उघड जर तात्यांनी माझी गाणं शिकण्याची व्यवस्था केली असती, तर नायकिणीच्या घरच्या बैठकींना चोरून जाण्याची धडपड मी केलीच नसती आणि हा प्रसंगही ओढवला नसता!”

“ते काही असलं तरी हे शूटिंगचं वेड डोक्यातून काढून टाक अगदी.”

“त्या पठाणाचं फार भय वाटतं मला!”

“मुकुंद आहे ना इथंच.”

“वाटलं तर तुझ्याच खोलीत येऊन राहतो मी!” खिडकीजवळ उभा राहून बहीण-भावाचं संभाषण ऐकत असलेला मुकुंद म्हणाला. मनोहरची वृत्ती आता बरीच शांत झाली होती. त्याच्याकडे निरखून पाहून सुलभा म्हणाली, “हे बघ, दादा! थोडे दिवस तुझं हे वेड जरा बाजूला राहू दे हं!”

“नि मग?–”

“मग दुसरंच वेड लागेल तुला! एकसारखं केशरकडे पाहत बसायचं!”

“लग्नाच्याच तयारीनं आली आहेस म्हणायची! पण देवक कोण ठेवणार माझ्या लग्नाचं? तुम्ही दोघंच वाटतं?”

कल्पवृक्ष की विषवृक्ष?

केशरची व मनोहरची गाठ पडेल तर तो अविचाराने कोणतेही साहस करणार नाही, असे सुलभेप्रमाणे मुकुंदालाही वाटले. पण आजच्या आज हे घडून कसे यायचे? संध्याकाळी केशर शिरगावला निघून जाईल. कलकत्त्याहून येऊन तिच्याशी क्षणभरसुद्धा बोलण्याची संधी न मिळाल्यामुळे मनोहर अधिकच उदास होईल. त्यात त्या पठाणाने त्याचा पाठपुरावा केला, की मग– दारूचे कोठार भरलेले होते, आसपास ठिगण्याही उडत होत्या आणि जोराने सुटलेल्या वाऱ्याची दिशा केव्हा बदलेल याचा नेम नव्हता. केशरसाठी कलकत्त्याहून धावून येणारा मनोहर उद्या शिरगावला तिला भेटण्याकरिता जाणार नाही कशावरून? शिरगावच्या दृष्टीने तो खून करून पळून गेलेला गुन्हेगार! मनोहर म्हणतो तशी वस्तुस्थिती असली, तरी त्या पठाणाला पकडायचे कोणत्या पुराव्यावर आणि त्याने स्वत: गुन्हा कबूल केल्यावाचून दुसरा पुरावा मिळण्याची शक्यता आता काय उरली होती? एकमेकांच्या मुद्रांवर उमटलेले हे प्रश्न सुलभा व मुकुंद यांनी कितीदा ती मुकेपणाने वाचले. पण प्रश्न कधी वाचून सुटतात का? उत्तरे देण्याच्या प्रत्यक्ष प्रयत्नालाच ते सुटले तर सुटायचे.

यामुळे सुलभा घरी आली ती खिन्न मन:स्थितीतच! परत आल्यावर मुकुंदाने शिकवणीला आरंभ करायचा; पुष्पा व पांडुरंग यांना घेऊन विजय कुठे बाहेर गेला होता. जाताना 'थोडा वेळ लागेल परत यायला' म्हणून निरोपही ठेवला होता त्याने. पुष्पाला बरोबर घेऊन जाणे हा त्यांचा एक प्रकारचा आपल्यावरला सूडच आहे, हे सुलभेच्या लक्षात यायला वेळ लागला नाही. मुकुंदाला तर आता तिष्ठत बसणे प्राप्तच होते.

मुकुंदाला घेऊन सुलभा आपल्या खोलीत गेली. काही तरी हसण्यासारखे त्याने बोलावे असे तिला वाटत होते; पण तो कसल्या तरी विचारात गुंग असावा. तिच्या मनातले वादळही क्षणोक्षणी वाढू लागले. बाळपणाचा रम्यपणा

सुलभेला त्या पाच मिनिटात पुरेपूर पटला. त्या चिमण्या जगात दु:खे काय कमी होती, पण ती दीर्घायुषी नव्हती. त्या वेळी साध्या चिंता सूर्योदयाबरोबर उत्पन्न होत आणि सूर्यास्ताबरोबर मावळत. कुणाला पापा दिला तरी त्याचे कौतुक आणि नाही नाही म्हणून मानेने सांगितले तरी त्याचे कौतुक. या यक्षसृष्टीत भीती, निराशा, मत्सर, मृत्यू यांची रूपेसुद्धा किती लहान आणि अस्थिर असतात, पण मनुष्य मोठा झाला की–

"सुलभा पुढं काय करणार आहेस तू?"

झोप येत नाही म्हणून चिडून गेलेल्या मनुष्याला मुद्दाम कोणी तरी हसवावे तसे सुलभेला झाले. ती आयुष्यातली वीस वर्षे विसरण्याचा प्रयत्न करीत होती. अशा वेळी पुढल्या वीस वर्षांचा चित्रपट डोळ्यांपुढे उभा करायला सांगणारा हा मुकुंद– पुढली वर्षे? कशासाठी हा प्रश्न विचारला त्याने?

"मुकुंद, जखम झाली, की ती धुऊन, बांधून रोग्याला स्वस्थ पडू द्यावं, असं शिकले आहे मी!"

"रोग्याच्या दृष्टीनं ठीक आहे ते; पण तू काही रोगी नाहीस आणि जग हे काही धर्मार्थ इस्पितळ नाही! इस्पितळ नाही खरंच. जिथे कुणीच कुणाची पर्वा करीत नाही अशी धर्मशाळा आहे ती."

"उमर खय्याम संचारलाय आज तुझ्या अंगात! एक प्रणयकथा आणि चहाची किटली घेऊन कुठे तरी जाऊन बसावं असं नाही ना येत तुझ्या मनात?"

"तुझ्यासारखी ढाल-तलवार घेऊन तयार झालेली माणसं पाहिली म्हणजे– ?"

"नाही तर माणसानं करायचं तरी काय? आयुष्य ही एक फार विचित्र लढाई आहे. या घनघोर संग्रामात मनुष्याला समाजाशी लढावं लागतं, आपल्यावर प्रेम करणाऱ्या नातलगांशी लढावं लागतं, फार काय स्वत:शीही लढावं लागतं."

"स्वत:शी?" एकदम चमकून सुलभेने विचारले.

"हो, शत्रूचा बालेकिल्ला तर तोच आहे."

"म्हणजे मनुष्य स्वत:चाच शत्रू असतो?"

"नवलसं वाटलं तुला? Better is the enemy of good. प्रत्येक मनुष्यात दोन विरोधी आकांक्षा असतात. त्याला सुखानं राहावंसं वाटतं; पण त्याचबरोबर काही तरी विशेष करावं, जगाच्या उपयोगी पडावं, असा दिव्य भासही त्याला मधूनमधून होतो. हा भास सत्यसृष्टीत उतरावा म्हणून त्याला स्वत:शीही लढावं लागतं!"

"आणि या लढाईत जखमा झाल्या तर?"

"झाल्या तर का? होतातच! ही काही लुटुपुटूची लढाई नाही. पण त्या जखमांवर छानसं औषधं आहे!''

"कोणतं?''

"प्रेम करणारं मनुष्य!'' मुकुंदाच्या मुद्रेकडे सुलभेने पाहिले. एक तरुण पुरुष तरुण स्त्रीकडे पाहत नव्हता, एक हृदय दुसऱ्या हृदयाशी बोलत होते. त्याच्या या निग्रही स्वभावाबद्दल तिच्या मनात आश्चर्ययुक्त आदर उत्पन्न झाला. गेल्या सात-आठ वर्षांत किती तरी लहान-मोठ्या पुरुषांशी तिचा परिचय झाला होता. पण मुकुंदाइतकी निर्मळ दृष्टी तिला क्वचितच आढळली होती. स्त्रीदाक्षिण्याच्या पडद्याआड पुरुषांचे लहानसहान चाळे झाकून जाण्याची सोय समाजात सध्या झाली आहे हे खरे, पण त्यामुळे समाज फसला तरी स्त्रीच्या मनाला भूल पडत नाही. सुलभेने मुकुंदाकडे निरखून पाहिले. कदाचित यांचा दाक्षिण्याचा पडदा अधिक जाड असेल; अशी शंकाही तिच्या मनात उत्पन्न झाली. पण जिथे आडपडदाच नव्हता, तिथे निरखून काय पाहणार?

"पण हे प्रेम करणारं माणूस थोडं दूरच असलेलं बरं!'' मुकुंद पुढे चालू लागला. आता मात्र सुलभेला हसू आवरेना. ती म्हणाली, "चांगला डॉक्टर होशील तू. रोगी उत्तर ध्रुवावर आणि औषध दक्षिण ध्रुवावर!''

"असंच काही नाही! पण प्रेम मधासारखं असतं बघ. माशी जी मिटक्या मारायला येते ती आत चिकटून बसते!''

"मग प्रेम असावं तरी कसं?''

"हिरव्या चाफ्याच्या फुलासारखं! दुरूनच त्याच्या सुगंधानं आनंद व्हावा.''

"अगदी वाईट कवी होशील पाहा तू!''

"चांगलं सर्टिफिकेट आहे हे! काम करायचंय मला, काव्य नाही!''

"एवढा संस्कृत पंडित तू आणि प्रेम दुरून करावं म्हणून खुशाल सांगतोस? प्रेम असं वाऱ्यावरून येणाऱ्या वासावर संतुष्ट राहतं, तर कालिदासानं 'मेघदूत' लिहिलं तरी असतं का?''

"त्या झाल्या यक्षगंधर्वांच्या गोष्टी!''

"आणि तुझ्या गोष्टी भुताखेतांच्या आहेत वाटतं? आमच्या कादंबरीकारांना विचार, कॉलेजातल्या तरुणाचा सल्ला घे, झाडून सारे तुला वेड्यात काढतील.''

जिन्यावरून कुणी तरी धावतच वर आले. पुष्पा होती ती! तिच्या हातात कोरी मनिबॅग झुलत होती. जवळजवळ धापा टाकीतच ती सुलभेला म्हणाली, "कशी छान, छान गाडी आहे! चैन आहे बाई तुझी, ताई!''

सुलभेला तिच्या बोलण्याचा अर्थच कळला नाही. थोडा वेळ थांबून तिने सर्व हकिकत पुष्पाकडून काढून घेतली. विजयने पुष्पाच्या आवडीच्या वस्तू

भेटीदाखल तिला घेऊन दिल्या होत्या! एवढेच नव्हे, तर स्वत:साठी एक सुंदर मोटारही पसंत करून तो आला होता. तिच्यातूनच उद्या पुण्याला जायचा बेत केला होता त्याने! ''उद्या तुमच्या हस्ते ओपनिंग सेरेमनी होणार आहे या मोटारीचा, ताईसाहेब! विजय मलासुद्धा चल म्हणताहेत, पण हा वाघ लागला आहे ना मागं! कशाला मेले हे कालिदास आणि भवभूती जन्माला आले कुणाला ठाऊक!''

''माझ्यासारख्याचं पोट भरावं म्हणून!'' मुकुंदाने हसत उत्तर दिले.

मोटारने पुण्याला येण्याचा हा सुलभेला पहिलाच प्रसंग होता. मोटारपेक्षा आगगाडीचा प्रवासच तिला अधिक आवडे. घरची मोटार नेहमी असूनही आगगाडीने मुंबईला येण्याच्या तिच्या हौसेची कुणी थट्टा केली तर ती उत्तर देई, 'एकट्यानं प्रवास करण्यात मला गंमतच वाटत नाही. ज्यांची भेट उभ्या आयुष्यात देखील पुन्हा व्हायची नाही, अशा माणसांत बसून प्रवास करण्यात जी मौज आहे, ती मोटारीतल्या एकांतात कधी तरी मिळेल का?'

मावशी सुलभेला लाघवी म्हणत ते या बाबतीत अक्षरश: खरे होते. आगगाडीत एखादे लहान मूल, तिची मुद्रा ओळखीच्या बाईसारखी दिसल्यामुळे, तिच्याजवळ येई. त्यावेळी ती इतक्या वात्सल्याने त्याला कुरवाळी, की आपली फसगत झाली ही गोष्ट ते विसरूनही जाई. एका रडव्या मुलाला आपल्या विपुल केसांचा अंबाडा खेळायला देऊन पुण्यापासून मुंबईपर्यंत तिने त्याला हसतमुखाने नेले होते. लहान मुलांप्रमाणे म्हातारी माणसेही तिला चटकन वश होत. काशीयात्रेच्या पुण्यावर तिचा काडीमात्र विश्वास नव्हता. पण एकदा कल्याणपासून पुण्यापर्यंत एका आजीबाईने सोडलेली यात्रेची नि नातसुनेच्या कागाळ्यांची पोथी तिने शांतपणाने ऐकून घेतली आणि जाता जाता ''काशीला राग सोडून आलं पाहिजे हं माणसानं'' असे औषधही टोचून दिले.

या स्वभावामुळे मोटारीच्या प्रवासात ती फारशी रंगत नसे! शिवाय पांडुरंग व विजय यांचे मोटारीच्या सौंदर्याबद्दल जे पाल्हाळिक संभाषण प्रवासाच्या आरंभीच झाले, त्याची तर तिला शिसारीच आली होती. नव्या मोटारीचा अभिमान विजयच्या तोंडच्या शब्दांशब्दांत आणि मुद्रेतल्या रेषेरेषेत स्पष्ट उमटत होते. सुलभेला वाटले, त्याच्यासारख्या बुद्धिवान, तरुण, सुशिक्षिताच्या महत्त्वाकांक्षेचे सार हेच का? कोरांटीच्या फुलांचे रंग काय कमी मोहक असतात, पण सुवास? ध्येय हाच जीवनाचा सुगंध! विजयच्या आयुष्यात तो कुठे होता? मोटार, बंगला, जमीनजुमला, जहागीर! सारी कागदी फुले.

न कळत मुकुंद तिच्या डोळ्यांपुढे उभा राहिला. काल दुपारी केशर व

मनोहर यांची भेट त्याच्या चातुर्यानेच एका बागेत झाली. केशर आणि मनोहर यांना थोडा एकांत मिळावा म्हणून आपण व मुकुंद दूर गेलो. जाता जाता आपण मागे वळून पाहिले. किती व्याकूळ नजरेने ती दोघे एकमेकांकडे पाहत होती! परस्परांविषयीची त्यांची ती आतुरता आणि शांतपणाने आपल्याशी समाजाच्या सध्याच्या परिस्थितीविषयी बोलणारा मुकुंद! चांदण्यात जगाची चिंता करीत फिरणाऱ्या एखाद्या देवदूताच्या चित्रासारखा दिसत होता तो! बागेच्या बाजूला चिटपाखरूदेखील नव्हते. स्पर्शाने अथवा शब्दाने दूर राहो; पण दृष्टीने तो आपल्याशी काही विशेष बोलला असता, तर ते जगाला थोडेच कळणार होते! काही झाडांना फुले फार सुंदर येतात; पण फळ मात्र मुळीच धरत नाही. त्याचे मन असेच आहे का? सूक्ष्म बोलण्याने उचंबळणाऱ्या साऱ्या हृदयाला दुसऱ्या कोणत्याही कोमल भावाचा स्पर्शच होत नाही का? तो म्हणतो ते सारे खरे वाटते; पण ध्येय म्हणजे स्वत:चे सुख विकून त्याच्या मोबदल्यात घेतलेले दुसऱ्याचे दु:ख असाच त्याचा अर्थ होत नाही का?

मोटारीच्या वेगाबरोबर सुलेभच्या विचारांची गुंतागुंत वाढतच चालली. विजयने मध्येच बाहेरील सृष्टीसौंदर्य तिला दाखविले, रस्त्यांची माहिती सांगितली, माथेरानला लवकरच दोन दिवस राहायला जायचा बेतही केला, पण कशातच ती मनमोकळेपणाने रंगू शकली नाही. तिच्या तुटक उत्तरांनी विजयही कंटाळला. त्यामुळे मोटार पुण्याला पोहोचली तेव्हा सुलभेप्रमाणे त्यालाही हायसे वाटले.

मात्र दुपारी मावशी देवाच्या वाती आणि सुलभेशी गोष्टी करू लागल्या तेव्हा तिच्या मनावरचे औदासीन्याचे अभ्रपटल हां हां म्हणता नाहीसे झाले. आगगाड्यांच्या कर्णकर्कश शिट्ट्यांनी क्षणोक्षणी निनादित होणाऱ्या स्टेशनावरच्या गर्दीतून कोकिळा गात असलेल्या एका शांत आंब्याच्या झाडाखाली आपण जाऊन बसलो आहोत असा तिला भास झाला. कुठलीही गोष्ट सांगताना चटकन पुराणातला दाखला देण्यात दिसून येणाऱ्या मावशीच्या स्मरणशक्तीपेक्षा जवळजवळ पासष्ट पावसाळे पाहूनही त्यांच्या मुद्रेवर जे वासंतिक स्मित दिसत असे त्याचे याही वेळी सुलभेला आश्चर्य वाटले. मध्ये आपल्याला बरे वाटत नव्हते असे मावशींनी सांगताच सुलभा म्हणाली, ''मग मला कळवायचं होतंस की! एवढी तुझी नात डॉक्टरीण असून–''

''काय उपयोग आम्हाला त्याचा?''

सुलभेने डोळे विस्फारून मावशींकडे पाहिले.

''रागावू नकोस अशी. त्या दिवशी तात्यांच्या तारेला देखील दाद दिली नाहीस तू! मग मावशीच्या पत्राला कोण भीक घालतंय?'' सुलभेचे डोळे एकदम पाण्याने डबडबले. मावशींनी तिला जवळ ओढले आणि कुरवाळले. तीही

लहान मुलीप्रमाणे त्यांच्या मांडीवर डोके टेकून त्यांच्याकडे टक लावून पाहू लागली.

"एवढी डॉक्टरीण झालीस; पण अजून थट्टासुद्धा समजत नाही ना?"

"अशी जीव घेणारी थट्टा डॉक्टर करू लागला, तर छान चालेल त्याचा धंदा!"

सुलभेचा आपल्यावर फार जीव आहे या जाणिवेने हर्षून मावशी म्हणाल्या, "तसं नव्हे गं, तसं काही असतं तर तुला कळविलंच असतं की! पण ही म्हातारी पतवंडाचं तोंड पाहिल्यावाचून ओंकारेश्वरावर जायची नाही ही खूणगाठ बांधून ठेव अगदी!"

"पतवंड काय पुढच्या वर्षी होईल!"

मावशी तिच्याकडे बघतच राहिल्या. तात्यांची तार जाऊनही सुलभा आली नाही, तेव्हाच अलीकडच्या पद्धतीप्रमाणे तिचे कोणाशी तरी लग्न ठरले नसेल ना अशी शंका मावशींच्या मनात आली नव्हती असे नाही. पण आताचे सुलभेचे उत्तर ऐकून त्यांचे क्षमाशील मनही थोडेसे बिथरले. काळ बदलला म्हणून पोरींनी इतका ताळ सोडला की काय, असेच जणू काही त्या स्वतःशी म्हणत होत्या. त्यांच्या मनातल्या खळबळीचा सुलभेला अंदाज आला. ती हसत हसत म्हणाली, "वर्षभरानं मनोहरला मुलगा होईल हे सांगायचं होतं मला."

"मनोहरला?" मावशींनी केवढ्याने तरी प्रश्न विचारला. इतक्यात माठातले पाणी पिण्याकरिता आलेल्या वियजने दारातून डोकावून पाहिले. मावशींचा प्रश्न तर त्याच्या कानावर पडला होताच; पण आपल्याला पाहताच सुलभा चपापली, हेही त्याच्या ध्यानात आले. तथापि, पाणी पिऊन हुश्श करीत आणि धोतराच्या सोग्याने वारा घेत तो क्षणभर उभा राहिला. आपले अकस्मात येणे सुलभेला चमत्कारिक वाटले असावे अशा समजुतीने तो म्हणाला, "पांडुरंगानं ताणून दिलंय छान! नि या उकाड्याने तहान तर विलक्षण लागते अगदी!"

"आमच्या काही गुप्त गोष्टी चालल्या नव्हत्या इथे!" सुलभेने उत्तर दिले.

"वा:! नात आजीशी हट्ट धरून बसल्यावर जी गोष्ट सुरू होते तिच्यापेक्षा दुसरं मोठं गुपितच मिळायचं नाही जगात! एक होता राजा नि त्याला–"

"मिळेना राणी!" आपण हे वाक्य का बोलून गेलो, हे सुलभेला स्वतःलासुद्धा सांगता आले नसते. मात्र आपले बोलणे वर्मी लागणारे नव्हते हे दाखविण्याकरिता ती म्हणाली, "सध्याच्या मुलींना लग्न करावंसं वाटत नाही. मग राजाला राणी मिळणार कोठून?"

"पण राजाशी लग्न न करणारी मुलगी पुढं त्याच्या हुजऱ्याबरोबर पळून जाते ना! मावशी, आजच्याच वर्तमानपत्रात बातमी आहे बघा! एक चांगली

शिकलेली हिंदू मुलगी– पुरुषांना पावलोपावली शिव्या घालणारी– एका मुसलमान तब्बलजीशी लग्न केलं तिनं!''

या तब्बलजी-प्रकरणानंतर संभाषण अशक्यच होते. मावशींच्या मांडीवर डोके टेकून पडलेल्या सुलभेने डोळे मिटून घेतले. विजय वर निघून गेला. सुलभेचा हां हां म्हणता डोळा लागला. मावशीची मांडी अवघडली. पण वाती करतानासुद्धा ती हालू नये म्हणून त्या किती जपून हालचाल करीत होत्या. परशुरामासारख्या गुरुची निद्रा भंग पावू नये म्हणून मांडीतून रक्त वाहत असताना कर्ण जागचा हलला नाही. ती विलक्षण निष्ठा मावशींच्या या वात्सल्यात होती. त्यामुळे घटकाभराने सुलभा जेव्हा गोड गुंगीतून जागी झाली, तेव्हा मावशींच्या मांडीवर आपण निजलो आहोत, हे पाहून तिचे तिलाच हसू आले. विजा कडकडून पडत आहेत. मेघांच्या गडगडाटाने मनात धडकी भरत आहे, वृक्षवेलींच्या अंगात वारे संचारले आहे, झोंबणाऱ्या वाऱ्याने अंगावर विचित्र काटा उभा राहत आहे, असा भास तिला मुंबईला गेल्या पाच-सहा दिवसात होत होता. म्हणून मावशींच्या मांडीवरच्या त्या निर्व्याज निद्रासुखाचा रम्य अनुभव लवकर संपू नये या इच्छेने तिने पुन्हा आपले डोळे मिटून घेतले. या वेळी तिला वाटले– ज्या वादळात आपण सापडलो आहोत असा आपल्याला भास होत होता, ते दूर कुठे तरी अकांडतांडव करीत आहे. आपण आपल्या घरात मावशींच्या छत्राखाली अगदी सुरक्षित आहोत.

या कल्पनेने असो अगर मावशींच्या प्रेमळ सहवासामुळे असो संध्याकाळी तात्यासाहेब आणि विजय यांच्याबरोबर सुलभा व्याख्यानाला गेली. तेव्हा ती पूर्वीप्रमाणे प्रसन्न मनःस्थितीत आहे असा विजयला भास झाला. विजयचे स्वागत व व्याख्यानाला झालेली गर्दी इत्यादिकांचा नकळत सुलभेच्या मनावर परिणाम झालाच. मुकुंदाचे समाजात असे स्वागत होईल का? तिच्या मनात व्याख्यानाच्या वेळी हा एकच प्रश्न मधूनमधून नाचत होता.

त्या दिवशीची भाषणे वर्तमानपत्राच्या बातमीदारांच्या दृष्टीने अत्यंत चांगली झाली. अनके उपवक्ते अडखळले. जे अडखळत नव्हते त्यांना श्रोत्यांनी अडविले. मधूनमधून खाकरणाऱ्या एका गृहस्थाला तर 'सुंठ हवी का?' म्हणून प्रश्न विचारण्याचे धार्ष्ट्यही एका अनामिकाने दाखविले. हशा, टाळ्या, काठ्यांचे आवाज यांची तर गणतीच करता येत नव्हती. विजयने जोरजोराने स्त्रीजातीची वकिली आपल्या भाषणात केली होती, ती न खपून एका सनातनी उपवक्त्यांनी 'स्त्री व पुरुष यांची योग्यता सारखी आहे असे ईश्वराला वाटत असते, तर त्याने त्यांच्या शरीररचनेत निष्कारण भेद केला नसता!' हा मुद्दा पुढे मांडला. दुसऱ्या एकाने बायकांचा मेंदू फार हलका असल्याची तक्रार केली त्या वेळच्या त्याच्या

आविर्भावावरून व भाषणात पदोपदी होणाऱ्या शास्त्रीय सत्याच्या उल्लेखांवरून एका खिशात स्त्री-पुरुषांचे मेंदू व दुसऱ्यात सर्व वजने घालूनच तो आला असला पाहिजे असे श्रोत्यांना क्षणभर वाटले. स्त्रियांना पुरुषांच्या आठपट काम असते हे आपण सप्रयोग सिद्ध करून दाखवायला तयार आहोत असे तिसऱ्याने सांगितले, तेव्हा तर सभागृहात गडबडच उडाली. चौकशीअंती सुंदर बायको पळून गेल्यामुळे वेड लागलेला तो गृहस्थ होता असे कळले. अंधप्रेमाने त्याच्या भावाने त्याला वेड्याच्या इस्पितळातून घरी परत आणले होते. तेव्हापासून आर्यसंस्कृतीचा कट्टर कैवारी होऊन त्याने संशोधन सुरू केले होते. सध्याच्या उष्णतामापक नळीप्रमाणे काममापक यंत्र प्राचीनकाळी आर्यावर्तात होते, अशी त्याची या संशोधनात खात्री पटली होती म्हणे. सबंध हिंदुस्थानचे उत्खनन केल्यास ते यंत्र मिळाल्यावाचून राहणार नाही, असेही तो आग्रहाने सांगत असे.

एका टोकाकडून हे हल्ले चढले. दुसऱ्या पक्षाचे पुढारीपण भाई कदम यांच्याकडे आले होते.

शेकडा नव्याण्णव टक्के असलेल्या बहुजन समाजातल्या स्त्रियांचा विचार न केल्याबद्दल कदमने विजयला दोष दिला. नंतर त्याने एकदम एवढ्या तारस्वराने ओरडायला व हवेमध्ये मुष्टियुद्धाचे पवित्रे करायला सुरुवात केली, की पहिल्याच रांगेमध्ये बसलेल्या एका तीन-चार वर्षांच्या मुलीने एकदम भोकाड पसरले. मारून मुटकून तिला गप्प करण्याच्या आधीच कदमच्या अभिनयाने घाबरून जाऊन एक लहान मुलगा ओरडू लागला. 'स्त्री-पुरुषांची समता आता प्रस्थापित झाली' असे उद्गार काढून अध्यक्ष प्रो. गरुड यांनी कदमांना खालच्या पट्टीत येण्याची विनंती केली, तेव्हा कुठे बाळगोपाळांचा हा हलकल्लोळ शांत झाला.

पुरुषजातीने स्त्रीजातीला कसे गुलाम करून ठेवले आहे याचेच चित्र कदमने काढले असते, तर ते सुलभेला अगर अनेक समंजस श्रोत्यांना थोडेफार संमत झाले असते; 'पोरांची गिरणी चालवून त्या नफ्यावर चैन करणारे भांडवलवाले', 'बाळंतपणाच्या पायी बायकोचे बळी घेणारे नरराक्षस', 'अबलांचे रक्त घटाघट पिऊन माजलेले पोळ' वगैरे शेलकी मुक्ताफळे जेव्हा तो उधळू लागला, तेव्हा सभेत तिटकाऱ्याचा वारा वाहू लागला. श्रोत्यांच्या विरोधामुळे वक्त्यांचे भान सुटून तोही रागारागाने विधाने करीत सुटला! विवाहसंस्था मनुष्यकृत आहे, एवढे म्हणून तो थांबला असता तर ठीक होते; पण 'संततिनियमनाची साधनं सर्रास मिळू लागल्यावर स्त्रियांनी लग्न करून पुरुषांची गुलामगिरी का पत्करावी?' या त्याच्या वाक्याने श्रोतृवृंद चिडला. समाज सागरासारखा असतो! तो क्षुब्ध झाल्यावर लहान होडी असो, नाही तर मोठे जहाज असो, त्यांना केव्हा जलसमाधी मिळेल याचा नेम नसतो. आताही तसेच झाले. कदमाच्या पिंजारलेल्या केसांपासून

वळलेल्या मुठीपर्यंतच्या कोणत्याही रौद्ररूपाला सभा भ्याली नाही. शेवटी प्रोफेसर गरुड व विजय यांच्या मध्यस्थीत स्वारीला भाषण संपण्याच्या आधीच व्यासपीठ सोडावे लागले.

सभेत एवढ्याच गोष्टी घडल्या असत्या तर विजयशी हसत खेळत आणि झालेल्या प्रकाराची चर्चा करीत सुलभा घरी परत आली असती. पण प्रोफेसर गरुड यांनी अध्यक्ष या नात्याने केलेला छोटा समारोप इतका विलक्षण होता; की त्यातली काही काही वाक्ये एकसारखी तिच्या मनात घोळू लागली.

''स्त्रियांत काय आणि पुरुषांत काय, लौकिक व अलौकिक असे दोन भेद पाडलेच पाहिजेत. समता लौकिक वर्गात निर्माण होणे पवित्र व इष्ट आहे; पण अलौकिकाला हे बंधन घालण्यात जगाची हानी आहे. कारंजांना कळ असावी लागते! समुद्राच्या वर्तनाला असल्या कृत्रिम उपायांची जरुरी नाही!'

'स्त्री-पुरुषांतली भांडणे वाढण्याचे कारण एकच आहे. ते म्हणजे लग्न हा दोघेही स्वत:तला स्वस्त सौदा मानतात. केवळ अन्नावारी, बिनपगारी, न चोरणारी स्वयंपाकीण आणि रात्री खोलीच्या दारातून हाकलून न देणारी स्त्री नवरा मिळवू पाहतो. बायको आपल्याला हौसेने शृंगारणारा व उद्या मुलेबाळे झाली, की त्यांच्याकरिता मरमर मरणारा बंदा गुलाम शोधीत असते. शेवटी गाठ पडली ठकाठका असा अनुभव येतो. दोघेही एकमेकांना खाऊ पाहतात; पण तोंडात अर्धवट अडकल्यामुळे दोघांचीही धडपड सुरू होते.'

'स्त्री-पुरुषांचे प्रेम हा कल्पवृक्षही आहे तसा विषवृक्षही आहे.'

'आडातच नाही ते पोहऱ्यात कुठून येणार? समाजात सर्वत्र विषमता असताना स्त्री-पुरुषांतच तेवढी समता कोठून येणार?'

एवढे उद्‌गार तर पाठ झाल्याप्रमाणे सुलभेने मनातल्या मनात उच्चारले. तिला वाटले. मुकुंद आणि गरुड यांची जर एकदा गाठ पडेल तर फार बरे होईल. या विचारातच ती बंगल्याच्या पायऱ्या चढली. तुळशीपाशी सांजवात ठेवून परतलेल्या मावशी तिला म्हणाल्या, ''तुझं पत्र आलंय एक! तात्यांच्या टेबलावर ठेवलं आहे ते!''

पत्र! ते मनोहरचेच असेल काय की त्याने काही तरी वेडेवाकडे केल्यामुळे मुकुंदाने–

घाईघाईने जाऊन ती पत्र शोधू लागली. टेबलावरच विजयचे तात्यासाहेबांना आलेले पत्र होते. तिने सहज त्यावरून दृष्टी फिरविली. मधलाच मजकूर तिला दिसला–

''एक आनंदाची गोष्ट म्हणजे ज्या जहागिरीच्या वारसाहक्काविषयी मी भांडत होतो, ती जहागीर मलाच मिळणार असा रंग दिसत आहे. सध्याचे मालक

क्षयाने आजारी असून धन्वंतरी खाली उतरला तरी त्यांना गुण पडणे शक्य नाही, असे तज्ज्ञ म्हणतात. दुसऱ्याच्या दुःखावर आपले सुख अवलंबून असणे तत्त्वज्ञानाच्या दृष्टीने बरे नसेल! पण तुम्हा-आम्हा वकिलांचे या कटू सत्यावरच जग चालते, हा नित्याचाच अनुभव आहे. नाही का?''

हातातले पत्र तिटकाऱ्याने फेकून देऊन सुलभा आपले पत्र शोधू लागली. एका पुस्तकाखाली होते ते. कंपित मनःस्थितीतच सुलभेने ते फोडले. मुकुंदाचेच होते ते. आतील मजकुराची कल्पना येण्याकरिता तिने मधल्याच भागावर दृष्टी टाकली. मुकुंदाने लिहिले होते–

''आपले स्थान उच्च करण्याकरिता इतरांच्या प्रेतांच्या राशीवर उभे राहावे लागत असेल तर असले उच्च स्थान लाथाडण्यातच माणुसकी नाही का? रक्ताची चटक लागलेल्या वाघांना गोळी घालून ठार मारण्यात काही चूक नाही; मग माणसाच्या रक्ताची चटक लागलेल्या नरपशूंना–''

टेबलावरच्या विजयच्या पत्राकडे तिरस्कारयुक्त कटाक्ष फेकून सुलभेने हातातील पत्र ओठांना लावले! जणू काही प्रेमपत्रच होते ते!

सज्ज करुनि चाप

ओठांना लावलेले मुकुंदाचे ते पत्र म्हणजे जणू काही स्पर्शच होता त्याचा. आनंद आणि नावीन्याची भीती यांचे किती मधुर मिश्रण होते त्यात! झटकन सुलभेने ते पत्र मागे घेतले आणि आजूबाजूला पाहिले. खोलीत दुसरे कोणीच नव्हते; पण ती स्वत:लाच लाजली. समोरच्या आरशातले आपले प्रतिबिंब पाहून तिला क्षणभर गुदगुल्या झाल्या. लगेच ती त्या आरशापुढून दूर झाली.

पहिल्यापासून ती पत्र वाचू लागली, 'प्रिय सुलभा' या पहिल्या दोन शब्दांवरच तिची दृष्टी खिळून राहिली. मुकुंदाने आपल्याला 'प्रिय सुलभा' असे संबोधावे? खरोखरच आपण त्याला प्रिय आहोत का? सुलभेच्या स्वैर धावणाऱ्या भावनेचा लगाम बुद्धी नेहमी खेचून धरीत असे. आताही असेच झाले. प्रिय शब्दातला मधुर वास तिच्या एका मनात दरवळू लागला न लागला, तोच दुसरे मन हळूच म्हणाले, 'हल्ली सप्रेम नमस्कार वगैरे कोणी लिहीत नाही. इंग्रजी पद्धतीप्रमाणे प्रिय असंच आरंभी लिहितात सारे. या दुसऱ्या मनाचे म्हणणे काही खोटे नव्हते; पण सुलभेला ते काही केल्या आवडले नाही. मुकुंदाने हे संबोधन केवळ उपचार म्हणूनच लिहिले असेल? हे शब्द लिहिल्यावर त्याचीही दृष्टी आपल्याप्रमाणे त्याच्यावर स्थिर होऊन हसली नसेल का? या प्रश्नाचे उत्तर देणे तिचे तिलाच कठीण वाटू लागले. तिला वाटले, मुकुंद म्हणजे कधीच न सुटणारे कोडे आहे.

हातातले पत्र जणू काही तिला म्हणाले, मुकुंदाचीच गोष्ट कशाला हवी? तू सुद्धा न सुटणारे कोडेच आहेस एक. एका साध्या शब्दाने तू इतकी मोहून जाशील हे कोणालासुद्धा खरं वाटणार नाही जगात. भोवतालच्या जगातल्या प्रणयाकडे किती उदासीन वृत्तीने पाहत आली आहेस तू. कॉलेजातल्या तुझ्या एका मैत्रिणीने आपली प्रेमपत्रे तुला दाखविली होती. किती तुच्छतेने तू पत्रे तिला परत केली होतीस. आपले वडील तात्यासाहेब वकील असूनही मोठे नेकीचे आणि नीतिमान, हा अभिमान तू लहानपणापासून बाळगत आलीस. तात्यासाहेबांनी

दुसरे लग्न केले नाही, उभ्या शिरगावात त्यांच्या शीलाविषयी कधी कुणी शंकाही घेतली नाही, या गोष्टी गर्वाने तू कितीदा उच्चारल्यास. प्रणय हा जणू काही दुर्बळ मनाचा एक विकार आहे, असेच तुला वाटत असेल. प्रेमगीते तुला खोटी वाटत होती, प्रणयकथा या आळशी आणि विलासी लोकांच्या शिळोप्याच्या गप्पा आहेत, अशी तुझी समजूत होती. तुझ्या उपहासाने क्रुद्ध झालेली प्रणयदेवता तुझ्या या सर्व लीला हसून पाहत होती. ती कधीच रागावली नाही तुझ्यावर. ज्याच्या जीवनात आपल्या पूजेचा मंगल क्षण येत नाही, अशी व्यक्ती अजून जन्माला आलेलीच नाही हे तिला पक्के ठाऊक होते. तुझ्या जीवनातला तो क्षण आता–

झोपेतून जागे होऊन एखाद्याने किलकिले डोळे करून पाहावे, त्याप्रमाणे सुलभेने हातातल्या पत्राकडे पाहिले. वाचण्याची उत्कट इच्छा असूनही ते वाचायला तिला धीर होईना, तिला वाटले, आपल्या मनातली मधुर स्वप्ने मुकुंदाच्या एका वाक्यानेही भंगून जातील. कदाचित मनोहरसंबंधाने त्याने काही बरे-वाईट लिहिले असेल तर? धुक्याने आच्छादिलेले सृष्टिसौंदर्य जसे अधिक आकर्षक भासते; त्याप्रमाणे आपल्या कल्पनेतल्या मुकुंदाच्या चिंतनात मग्न होणेच तिला अधिक बरे वाटत होते.

स्वप्नाळू मनाची ही मोहिनी कष्टाने दूर करून, तिने पुन्हा पत्रातल्या मधल्या नावाकडे दृष्टी वळविली. मघाशी वाचलेलीच वाक्ये पुन्हा तिला दिसली. 'आपले स्थान उच्च करण्याकरिता इतरांच्या प्रेतांच्या राशीवर उभे राहावे लागत असेल, तर उच्च स्थान लाथाडण्यातच माणुसकी नाही का? रक्ताची चटक लागलेल्या वाघांना गोळी घालून ठार मारण्यात काही चूक नाही; मग माणसाच्या रक्ताची चटक लागलेल्या नरपशूंना–'

पत्र हातात घेऊन ती तशीच खिडकीकडे गेली. उन्हाळ्यातले दिवस असल्यामुळे अजून बाहेर मंद संधिप्रकाश काही तरी शोधीत असल्याप्रमाणे दिसत होता. रस्त्यावरून फिरायला जाणाऱ्या माणसांची अखंड रहदारी सुरू होती. मध्येच एखाद्या तरुणाचे उच्च स्वरातले बोलणे अथवा एखाद्या तरुणीचे मनमोकळे हास्य कानांना आनंद देऊन जात होते. चालण्यातली लगबग, संभाषणाची किलबिल, मधूनच कुणाचे तरी बोट धरून चालणाऱ्या एखाद्या लहान बालकाच्या चिमुकल्या आकृतीची मोहक ऐट, हे सारे पाहून आणि ऐकून सुलभेच्या मनात विचार आला– या मुकुंदाला वेड तर नाही ना लागले? मनुष्याच्या रक्ताची चटक लागलेली माणसे जगात कितीशी आहेत? नाटके-कादंबऱ्यांतल्या भडक रंगाने रंगविलेल्या दुष्ट विकृती तर नाही ना? त्याच्या हुशारीला शोभेल असे स्थान समाजात मिळाले नाही, म्हणून समाजावरचा आपला राग तो अशा रीतीने प्रकट करीत असेल का?

हा विचार मनात येताच सुलभेला क्षणभर स्वत:चाच राग आला. मुंबईला

मुकुंद भेटल्यापासून आतापर्यंत त्या दृष्टीने तिने त्याच्याकडे केव्हाच पाहिले नव्हते. तिला वाटले भावनेच्या भरात वाहून गेल्यामुळे, आपल्यापेक्षा किती तरी खालच्या पायरीवर उभ्या असलेल्या मनुष्याकडे आपण आकृष्ट झालो. असा तोल जाणे आपल्या आयुष्याच्या दृष्टीने योग्य आहे का? बाळपणीच्या आठवणी जादूगारासारख्या असतात. त्या क्षणार्धात नवीन अदभुतरम्य जग निर्माण करतात. या जगात भेदभाव नाहीत आणि राव-रंक नाहीत, मुकुंदाची गाठ पडताच आपण त्या जगात गेलो, अगदी स्वत:ला विसरून गेलो. बाळपणातल्या स्नेहाच्या दृष्टीने ते बरोबरही असेल; पण प्रौढ जीवन स्वप्नांवर तरंगू शकत नाही. त्याला प्रत्यक्षाचा आधार लागतो. आपल्या आयुष्यात मुकुंदाचा असा आधार–

उन्हाच्या झळीबरोबरच फुलाचा गोड वास यावा त्याप्रमाणे मुकुंदाच्या दारिद्र्याबरोबरच त्याची बुद्धीही तिच्या मन:चक्षुंपुढे उभी राहिली. चित्रपटातल्या एखाद्या चमत्काराप्रमाणे ही दोन्हीही क्षणार्धात नाहीशी होऊन त्या ठिकाणी मुकुंदाची मूर्ती उभी राहिली. अंगकाठी कृश, मुद्रा काळीसावळी; पण डोळे किती तीव्र आणि तेजस्वी! जणू काही अंधाऱ्या रात्री चमकणारे शुक्र आणि मंगळच!

सुलभेला काव्याची मोठी आवड होती असे नाही. कविता करण्याचे वेड लागलेल्या एका मैत्रिणीला "काव्यापेक्षा स्वयंपाक करता येणे आयुष्याच्या दृष्टीने अधिक महत्त्वाचं आहे." असेही ती एकदा खट्याळपणाने बोललेली होती. पण वसंताची चाहूल लागताच रुक्ष दिसणाऱ्या वृक्षराजींच्या अंगावर पल्लवाचे रोमांच उभे राहतात ना? माणसांचेही तसेच होते. त्यांनी काव्याची कितीही थट्टा केली, विडंबने केली, तरी अंति काव्यात गुंगून जाण्याशिवाय गत्यंतरच राहत नाही त्यांना!

मुकुंदाच्या डोळ्यांची शुक्र-मंगळाशी आपण का तुलना केली हे सुलभेलाही प्रथम सांगता आले नसते; पण या तुलनेची मोहिनी तिच्यावर पडली आणि मग मात्र तिला वाटले, त्याची ती विलक्षण रीतीने जगाकडे पाहण्याची दृष्टी निराळी आणि आपल्याकडे पाहण्याची दृष्टी निराळी! त्याशिवाय त्याचे इतके विलक्षण आकर्षण आपल्याला वाटलेच नसते. मुकुंद एक नाही, मुकुंद दोन आहेत. "अल्लाउद्दिनाचा दिवा जर माझ्या हातात आला तर दिवा घासून राक्षस पुढे उभा राहताच, मी त्याला माझा राजवाडा समुद्र किनारीच बांधायला सांगेन." असे किती गमतीने म्हणाला तो त्या दिवशी! पण लगेच "त्या राजवाड्यात राणी नको. तो राजवाडा केव्हा नाहीसा होईल याचा नेम नाही, तेव्हा त्याच्यात मी आणि तो राक्षसच राहू." असेही लगेच म्हणायला स्वारी तयार! असल्या माणसाचे मन ओळखायचे तरी कसे! संध्याकाळचे प्रो. गरुडांचे वाक्य तिला

एकदम आठवले, ''स्त्रियांत काय आणि पुरुषांत काय, लौकिक व अलौकिक असे दोन भेद पाडलेच पाहिजेत.'' मुकुंद अलौकिक असल्यामुळे त्याच्या मनाचा थांग आपल्याला लागत नसेल काय?

आणि मुकुंद अलौकिक असला तर आपण–? अलौकिक असे आपण काय केले आहे? श्रीमंत वकिलाच्या घरात सुदैवाने आपला जन्म झाला. डॉक्टरीण होणे म्हणजे काही एखादे शतकृत्य करणे नव्हे. मुकुंदाने लहानपणी आपल्या मनात ह्या महत्त्वाकांक्षेचा स्फुल्लिंग फुलविला नसता, तर डॉक्टरीण होण्याचे ध्येय तरी आपल्या डोळ्यांपुढे उभे राहिले असते की नाही याची शंकाच आहे. अलौकिक व्हायला माणसात काय हवे? पैसा? छे! नुसती श्रीमंती म्हणजे साठलेल्या तळ्यातले पाणी! विद्वत्ता? केवळ विद्वत्ता म्हणजे पोकळ नगारा. मोठ्या आवाजापेक्षा जगाला त्याचा काय उपयोग? कीर्ती? बिचाऱ्या मावशीचे नाव शेजाऱ्यापाजाऱ्यांनाही फारसे ठाऊक नसेल. पण मावशीत काही तरी निराळे आहे असे आपल्याला नेहमी वाटते. तिच्या मांडीवर डोके टेकले, की मनाला लागलेले सारे विंचू नाहीसे होतात. आपल्यात विलक्षण असे काय आहे? सौंदर्य? केशरच्या सौंदर्यापुढे आपल्या रूपाचा थोडाच पाड लागणार आहे.

आपल्या सामान्यत्वाच्या जाणिवेने तिचे मन अगदी असहाय झाले. मुकुंदाचे चरित्र तिच्या डोळ्यांपुढे उभे राहिले. तो म्हणाला होता, ''मी मुंबईला आलो तो मोठी महत्त्वाकांक्षा मनात धरून! आय.सी.एस.ला जाईन, निदान बडा डॉक्टर होईन, बंगल्यात राहीन नि मोटारीतून फिरेन अशी सुखस्वप्नं होती माझी, पण मुंबईत अनेक माणसांच्या आयुष्याचे ग्रंथ पाहिले मी. त्यातल्या पानापानावर भरलेले दु:ख पाहून कॉलेजातल्या निर्जीव पुस्तकांवरून माझं लक्ष उडून गेलं.'' मुकुंद बड्या पगाराचा दुबळा सभ्य गृहस्थ झाला नाही, पण तो विशाल हृदयाचा कणखर मनुष्य झाला आणि आपण?– त्यागाची शक्ती हेच मनुष्याचे अलौकिकत्व! ते मुकुंदात आहे आणि आपणात–

'प्रिय सुलभा' हे पत्राच्या आरंभीचे संबोधन वाचताना जणू काही मुकुंद आणि आपण जवळजवळ आहोत, असे तिला वाटले होते; पण त्याचे कराचीतले आयुष्य, त्याने लढविलेला संप, त्यामुळे कराचीच्या हद्दीत जाण्याची त्याला झालेली बंदी, ह्या गोष्टी आठवताच त्याच्यामध्ये आणि आपल्यामध्ये फार मोठी दरी पसरली आहे, असा तिला भास झाला. एक मुकुंद आपल्याजवळ असला तर दुसरा आपल्यापासून किती दूर, किती उंच आहे! यांतला कोणता मुकुंद खरा? जवळचा की दूरचा?

अलौकिकाला समतेचे बंधन असू नये, असेही प्रो. गरुड म्हणाले होते की, त्याचा अर्थ काय? मुकुंदाच्या त्या नोटबुकातले ते वाक्य– 'स्त्रीचा पहिला स्पर्श

किती उन्मादक असतो!’ ज्या मुकुंदाची आपण अलौकिक पुरुष म्हणून पूजा करू, तो मुकुंद सहजासहजी मोहाला बळी पडणारा सामान्य मनुष्यच निघाला तर?

वावटळीत गिरक्या खात खात पिकलेली पाने फिरत असतात, त्याप्रमाणे सुलभेच्या मनात हे सारेच विचार उलटसुलट फिरू लागले. मनाचा अगदी निश्चय करून टेबलाजवळ गेली आणि पत्र वाचू लागली :

प्रिय सुलभा,

‘तुझ्या पाठोपाठ हे पत्र आलेले पाहून तुला आश्चर्य वाटेल. तू शिकवणी लावून दिली असल्यामुळे, तिकिटांचा खर्च करण्याइतकी उधळपट्टी करायला आता काहीच हरकत नाही म्हणा!

मनोहरविषयी मुळीच काळजी करू नकोस. तुझ्याप्रमाणे तो माझाही भाऊ आहे. बिचाऱ्याचा लहानपणी कोंडमारा झाला. परिस्थितीविरुद्ध बंड पुकारण्याची शक्ती प्रत्येकाच्या अंगात असतेच असे नाही आणि दुबळेपणा हा तर जगातल्या साऱ्या दुःखाचा उगम आहे. राहून राहून मला तुझ्या वडिलांविषयी आश्चर्य वाटते. मनोहरचा सालस स्वभाव आणि संगीताची आवड यांचा त्यांनी कधी विचारच केला नाही असे दिसते. जिथे पोटच्या पोराच्या कल्याणाविषयी इतकी आस्था, तिथे जगाची काळजी कोण करणार? तुला वाईट वाटेल कदाचित. पण लिहितोच! मनोहरवर शिरगावातल्या नायकिणीचा खून केल्याचा आरोप आहे नुसता. पण मी म्हणतो, की तात्यासाहेबांनी आपल्या मुलाचा खून केला आहे. मनोहरचे जगणे म्हणजे जिवंतपणी आलेले मरणच नव्हे का? खुनाचा आरोप खोटा ठरविण्याइतका पुरावा नाही, दूर कोठे तरी जावे तर केशरसाठी मन ओढते, तिचे आईबाप तिला दूर पाठवायला तयार होतील की नाही याचीही शंकाच! मुंबईत राहावे तर त्या पठाणाची भीती! हे लिहायला नको होते मी तुला. किती झाले तरी तू मनोहरची बहीण! उगीच धास्ती घेऊन बसशील. बाकी कराचीतल्या संपापासून मीही मारामारीच्या विद्येत निष्णात झालो आहे. तसाच प्रसंग आला तर त्या पठाणाला चार मुष्टिमोदक चारल्यावाचून राहणार नाही. हिंदुपद्धतीचे पक्वान्न एरवी त्याला खायला तरी कसे मिळणार?

ते जाऊ द्या. तात्यासाहेबांनी मनोहरवर जो हक्क गाजविला तो चुकीचा आहे, हे तू सुद्धा मान्य करशील. सुलभा, या मालकीहक्काच्या भुतानं घेरल्यामुळं बाप मुलाला आणि नवरा बायकोला गुलामाप्रमाणे वागवू लागतो. संस्कृती, शिक्षण, पैसा यांची मिरासदारी मिळालेल्या वर्गात हरघडी अशी हजारो उदाहरणे आढळतात! जी माणसे आपल्या बायका-पोरांना गुलाम करायला कचरत नाहीत, ती दलितवर्गाच्या गुलामगिरीचे पाश आपणाहून तोडायला कधी काळी तरी तयार होईल का? ही

गुलामगिरी, सुलभा, तुझ्या लक्षातही येत नसेल. इस्पितळात काम करताना घाणेरड्या रोगाने ग्रासलेली एखादी खालच्या वर्गातली बाई पाहून फार तर भूतदयेने तू तिला उपचार केले असशील; पण ते करताना मनात तिच्याविषयी तिरस्काराची भावना उत्पन्न झाल्याशिवाय राहिली नसेल! खरोखरच त्या पापाची जबाबदारी तिच्यावर लादणे योग्य होईल काय? कोणत्या बिकट परिस्थितीत, कोणत्या पशूला तिने आपले शरीर विकले असेल, याची कल्पना इतरांना कशी येणार? गरिबीत गुण नसतात असे नाही. श्रीमंतीहूनही प्रसंगी ते अधिक असतात. पण आजच्या धक्काबुक्कीच्या जगात गरिबांच्या गुणांचा हां हां म्हणता चक्काचूर होऊन जातो.

आजचे जग असे भयंकर आहे. आपले स्थान उच्च करण्याकरिता इतरांच्या प्रेतांच्या राशीवर उभे राहावे लागत असेल, तर आपले उच्च स्थान लाथाडण्यात माणुसकी नाही का? रक्ताची चटक लागलेल्या वाघांना गोळी घालून ठार मारण्यात काही चूक नाही, मग माणसाच्या रक्ताची चटक लागलेल्या नरपशूंना–

मनोहरची खुशाली कळविण्याकरिता पत्र लिहायला बसलो; पण हरिदासाची कथा मूळ पदावर यायची ती आलीच! गप्प बसवत नाही मला काही केल्या! सुलभा, तुझ्या-माझ्यासारखे कोट्यवधी लोक आंधळ्या देवधर्माचे आणि राक्षसी भाऊबंदांचे गुलाम होऊन किड्यांप्रमाणे आयुष्य कंठीत आहेत. त्यांच्यासाठी आपण काही तरी करायला नको का?

माझे पुढचे पत्र वाचायला तुला आधीच कंटाळा येऊ नये म्हणून येथेच थांबतो. मात्र इतक्या वर्षांनी भेटून आपल्या बालमित्राची अगदी जरुरीची वस्तू पळवून नेणाऱ्या मैत्रिणीला काय म्हणायचे हा प्रश्न पडला आहे मला. ओळखशील का ती वस्तू? कादंबऱ्या वाचणारी एखादी कॉलेजकन्या हृदय म्हणून उत्तर देईल माझ्या प्रश्नाचे. पण तू डॉक्टरीण आहेस. तेव्हा जाऊ दे! सांगतोच की! झोप. तू गेल्यावर लहानपणाच्या इतक्या आठवणी मनात घोळू लागल्या, की सांगून सोय नाही. कराचीला असताना एक दिवस एकसारखी तुझी आठवण होत होती मला. पण दुसऱ्या दिवशी संपाच्या धांदलीत मी तुला जो विसरून गेलो, तो परवा आगगाडीत तुझी अचानक गाठ पडेपर्यंत! आता तसा विसर पडणार नाही. पण काही करून उलट टपालाने माझी झोप पाठवून दे. मावशींना फार फार विचारले आहे म्हणून सांग.'

तुझा,
मुकुंद

मंद चांदण्याने अंधार नाहीसा केला नाही तरी सृष्टीला जशी प्रसन्नता येते, त्याप्रमाणे या पत्राने सुलभेच्या मनाची स्थिती झाली. केशर शिरगावला गेली की नाही हे मुकुंदाने मुद्दामच लिहिले नव्हते, की तो लिहायला विसरला होता हे

तिला कळेना. मनोहरविषयीची तिची काळजी मात्र दूर झाली.

यामुळे जेवताना दुपारपेक्षाही तिची मुद्रा हसरी दिसत होती. मात्र जेवणावर तिचे फारसे लक्ष नाही, हे चटकन मावशींच्या लक्षात आले. त्या म्हणाल्या, ''तुझ्या आवडीचं सारं करूनही जेवली नाहीस की तू!''

सुलभा नुसती हसली. तिच्या या मूकपणाने तात्यासाहेबांनाही आश्चर्य वाटले. प्रत्युत्तर दिल्यावाचून गप्प बसणारी मुलगी नव्हती ती! मावशी थट्टेने म्हणाल्या, ''अलीकडच्या मुला-मुलींची पोटं काय पत्रं वाचूनदेखील भरतात!''

''कुणाचं पत्र आलंय आज?'' तात्यासाहेबांनी पृच्छा केली.

''मुंबईच्या एका मैत्रिणीचं!''

''काय म्हणते ती?''

''एक केस तिच्याकडे देऊन आले होते मी. काळजी करू नकोस म्हणून लिहिलंय तिने.''

''काळजी कसली करायची त्यात! खुनी मनुष्याचं वकीलपत्र घेतलं म्हणून घरी काही आम्ही त्याची काळजी करीत बसत नाही कधी! होय की नाही, विजय?''

विजय वरपांगी हसला; पण त्याने सुलभेकडे अशा दृष्टीने पाहिले, की तिला आपल्या खोटे बोलण्याची जाणीव चटकन व्हावी. त्याचे मन म्हणत होते, ''मैत्रीण-बैत्रीण सब झूट है! त्या मुकुंदाचेच पत्र आले असले पाहिजे हिला.''

विजयकडे लक्ष न देताच सुलभा उठून गेली. आपल्या खोलीत पाऊल टाकताच एकदम हिरव्या चाफ्यांचा मधुर वास तिला आला. मावशींनी चाफी आणून ती आपल्या टेबलाजवळ ठेवली असावीत. हे चटकन तिच्या लक्षात आले. तिला वाटले मावशीचे आपल्यावरचे प्रेम किती अलौकिक आहे! न सांगता, न सवरता मावशी आपल्या सुखाला किती जपते! कोणी शिकविले तिला एवढे प्रेम करायला? पण प्रेम ही शिकून येणारी पोपटपंचीची विद्या आहे का?

त्या विचारातच सुलभेला झोप लागली. एक विचित्र स्वप्नात ती गुंग झाली. लहानपणीच वाचलेल्या 'शापसंभ्रम' नाटकात ती महाश्वेतेचे काम करीत होती. पुंडलीक कोण होणार आहे, हे तिला ठाऊकच नव्हते. पण सुंदर ऋषिकुमाराच्या रूपाने मुकुंद तिच्यापुढे येऊन उभा राहिला. तेव्हा तिच्या आश्चर्याला पारावर उरला नाही. 'सज्ज करुनि चाप मदन येत मागुनी । मार्ग दावि इंदु मला तम निवारुनि' हे मधुर पद तिच्या कानात घुमत होते, इतक्यात दारावरची घंटा वाजली. दचकून जाग्या झालेल्या सुलभेने दार उघडले. दारात तारेचा शिपाई उभा होता. त्याने नाव उच्चारले,

''विजय देशपांडे!''

ध्रुव आणि चांदण्या

विजयला कुणाची तार आली असावी याचा सुलभेला तर्कच करता येईना. कोर्टाला सुट्टी होती. घरी कोणी आजारी असेल म्हणावे, तर येऊन जाऊन त्याच्या घरी एक माणूस होते. त्याची दूरची आत्या का मावशी होती ती! पोटासाठी विजयच्या घराचा तिने आश्रय घेतला होता. पण विजयच्या घुम्या स्वभावामुळे असो, अथवा त्या बाईतच प्रेमळपणाचा अभाव असल्यामुळे असो, परक्या मनुष्यालाही तिचा या घरात काही हक्क नाही, हे सहज कळून येत असे. पण कंठाशी आले असते तरी विजयला तार करण्याचा धीर झाला नसता तिला.

तारेविषयी असले काही तरी विचार मनात घोळवीतच सुलभेने ती सही करून घेतली. तारेचा शिपाई निघून गेला. तार जरुरीची असावी हे उघडच होते. जिना चढता चढता घंटेच्या आवाजाने कुणीच कसे जागे झाले नाही याचे तिला आश्चर्य वाटले. लगेच तिच्या ध्यानात आले– तात्यासाहेब आणि विजय खूप वेळ बोलत बसले असले पाहिजेत, नुकताच कुठे त्यांचा डोळा लागला असेल. पहिल्या प्रेमाप्रमाणे पहिली झोपही गाढच असते; नाही का?

आपल्या मनाच्या या स्वैर कल्पनेचे तिचे तिलाच हसू आले. ते हसे आले तसे गेले आणि तिच्या मनात आले– 'तात्यासाहेब विजयशी एकसारखे बोलतात तरी काय? न्यायाधीशांच्या आणि खटल्यांच्या त्याच त्याच शिळ्या गोष्टी, वैभवाची आणि मोठेपणाची तीच तीच मनोराज्ये, यांच्यापलीकडे विजय जातच नाही कधी! त्याचे सारे बोलणे म्हणजे अहंकाराचे प्रदर्शनच असते झाले. तात्यासाहेबांच्यासारख्या वयस्कर मनुष्याला हे प्रदर्शन पाहण्यात इतका आनंद का व्हावा? त्यात ते एखाद्या लहान मुलाप्रमाणे रमून जातात तरी कसे? तात्यांच्या वयाला तसे पाहिले तर तत्त्वज्ञान अधिक आवडावे, पण मुकुंदासारख्या तरुणांनी जीवनाच्या तत्त्वज्ञानाचा काथ्याकूट करावा आणि आयुष्याचा पूर्ण अनुभव घेतलेल्या वृद्धांनी–'

विजयच्या खोलीकडे ती आली होती. अधिक विचार आता अशक्य होते. तिने दार हळूच उघडून पाहिले. नुसते लोटलेले होते ते. आत जाऊन तिने बटन दाबले. झटकन खोलीभर प्रकाश पडला. त्या प्रकाशाची झोपेतही जाणीव झाल्यामुळेच की काय, विजयने हाताची व मानेची थोडीशी चाळवाचाळव केली. पण त्याने डोळे मात्र उघडले नव्हते. सुलभा त्याच्या पलंगापाशी जाऊन उभी राहिली. तिने हळूच हाक मारली, ''विजय.''

डोळे न उघडताच विजय हसला. गुंगीत असल्याप्रमाणे तो पुटपुटला, ''सुलभा!''

तो थट्टेने झोपेचे सोंग घेत आहे असे सुलभेला वाटले. काही क्षण ती स्तब्ध राहिली. पण विजयने डोळे उघडले नाहीत; तिने किंचित मोठ्याने पुन्हा हाक मारली.

आता मात्र विजयला जाग आली. त्याने डोळे उघडले, पण क्षणभर त्याचा आपल्या डोळ्यांवर विश्वास बसेना. मात्र दुसऱ्याच क्षणी तो उठून बसला व म्हणाला, ''मनुष्याची सारी स्वप्नं अशी खरी होतील–''

सुलभेला त्याच्या बोलण्याचा नीटसा अर्थही कळला नाही. त्याच्याही ते लक्षात आले. हसत हसत तो म्हणाला, ''माझ्या स्वप्नात तूच आली होतीस आता. पण अशी गंभीर मुद्रेने नाही–''

''तार आलीय तुमची!''

विजयने शांतपणे तारेचा लखोटा हातात घेतला. तो फोडीत असताना तो म्हणाला, ''कायद्यात दुसऱ्याच्या जमिनीत अगर घरात परवानगीवाचून शिरणाऱ्या माणसाला शिक्षा सांगितली आहे, पण दुसऱ्याच्या मनात आणि स्वप्नात शिरणाऱ्या माणसांना–''

सुलभेला मुकुंदाच्या आजच्या पत्रातील शब्द आठवले– ''इतक्या वर्षांनी भेटून आपल्या बालमित्राची अगदी जरुरीची वस्तू पळवून नेणाऱ्या मैत्रिणीला काय म्हणायचे हा प्रश्न पडला आहे मला! उलट टपालाने माझी झोप पाठवून दे.''

विजय तार फोडून वाचीत होता. त्याला अवघड वाटू नये म्हणून सुलभा सहज त्याच्या टेबलाकडे गेली. मुंबईहून त्याने आणलेल्या अनेक वस्तू टेबलावर होत्या; पण तिचे लक्ष चटकन वेधून घेतले ते एका फोटोने. विजय आणि पुष्पा यांचा फोटो होता तो. मुंबईत त्यांनी तो केव्हा काढून घेतला होता, कोणाला ठाऊक! त्या फोटोकडे पाहताच मुकाट्याने खोलीतून निघून जावे असे सुलभेला वाटले. आताचे स्वप्न आणि तो फोटो– स्त्री हे पुरुषाचे खेळणे आहे असेच विजयला वाटत असेल काय?

शिष्टाचार म्हणून तिने रुक्षपणानेच विचारले,

"काय आहे तारेत?"

"मोठ्या आनंदाची बातमी!"

"केस जिंकली वाटतं एखादी?" काही तरी विचारायचे म्हणून सुलभेने प्रश्न केला. लगेच तिचे तिलाच कळून चुकले, की कोर्टांना सध्या उन्हाळ्याची सुट्टी आहे.

"केस गमावली!" हे विजयचे उत्तर ऐकताच मात्र ती चकित झाली.

"म्हणजे?"

"माझी केस नव्हती ही! डॉक्टरांची होती!" त्याने दिलेली तार सुलभेने वाचून पाहिली. 'रावसाहेब अत्यवस्थ आहेत. दुसरी तार येताच निघा!' एवढा मजकूर होता तिच्यात. एखादा मनुष्य अत्यवस्थ असणे ही आनंदाची गोष्ट कशी होते, हे पहिल्या क्षणी तिच्या ध्यानात आले नाही. मग सारे काही तिला आठवले, रावसाहेब म्हणजे त्या जहागिरीचे मालक! ते अत्यवस्थ आहेत. ते वारले की ती जहागीर विजयला मिळणार!

धंद्याच्या निमित्ताने पाहिलेले सर्व मृत्यू तिला आठवले. मानवजातीचे सारे दुबळेपण त्यावेळी स्पष्टपणे दिसून येते. मृत्यू! त्याच्या नुसत्या कल्पनेने अंगावर काटा उभा राहतो. पण तोच मृत्यू विजयला आज आपल्या मित्रासारखा वाटत आहे.

ती सुन्न होऊन उभी राहिली. इतक्यात तोंडातल्या तोंडात शीळ घालीत असलेला विजय म्हणाला, "आता कसली झोप येते? बस्स? कुठं तरी फिरून येऊ या!"

दुःखाप्रमाणे आनंदही मनुष्याला वेडे करून सोडतो. विजयचे बोलणे-चालणे सुलभेला तसेच वाटले. सुलभेला स्तब्ध उभी असलेली पाहून तो म्हणाला, "बायकांना बाहेर जायची तयारी करायला फार वेळ लागतो हं! सिनेमाच्या पहिल्या खेळाला जायचं म्हणून त्या आरशापुढं उभ्या राहिल्या, तर दुसरा खेळ साधण्याचा थोडाफार संभव असतो."

"तुम्ही खुशाल चला अपरात्री फिरायला! मी नाही बाहेर पडणार आता!" असे उत्तर सुलभेच्या अगदी जिभेवर आले होते! पण जिभेला जगात स्वातंत्र्य कुठं आहे? जिथे जिथे आपलेच दात तिचा चावा घेतात आणि आपलेच ओठ तिला अडवतात.

मोहिनीमंत्राचा प्रयोग तिने पाहिला होता. आपल्या पुंगीच्या तालावर गारुड्याने डुलायला लावलेली नागीणही तिने लहानपणी बघितली होती. आपलीही स्थिती अशीच होत आहे असा तिला भास झाला. विजयच्या बरोबर ती खोलीबाहेर

आली. मात्र पायऱ्या उतरता उतरता ती एकदम म्हणाली, ''मावशीला विचारून विजय नुसता हसला. त्याचे हास्य जणू काही म्हणत होते, ''एवढी गौतमी आत्याबाई डोळ्यांत तेल घालून पहारा करीत असताना साध्याभोळ्या शकुंतलेनं हां हां म्हणता तिच्या डोळ्यांत धूळ घातली. प्रणयाला लबाडी काही शिकवावी लागत नाही. विसाव्या शतकात वाढलेली, चांगली डॉक्टरीण झालेली ही तरुणी शंकुतलेपेक्षाही भोळेपणाचा आव आणते आहे! कुणी फसेल का त्यानं? एका अर्थानं बरोबर आहे म्हणा ते! प्रणय हाही एक व्यवहारच आहे! आणि व्यवहारात जितके ओढून धरावे तितकी आपली किंमत वाढते, हा तर प्रत्येकाचा अनुभव आहे.''

त्याच्या हसण्याचा हा अर्थ मात्र सुलभेला कळला नाही. तिला वाटले, एवढ्या मोठ्या मुलीने वडील माणसांच्या परवानग्याबिरवानग्या काढीत बसणे त्याला विचित्र वाटले असेल. प्रवासाला, चित्रपटाला, फिरायला, आपण विजयबरोबर पूर्वी कितीदा तरी गेलो आहोत. त्यामुळेच त्याला आपल्या शब्दांचे हसू आले असावे.

विजय बाहेर ड्रायव्हरला हाक मारण्याकरिता गेला. अजून मावशी देवघरातच होत्या. तिकडे सुलभा वळली. तिच्या एका मनाला वाटत होते, मावशी 'जाऊ नकोस' म्हणेल तर किती बरे होईल. देवघराच्या दारांपाशी जाऊन सुलभेने पाहिले. मावशी देवापुढे बसल्या असून एक अभंग हळूहळू गुणगुणत होत्या. लहानपणापासून कितीदा तरी तो तिने मावशींच्या तोंडून ऐकला होता–

'तू माझी माउली
मी वो तुझा तान्हा
पाजी प्रेमपान्हा माझे आई
तू माझी माउली
मी तुझे वासरूं
नको पान्हा चोरू माझे आई
तू माझी हरिणी
मी तुझे पाडस
तोडी भावपाश माझे आई
तूं माझी पक्षिणी
मी तुझे अंडज
चारा घाली मज माझे आई–'

अनेकदा ऐकलेल्या त्याच मधुर ओळींनी सुलभेचे अस्वस्थ मन एकदम

शांत झाले. आपण फिरायला येत नाही असे सरळ विजयला सांगायचे तिने मनातल्या मनात ठरविलेही. मावशींना आपली चाहूल लागू नये म्हणून चोरपावलांनी ती हळूच परतणार होती. पण इतक्यात मावशी नंदादीपाची काजळी झाडण्याकरिता उठल्या. काजळी झाडून त्या वळल्या तो दारात कुणीसे उभे आहे असे त्यांना वाटले. आता सुलभेला पळून जाणे अशक्य होते. मावशी पुढे आल्या, सुलभेला ओळखताच त्या म्हणाल्या, ''काय हवंय गं?''

''तू.''

''मी कुठं पळून जातेय की काय?''

''म्हाताऱ्या माणसांचा काय नेम सांगावा? तूच म्हणतेस ना अंथरुणावर न पडता देवानं डोळे मिटले म्हणजे–''

''तुझा मुलगा पाहिल्यावाचून नाही हं मी डोळे मिटणार!'' लाडकेपणाने सुलभेला जवळ घेत मावशी उद्‌गारल्या. त्यांची वृद्ध आशा मूळ पदावर आली. किती संकुचित; पण किती गोड जग होते ते! जणू काही अगदी उंचावरचे उबदार घरटेच.

मावशी खाली बसल्या. सुलभेने त्यांच्या मांडीवर डोके ठेवले. तान्हे मूल पाहते त्याप्रमाणे मी मावशींच्याकडे टक लावून पाहू लागली. मावशीला वाटले, ''पोरीच्या मनात काही तरी खुपतंय. हळूच पाहायला हवं काय आहे ते!''

इतक्यात विजयच दारात येऊन उभा राहिला. तो एकदम म्हणाला, ''झाला का अर्ज मंजूर?''

''कसला अर्ज?''

''सुलभा एक अर्ज घेऊन आली होती ना तुमच्याकडे?''

''काहीच बोलली नाही ती!''

''जरा गार हवेतून फिरून यावं म्हणून गाडी काढलीय मी. तिला म्हटलं, ''चल माझ्या सोबतीला!'' तुम्हाला विचारण्याकरिता आली ती–''

''मुलीची जातच लाजरी!''

सुलभेला स्वत:चाच असा राग आला! ती काही तरी बोलणार होती. इतक्यात मावशीच म्हणाल्या, ''जा की बाळ!''

आता मात्र तिला उपाय हरला. मावशींच्याकडे तिने रागाने पाहिलेसुद्धा. पण मावशींना तिचा राग लटका वाटला. सुलभेने आपल्या परवानगीची सबब सांगून आपला वडिलकीचा मान राखला; त्याप्रमाणे आपणही तिला जा म्हणून सांगून तिच्या लाजाळू यौवनाचा मान राखावा असाच विचार त्यांनी बहुधा केला असावा!

सुलभा म्हणाली, ''तू चल ना आमच्याबरोबर!''

"चांगलं सांगितलंस. उद्या फोटोला बसायला सांगशील मला!"

"सोडीन की काय सांगायला!"

"छान! मी फोटोला बसले की म्हणशील आता सिनेमात काम कर म्हणून!"

आता मात्र हसू कुणालाच आवरेना! या हसण्याच्या आनंदातच सुलभा मोटारीत जाऊन बसली. तिचे मन मावशींची आणि मुकुंदाची तुलना करीत होते– "दुःखातही सुखी कसे राहायचे, आपल्या दुःखापेक्षा दुसऱ्याच्या सुखाकडे लक्ष कसे द्यायचे, हे मुकुंद कुठे शिकला? मावशींनी निदान खूप पावसाळे तरी पाहिले होते."

गाडी सुरू होताच विजय म्हणाला, "आपण देवाला नाही चाललो!"

"म्हणजे?"

"मावशींना बोलावीत होतीस बरोबर म्हणून म्हटलं!"

मावशींच्या अंतःकरणातील औदार्य विजयला कळू नये, याचा सुलभेला राग आला. ती जरा कुर्ऱ्यानेच म्हणाली, "मावशीसारखं मायाळू माणूस शोधून नाही मिळायचं जगात!"

"नाही कोण म्हणतो? पण जिथलं माणूस तिथंच हवं!"

सुलभा स्तब्ध बसली. मोटारचा रस्ता विजयने आधीच ड्रायव्हरला सांगून ठेवला असावा. चोहीकडे अंधार होता. मोटारच्या दिव्याच्या प्रकाशात झाडे, बंगले, झोपड्या, रेषाचित्राप्रमाणे दिसत आणि नाहीशी होत. सुलभेला वाटले मनुष्याच्या आयुष्याचा प्रवास असा नाही का? अंधारातूनच आपण पळतच असतो. कसल्या तरी आकांक्षेची अंधुक ज्योत अपुरा प्रकाश देत पुढे धावत असते आणि आपण मागाहून धडपडत, तडफडत, एकसारखे धावत असतो. या प्रवासाचा अर्थ काय आहे, हे आपणाला कळतही नाही. किती तरी विलक्षण गोष्टी आपल्या आयुष्यात घडतात. माणसे येतात आणि पुन्हा निघून जातात. मुकुंद आणि विजय! आयुष्य! केवढे मोठे कोडे आहे हे!

सुलभेचे मौन विजयला अगदी असह्य झाले असावे. मोटार गावाबाहेर लांब गेली होती. त्याने ती थांबवायला सांगितली. "आपण पायीच जाऊ या जरा" तो सुलभेला म्हणाला. हं की चूं न करता सुलभा उतरली, बत्तीच्या प्रकाशात दोघेही चालू लागली. विजय मध्येच म्हणाला,

"राग आलाय वाटतं माझा?"

"तुमच्यावर रागावण्याचा काय हक्क आहे मला?"

"आज नसला तरी उद्या मिळेल!"

"उद्याचा राग काही आज काढता येत नाही. बँकेत रक्कम असल्याशिवाय चेक देण्यात काय अर्थ आहे?"

''आजसुद्धा रागवायचा हक्क आहे तुला!''

''कसला?''

''मनुष्याचा मनुष्यावर काहीच हक्क नाही का?''

''उद्या जहागीर मिळाल्यावर हे विसरणार नाही ना तुम्ही? हजारो माणसं तुमच्याकडे आशेनं पाहतील, तुमच्या पायांवर लोटांगणे घालतील–'' सुलभेने संभाषणाचा रोख भलतीकडे वळविलेला पाहून विजयला मनात फार राग आला; पण तो त्याने बाहेर दिसू दिला नाही. समोरच एक पूल होता. इकडेतिकडे प्रकाश पाहून तो म्हणाला, ''इथंच बसू या आपण!''

सुलभा बसली व आकाशाकडे पाहू लागली. चांदण्यांचा काय खच पडला होता तेथे! जणू काही चंद्राची स्वारी येणार म्हणून केव्हापासून रजनीने आपल्या महालात फुलांच्या पायघड्या घातल्या होत्या.

विजय सुलभेचे लक्ष वेधून घेण्याकरिता म्हणाला, ''पुरुष सुंदर चांदण्याकडे का पाहत बसतात हे मला कळलं, पण बायका–''

''बायका काही उगीच नाही पाहत!''

''त्या हेवा करीत असतील चांदण्याचा! एखादी तारका तुटून पडली म्हणजे मोठा आनंद होत असेल नाही तरुणींना?''

''त्याचं लक्ष दुसरीकडं असतं!''

''कुठं? चंद्राकडं?''

''छे! ध्रुवाकडं! अफाट समुद्रावरच्या गलबतांना धीर देणाऱ्या ध्रुवाचं मोठं कौतुक वाटतं त्यांना!''

संभाषणाला आपोआपच खंड पडला. मघाशी मोटारीत बसताना विजयने कितीतरी तरल सुखस्वप्ने उघड्या डोळ्यांनी पाहिली होती. सुलभेने आपल्याला आलेली तार वाचली आहे, ती कितीही बुद्धिनिष्ठ आणि प्रणयपराङ्मुख असली तरी जहागिरीचा मोह तिला दूर करता येणार नाही, आपल्या अस्फुट प्रणययाचनेला ती अत्यंत संदिग्ध, पण गोड असेच उत्तर आता देईल, एकांतात आपल्या स्पर्शाने ती कदाचित प्रसन्नही होईल; इत्यादी अनेक विचारांची गुंतागुंत त्याच्या मनात झाली होती. पण सुलभेचे आताचे वर्तन त्याच्या अपेक्षेशी सर्वस्वी विसंगत होते. किंबहुना स्त्रियांच्याविषयी त्याच्या ज्या कल्पना होत्या त्यांना लहानसा का होईना, धक्काच मिळाला त्यामुळे. पुरुषाने आपल्या पराक्रमाचे मंदिर उभारले, की मूर्ती म्हणून त्यांत पूजा करून घ्यायला कोणतीही रमणी हसत पुढे येते, असा जणू काही सिद्धांतच होता त्याचा. शिरगावात या सिद्धांताची प्रत्यंतरेही आली होती त्याला. मुंबईच्या दोन दिवसांत पुष्पा हां हां म्हणता त्याच्याभोवती पिंगा घालू लागली नव्हती का?

थोड्याच क्षणांत ती विलक्षण शांतता विजयला असह्य झाली. सुलभा एखाद्या संगमरवरी पुतळीप्रमाणे आकाशाकडे पाहत होती. हसण्याचा प्रयत्न करीत विजय तिला म्हणाला,

''सुलभा, एका वर्षात फार फरक झाला तुझ्यात!''

''माणसांत बदल व्हायला वर्ष कशाला हवं? एक दिवस, एक क्षणसुद्धा पुरतो पुष्कळदा!''

''माझ्यात कुठला बदल झालाय असा?''

''मी कशाला सांगायला हवं? तुमच्या टेबलावरचा फोटो चांगला बोलका आहे की!''

विजयला थोडे हायसे वाटले. एकूण सुलभेच्या तुसडेपणाच्या मुळाशी मत्सर आहे म्हणायचा. मनुष्य शिकला म्हणजे त्याच्या मूळचे मनोविकार थोडेच नाहीसे होतात? सुलभेचा मत्सर ही विजयला आता इष्टापत्तीच वाटली. प्रेमाच्या वेलीलाच मत्सराचे काटे असतात. ती वेल आज ना उद्या फुलल्यावाचून का राहणार आहे? प्रेमाची भाषा मानभावी लिपीसारखी सांकेतिकच असायची!

सुलभेला खुलविण्याकरिता विजय म्हणाला, ''डॉक्टरीणबाई काव्यबिव्य करायला लागल्या आहेत की काय?'' सुलभेने हूं की चूं केले नाही. विजय जवळ आला. त्याच्या डोळ्यांतील अनुनयाची तिला अस्पष्टशी कल्पना आली. पण ती जागेवरून उठली नाही. त्याच्याकडे रोखून पाहत तिने विचारले, ''विजय, या लक्षावधी चांदण्याकडे पाहून तुम्हाला कसलीच कल्पना सुचत नाही?''

''इतका का मी अरसिक आहे?''

''ऐकू द्या तरी तुमचं काव्य!''

''दररोज रात्री देव आपला जामदारखाना उघडतो आणि सारी रत्नं जागच्या जागी आहेत की नाहीत, हे पाहून पुन्हा बंद करतो!''

''चांगलाच चिक्कू आहे म्हणायचा तुमचा देव! यांतले एखादे रत्न पृथ्वीवर पडू लागलं, तर ते धरण्याकरिता तोही त्याच्या पाठोपाठ उडी टाकील.''

तिच्या उद्गारातली खोच विजयच्या लक्षात आल्यावाचून राहिली नाही. पण आपल्यालाही तिला हिणवता येईल या कल्पनेने तो म्हणाला, ''तुझी कल्पना ऐकू दे की!''

''या चांदण्या म्हणजे फुलं वाटतात मला!''

''फार उष्टी कल्पना आहे ही!''

''कसली फुलं ठाऊक आहेत का?''

''पारिजात नाही तर रातराणी!''

''अंहं! हिरव्या चाफ्याची फुलं! किती दुरून त्यांचा वास येतो! ज्या जगाशी

त्यांचा काहीच संबंध नाही, जगाला अंधारात किती धीर देतात या चांदण्या!''

विजय उपहासाने हसला मात्र!

परत घरी आल्यावर सुलभेला काही केल्या झोप येईना. मधूनच उठून तिने मुकुंदाचे पत्र वाचले. मध्येच तिच्या डोळ्यांपुढे विजयला आलेली तार उभी राही. तिच्या अंतर्मनातले सारे अनुभव आणि साऱ्या आशा कुठल्या तरी विचित्र धुंदीत एकमेकांच्या हातात हात घालून नाचत होत्या.

उजाडताच मावशींच्याकडून तिने शिळ्या दुधाचाच चहा घेतला आणि ती एकटीच फिरायला निघाली. पण काही केल्या तिचे मन प्रसन्नच होईना. रस्ते झाडणारी बाई धुरळा उडवीत होती, म्हणून कॉलेजच्या बाजूने टेकडी चढून ती पुढे जाऊ लागली. गोखल्यांच्या स्मारकाभोवतालच्या दगडावर पेन्सिलीने खरडलेल्या वेड्यावाकड्या नावांकडेच तिचे लक्ष गेले. तिने उजव्या हाताच्या देखाव्याकडे पाहिले, तो वडाऱ्यांच्या वस्तीचे करुण दृश्य तिच्या दृष्टीला पडले आणि पुढे पुढे तर ती वाट सोडून जात असताना तिच्या पायाला एक काटा चांगलाच लागला. उदास मनानेच ती लॉ कॉलेजच्या मागच्या टेकडीकडे आली. कुणी तरी मोठमोठ्याने बोलत आहे असा तिला भास झाला. कुतूहलाने ती पुढे झाली. प्रो. गरुड आणि कदम जोरजोराने बोलत होते. कदम तर भांडतच होता जणू काही! तो गरुडांना म्हणत होता, ''जगाचा काही अनुभव नाही तुम्हाला, सर. त्या शिरगाव संस्थानात कारखान्याकरिता शेतकऱ्यांच्या जमिनी भराभर काढून घेताहेत. ते पाहायला चला माझ्याबरोबर. शेतकऱ्यांच्या खुरप्याची तलवार कशी होते ते बघा नि मग तुमचं मानसशास्त्र आणि अर्थशास्त्र सांगा आम्हाला!''

सुलभेला पाहताच तो थांबला पण त्याच्या मुद्रेवरील आवेश तसाच कायम राहिला. गरुड सुलभेकडे पाहून हसत हसत म्हणाले, ''काय गृहस्थ आहे पाहा हा! पहाटेसच दारात येऊन धरणं धरून बसला! मी आपला सडाफटिंग आहे म्हणून बरं! काम काय याचं, तर कालच्या सभेतलं माझं भाषण!''

''मलाही शंका विचारायच्या आहेत काही. भाषण चांगलं झालं तुमचं. पण–'' सुलभा म्हणाली.

''तेच मी म्हणतो!'' कदमने जवळजवळ गर्जनाच केली.

गरुड सुलभेला म्हणाले, ''आमच्याकडं चहा घेऊ या आपण सारे! नि मग मी तुला त्या विषयावरील माझी टिपणंच देतो! मग तर झालं?''

उठता उठता कदम आवेशाने म्हणाला, ''टिपणं! हं! जगाला– असलं मेलेलं ज्ञान नकोच! सर, तुम्ही चलाच माझ्याबरोबर, आयती सुट्टी आहे कॉलेजला!''

गरुड नुसते हसले.

गरुडांकडून चहा घेऊन येता येता त्यांच्या टिपणांची वही चाळण्याचा मोह काही सुलभेला आवरला नाही. किती विलक्षण वाक्ये आणि विचित्र विधाने होती त्या चिमकुल्या वहीत! मानवी जीवन खरोखरच का असे आहे? स्त्री-पुरुषांच्या परस्परसंबंधाविषयीची साधी टिपणे नव्हती. अनेक आश्चर्यांची परंपराच होती त्यांच्यात.

आणि सुलभा घरी आली, तो या आश्चर्यावर कळस चढविणाऱ्या दोन गोष्टी तिला दिसल्या. तात्यासाहेबांची शिरगावला जायची तयारी चालली होती. केशरच्या वडिलांनी त्यांना घेऊन येण्याविषयी विजयला तार केली होती! दुसरी गोष्ट म्हणजे तिला स्वत:लाच आलेली तार! मुकुंदाच्या त्या तारेत एवढाच मजकूर होता–

"शिकवणी गेली; पण केशरमुळं शिरगावला नोकरी मिळाली. पत्र पाठवीत आहे!"

म्हणजे मुकुंद आणि केशर शिरगावात एकत्र राहणार आणि बिचारा मनोहर मात्र मुंबईत एकटाच!

निर्माल्यातल्या कळ्या

मुकुंदाने पाठविलेल्या पत्रात काय मजकूर असेल याचा सुलभेने आपल्या मनाशीच किती तरी वेळ विचार केला. बुद्धिबळातील दोन्ही बाजूंचे डाव आपणाच खेळून खेळाची हौस भागवून घेणारे काही खेळाडू असतात ना? तिचे मनही तसेच झाले होते आज. तिला पहिल्यांदा वाटले पुष्पेचे वडील पडले सनातनी. कुठल्या तरी विषयावर बोलणे निघाले असेल आणि मुकुंदाची मते ऐकून त्यांनी भितीनेच शिकवणी बंद केली असेल. लवंगेने उष्णता आणि वेलदोड्याने थंडी होणारी काही माणसे असतात की! या सनातन्यांची मनेही थेट तश्शी असतात. पण हा विचार मनात आला न आला तोच तिला वाटले, तासभर संस्कृत शिकविणाऱ्या माणसाच्या मताशी काय करायचंय कुणाला? मते निराळी असली म्हणून काही व्याकरणाची रूपे निराळी होत नाहीत. मुकुंदानेच शिकवणी सोडली असेल. केशरबरोबर शिरगावला जायला मिळत असल्यावर त्याला तरी शिकवणीची पर्वा का वाटावी? केशरचा बाप चांगला श्रीमंत आहे. दिली असेल त्याने आपल्या कारखान्यात मुकुंदाला नोकरी. पैसा आणि रूप यांच्यापैकी एकेकापुढेसुद्धा ताठ मानेची माणसे नम्र होतात; मग येथे तर काय? दोन्हींचाही संगम झालेला.

पण हा विचार मनात येताच आपण मुकुंदाकडे दूषित दृष्टीने पाहत आहोत, हे तिला जाणवल्यावाचून राहिले नाही. आजारी बहीण शिरगावला असताना तिथली नोकरी मुकुंदाने पत्करली यात गैर ते काय झाले? मुंबईची शिकवणी कायमची थोडीच होती?

पुन्हा तिच्या मनात आले, मजुरांच्याकरिता कराचीला इतकी धडपड करणाऱ्या मुकुंदाने एका लक्षाधीशाच्या कारखान्यात नोकरी पत्करली? दारू दुकानावर पिकेटिंग करणाऱ्याने काही दिवसांनी तेथे पेले भरून द्यायला लागावे, अशातलाच हा प्रकार नाही का? मुकुंद विलक्षण निग्रही आहे. एक वेळ तो उपाशी मरायला

तयार होईल; पण श्रीमंताच्या घरचे कुलंगे कुत्रे होऊन राहण्यात त्याला केव्हाही सुख होणार नाही. मग त्याने या मनसुखलालची नोकरी का पत्करावी? त्याच्या कारखान्याकरिता शेतकऱ्यांच्या जमिनी काढून घेत आहेत, असे मघाशी कदम म्हणत होता... मग मुकुंदाला मोह का उत्पन्न झाला?

काल आलेले मुकुंदाचे पत्र आठवले तेव्हा कोठे सुलभेचे मन थोडेसे स्थिर झाले, तथापि, ते स्वत:शी पुटपुटतच होते, 'हा मुकुंद म्हणजे न सुटणारं कोडं आहे एक!'

आपण दुसऱ्यावर जी टीका करीत असतो, तीच दुसरे आपल्यावर करीत असतात, हे मनुष्याच्या सहसा लक्षात येत नाही. त्यामुळे विजय व तात्यासाहेब बसले होते तेथे जाऊन 'मीही येते शिरगावला' असे जेव्हा सुलभा म्हणाली, तेव्हा विजयच्या मुद्रेवर जो भाव दिसला त्याचा अर्थ 'ही सुलभा म्हणजे कधीही न सुटणारं कोडं आहे एक!' असाच होता, हे काही तिच्या लक्षात आले नाही. विजय मात्र मनात म्हणत होता, 'स्त्री ही चंचल आहे असं संस्कृत कवींनी का लिहिलं ते आता मला कळलं.'

तात्यासाहेबांना सुलभेच्या येण्याचे आश्चर्य वाटले नाही. तिचे बाल्य व मुग्ध वय शिरगावातच गेले होते. आपले जन्मग्राम कुग्राम असले तरी त्याविषयी प्रेम वाटत नाही असा जगात कोण आहे? अलीकडे तर सुलभेला शिरगावला जायलाच मिळाले नव्हते; तिथल्या लेकुरवाळ्या मैत्रिणी पाहून तिच्याही मनात संसाराविषयी उत्सुकता उत्पन्न होईल; विजयला लवकर जहागीर मिळणार हे तर उघडच आहे, तेव्हा ही 'दुसरी जहागीर' त्याला त्याचवेळी मिळाल्यास आनंदीआनंद होईल, असे किती तरी विचार तात्यासाहेबांच्या मनात चटकन चमकून गेले. ते हसत हसत सुलभेला म्हणाले, 'मीच चल म्हणणार होतो तुला.'

पुण्याहून निघताना कोठल्या तरी दैनिकाच्या आधाराने 'आज प्रवासात अपघात होणार' असे जरी पांडुरंग म्हणाला होता, तरी दोन्ही गाड्या शिरगावला सुखरूप पोहोचल्या. जेवणखाण होताच तात्यासाहेब व विजय कामाकरिता बाहेर निघून गेले. विजयच्या आत्याबाईंपाशी काय बोलायचे हा प्रश्नच होता! कारखान्याकडे केशरला भेटायला जावे, तर संध्याकाळी आपण सर्व मिळून तिकडे जाऊ, असे तात्यासाहेब सांगून गेले होते. शेवटी एकदा सुलभेला वेळ घालविण्याचा एक मार्ग सुचला. तिच्या वर्गातली एक मैत्रीण जवळच राहत होती कोठेशी! तिचा नवरा मुकुंदाच्या वर्गात होता आणि पुढे तो डॉक्टर झाला हेही आठवले. तिने तिच्याच घरी जाण्याचे ठरविले.

मात्र या मैत्रिणीच्या घरात पाऊल टाकल्याबरोबर कशाला आपण येथे आलो

असे तिला झाले. सुलभेच्या बरोबरीची मुलगी होती ती! पण चार मुले होऊन पाचव्या खेपेस तिचे दिवस आता भरत आले होते. तिच्या चेहऱ्याकडे पाहताच सुलभेचे मन क्षणभर सुन्न होऊन गेले. पाठशिवणीचा खेळ खेळताना कोणाच्याही हाताला न लागणारी ही मुलगी दहा वर्षांत आजीबाई होऊन बसली होती! आजीबाईचे समाधान तरी तिच्या वाट्याला कोठून येणार? तरुण मन आणि अकाली वृद्ध झालेले शरीर ही एके ठिकाणी सुखाने नांदणे स्वभावतःच शक्य नाही. त्यामुळे पंधराव्या वर्षी खेळकर असलेली ती मुलगी अवघ्या दहा वर्षांत किती चिडचिडी बनली होती! तिचा थोरला मुलगा काही तरी तक्रार घेऊन आला आणि तिने ती पुरती न ऐकताच त्याच्या पाठीत चांगला धपाटा घातला. कळवळून रडू लागलेल्या त्या मुलाला सुलभेने पोटाशी धरले तरी त्याचा आकांत थांबेना. त्याची आई मात्र मधूनमधून म्हणत होतीच– 'कारटी अशी मुळावर आली आहेत माझ्या!'

सुलभेच्या मनात आले हा मुलगा झाला तेव्हा या आईचे अंतःकरण केवढ्या आनंदाने उचंबळून आले असेल! 'माझा राजा', 'माझ्या सोन्या', 'माझा बाळ' म्हणून त्याचे पटापट मुके घेताना ती आयुष्यातील सर्व शल्ये विसरून गेली असेल; त्याच्या मुक्या सहवासात आपण यक्षगंधर्वांच्या अलौकिक सृष्टीत येऊन पडलो आहोत असा भास तिला झाला असेल! आणि आज?– फुले आणि मुले डोक्यावरच धारण करायची असतात, हे काय बायकांना कुणी शिकवायला हवे? त्यातून हे आईचे हृदय! पण तिचे हृदय आईचे असले तरी शरीर पत्नीचे होते. त्याच्या सहनशक्तीला काही मर्यादा होतीच की नाही! डॉक्टर असलेल्या तिच्या नवऱ्यानेसुद्धा असल्या बाबतीत अगदी उदासीन राहावे?

सुलभा त्या मैत्रिणीशी बोलू लागली, तेव्हा तर तिच्या स्वभावात पडलेला फरक तिला पदोपदी जाणवू लागला– निसर्ग सुरवंटाचे फुलपाखरू करतो; पण मनुष्य फुलपाखराला सुरवंट करून सोडतो असा विचित्र विचार तिच्या मनात आल्यावाचून राहिला नाही. दहा वर्षांपूर्वी आपली मैत्रीण आपल्याइतकीच हुशार, हौशी आणि महत्त्वाकांक्षी होती, पण फुलांचे निर्माल्य व्हावे त्याप्रमाणे तिच्या मनाची स्थिती झाली होती. तिचे व्यक्तित्व पार मरून गेले होते– नाही, ते आपोआपच मेले नव्हते; कोंडमारा करून ते मारण्यात आले होते. नकळत करण्यात आलेल्या या खुनातला पहिला आरोपी– तिचा नवरा! डॉक्टर असून बायकोच्या मनाचे मरण शांत चित्ताने पाहत होती स्वारी!

चहाच्या वेळी सुलभेला डॉक्टरांचे दर्शन झाले. त्यांचे पोट इतक्यात चांगलेच सुटले होते. सुलभेने त्यांच्याशी कारखान्याविषयी बोलायला सुरुवात केली.

"कारखाना निघालाय म्हणे इथं एक!"

"वाचलं होतं खरं वर्तमानपत्रात!"

सुलभेच्या मनात आले, स्वत:च्या बायकोच्या प्रकृतीची हालहवाल वर्तमानपत्रात आली तरच ती या गृहस्थाला कळण्याचा संभव दिसतो.

"कसला आहे कारखाना?"

"साखरेचा आहे म्हणतात! आपल्याला काय? साखरेचा असो, नाही तर मिठाचा असो–"

"तुम्ही पाहिला नाहीत तो अजून?"

"मी पेशंट पाहतो. कारखाने पाहून काय करायचंय आपल्याला?"

या उत्तरातल्या उर्मटपणापेक्षा मूर्खपणाच सुलभेला जाणवला. ती स्तब्ध राहिली. पण डॉक्टरांच्या विनोदसागराला आता भरती येऊ लागली होती–

"त्या कारखान्याचा मालक श्रीमंत आहे म्हणे चांगला! तो आजारी पडला, की त्या दिवशी कारखाना पाहायला जाणार आपण! बाकी तो आजारी पडण्यापेक्षा, ठेवलेली ती बाईच आजारी पडलेली बरी! तिच्या पायगुणावर फार विश्वास आहे म्हणे त्याचा! तिला बरी करण्याकरिता पाण्यासारखा पैसा खर्च करील स्वारी! नाहीतर आमचे प्रेम पाहा!"

हसायचे की रडायचे हेच सुलभेला कळेना. विषय बदलण्याच्या हेतूने ती म्हणाली, "कसा छान आहे हा बंगला तुमचा! किती खर्च आला असेल याला?"

"दहा हजार!" एकदम तिमजली हास्य करीत डॉक्टर पुढे उद्गारले, "अवघी पाच हजार इंजेक्शनं!"

आणि मग आपल्याकडे येणाऱ्या प्रत्येक रोग्याला आपण निरनिराळी इंजेक्शने कशी सुचवतो याचे डॉक्टरांनी जे रसभरित वर्णन केले ते ऐकून तर सुलभेच्या अंगावर काटाच उभा राहिला! ज्याच्या ज्याच्या हातात सत्तेची, विद्वत्तेची अथवा संधीची कुऱ्हाड येईल, त्याने त्याने जीवनाच्या मार्गावर उभे राहावे आणि त्या मार्गाने रखडत जाणाऱ्या गोरगरीब प्रवाशांकडून धाकदपटशाने पैसे उकळावे यालाच का सुधारणा म्हणतात? प्रत्येक मनुष्य जन्मत:च लुटारू असतो की काय? उच्च शिक्षणाने या लुटारुपणाच्या वृत्तीला आळा पडत नसला, तर त्या शिक्षणाची किंमत कसली?

आपल्या मैत्रिणीचा निरोप घेऊन सुलभा कशीबशी त्या बंगल्यातून बाहेर पडली; पण तिचे चित्त कुठेच लागेना. तिच्या अंत:सृष्टीप्रमाणे बाहेरची सृष्टीही उदासच होती. पाच वाजायला आले तरी ऊन म्हणण्यासारखे निवले नव्हते. मधूनच वारा सुटे; पण तो इतकी धूळ घेऊन येई, की केव्हा एकदा थांबेल असे

होऊन जाई. रस्त्याला पडलेले खड्डे, कोपऱ्याकोपऱ्याला साचलेला केरकचरा, हलवायाच्या दुकानांतील पदार्थांवर घोंघावणाऱ्या माश्या, उसाच्या चरकांचा ऐकू येणारा कर्रकर्र असा आवाज, लहानपणी उन्हाळ्यात पाहिलेल्या आणि ऐकलेल्या सर्व गोष्टी सुलभेने आताही पाहिल्या आणि ऐकल्या. कुठल्याच गोष्टीत काडीचाही फरक दिसला नाही तिला. देवळात पुराणिकबुवा द्रौपदी-वस्त्रहरणाचे तेच पुराण सांगत होते; बायका पूर्वीच्याच भाविकपणाने ते ऐकत होत्या; घामाने निथळलेले हमाल दुकानातून पूर्वीप्रमाणेच पोती उचलीत होते; फार काय म्युनिसिपालिटीचा बंबही दहा वर्षांपूर्वी रस्त्यावरून जसे मार्जन करीत जात असे, तसाच आताही जात होता.

सुलभेचे कंटाळलेले मन म्हणाले, 'कितीही वर्षे होऊन गेली तरी वठलेल्या झाडाला काही पालवी फुटत नाही. समाजात सुधारणा कधी होत नाही; ती करावी लागते.'

गाव सोडून ती बाहेर पडली तेव्हा मात्र तिचे बाल्य परत आले. रस्त्याच्या कडेची ती काळीभोर शेते पाहून लहानपणी शेतात चोरून खाल्लेल्या भुईमुगाच्या हिरव्या शेंगाची तिला आठवण झाली. एखादे मूल जितक्या मोहकतेने बोबडे बोलू लागते, तितक्याच मोहकतेने कापसाचे बोंड कसे फुलते याचे तिला स्मरण झाले. गुऱ्हाळाची गोडी तिच्या जिभेवर रेंगाळू लागली आणि हुरड्यातल्या दुधाचे चिमणे बिंदू तिच्या डोळ्यांपुढे नाचू लागले. रस्त्याच्या दोन्ही बाजूंना दूर क्षितिजापर्यंत पसरलेल्या धरित्रीमातेत केवढे तरी काव्य आहे, असे तिला त्या वेळी वाटले. मात्र मध्येच दिसलेली ती शेतकऱ्यांची नागडी मुले, त्यांची ती ठेंगणी खोपटी, त्यांची लुकडी कुत्री– निसर्गाइतके मनुष्याला आनंदी का राहता येत नाही, याचा तिचे अंतर्मन विचार करू लागले.

चालत चालत ती गावापासून बरीच दूर आली होती. आता रस्त्यापासून दूर एक लहानसा डोंगर दिसू लागला. तिला आठवले, लहानपणी आपण या डोंगरावरून घसरून खाली पडत होतो, त्या वेळी मुकुंदाने चटकन पुढे होऊन आपल्याला मागे ओढले म्हणून बरे! नाही तर!

सुलभा त्या डोंगराकडे निरखून पाहू लागली. त्याचे सारे स्वरूप बदलले होते. त्याच्या पायथ्याशी किती तरी लहान-मोठ्या इमारती दिसत होत्या. त्यांच्या भोवतालीची ती जागा– एकदम तिच्या ध्यानात आले, मुकुंदाची ताई ज्या सॅनिटोरियममध्ये आहे ते हेच असले पाहिजे. ती झपझप डोंगराच्या दिशेने चालू लागली. हळूहळू तिला इमारती दिसू लागल्या. अवघ्या दोन-तीन वर्षांत केवढा पसारा त्या डोंगराच्या पायथ्याशी पसरला होता. स्वच्छ वाटेवर सुंदर वाळू चमकत होती. दर्शनी भागापाशी दुरूनच सुरुची झाडे स्वागताकरिता उभी होती.

थुईथुई नाचणारे एक कारंजे मनाला आनंद देत होते. सुलभेने फाटकापाशी असलेल्या पाटीकडे पाहिले. मिशनरी मंडळींच्या प्रयत्नांनी चाललेले रुग्णालय होते ते. ती त्या पाटीपाशी क्षणभर थांबली. पोरांच्या पायी आपल्या पत्नीची प्रकृती खराब होत आहे हेसुद्धा न कळणारा मगाचा हिंदू डॉक्टर आणि अल्प वेतनावर सबंध आयुष्य परदेशात काढायला तयार झालेला मिशनरी डॉक्टर यांची दोन चित्रेच जणू काही तिच्या डोळ्यांपुढून नाचत जात होती. आपल्यातल्या सुशिक्षितांच्या संकुचित मनोवृत्तीची तिला लाज वाटली! शिक्षण, पैसे, मोटार, बंगला, संसार आणि तसेच रंगेल लोक असले तर मदिरा आणि मदिराक्षी! भोग, उपभोग हेच काय ते यांचे सुखसर्वस्व! त्यागाइतका दिव्य उपभोग दुसरा कोणताच नाही, हे आपल्यातल्या सुशिक्षितांपैकी तरी कित्येकांना कळते? मघाचा डॉक्टर, विजय– इतरांची गोष्ट कशाला हवी? तात्यासाहेबांनी तरी आपल्या उभ्या आयुष्यात काय केले? सारा पैसा शिरगावात मिळविला; पण राजेसाहेबांच्या नावाच्या हायस्कुलाला पाचशे रुपये, राणीसाहेबांच्या बिझिक क्लबला तीनशे रुपये, मारुती मोफत वाचन मंदिराला शंभर रुपये. असल्या काही देणग्या देण्याखेरीज त्यांनी तरी आपल्या पैशाचा विनियोग कोठे केला आहे?

कुठलेही शस्त्र स्वत:वर चालविण्याची पाळी आली, की त्याची धार फार तीक्ष्ण वाटू लागते. यामुळेच सुलभा आपल्या विचारतंद्रीतून जागी होऊन पुढे चालू लागली. ताईची खोली शोधून काढावयाला तिला काही फारसा वेळ लागला नाही.

ताईच्या खोलीत तिने पाऊल टाकले, तो खाटेवर बसून मुकुंद ताईचे पाय चेपीत आहे असे तिला दृश्य दिसले. मुकुंदाचा विचित्र त्याग आणि त्याचे विलक्षण विचार यांच्यामुळे त्याच्याविषयी तिला वाटू लागलेल्या स्नेहभावात आदराचीच वृत्ती अधिक उठून दिसे; पण मुकुंदाच्या सेवेचे हे प्रेमळ दृश्य पाहताच त्या स्नेहभावातील दूरत्व क्षणार्धात लोप पावले. हळूच मागून जावे आणि 'तुझे हात दुखू लागले असतील तर मी रगडते ताईचे पाय' असे म्हणावे, असे तिच्या मनात फार फार आले. पण इतक्यात ताईची नजर दारात उभ्या असलेल्या सुलभेकडे जाऊन ती उद्गारली, "अगबाई!"

मुकुंदाने दचकून मागे पाहिले. मग एकदम खो खो हसत तो बहिणीला म्हणाला, "केवढं ग भिवविलंस मला!"

"तर तर! जणू काही भीतच असशील कोणाला या जगात!" ताई कौतुकाने बोलली. सुलभा येऊन मुकुंदाच्या समोर खाटेच्या दुसऱ्या बाजूला बसली. तिच्याकडे मिस्किलपणे पाहत मुकुंद म्हणाला, "आजपर्यंत देवालासुद्धा भ्यालो नाही, पण आज मात्र एका माणसाला पाहून–"

“देखल्या देवाला दंडवत घालायला काय होतं?”

“पाहिलंस ताई, माणसं स्वत:ची स्तुती कशी स्वत:च करून घेतात ती! मी हिला मनुष्य म्हणत होतो; पण ही तर देव व्हायला निघाली आहे!”

आता मात्र सुलभेला हसू आवरेना.

ताईजवळ बसून गप्पा मारताना एक तास केव्हा गेला याचा मुकुंद आणि सुलभा यांना पत्ताच लागला नाही. ताईच्या मुद्रेवर तिच्या प्रकृतीत सुधारणा अशी काहीच दिसत नव्हती. तेव्हा तिचे मन प्रसन्न करण्याकरिता मुकुंद आणि सुलभा यांची जणू काही शर्यतच लागली होती. कोटीवर प्रतिकोटी करावी, आपली थट्टा झाली तरी आपणच आधी हसावे, असे चालले होते दोघांचे. सात वाजण्याची घंटा झाली तेव्हा कुठे दोघेही भानावर आली. रोग्यांना भेटायला आलेल्या माणसांनी हिवाळ्यात सहा वाजता आणि उन्हाळ्यात सात वाजता परत गेले पाहिजे, असा तिथला नियम होता.

फाटकाच्या बाहेर आल्यानंतर मुकुंदाने त्या वसाहतीकडे वळून पाहिले आणि सुलभेला म्हणाला, “खरं देऊळ वाटतं हे; नाही?”

सुलभा त्याच्याकडे पाहून नुसती हसली, त्यागाची खरी किंमत त्यागी मनुष्यालाच कळते असा विचार तिच्या मनात आला होता.

सुलभेला पोहोचविण्याकरिता मुकुंद तिच्याबरोबर शिरगावकडे येऊ लागला, तेव्हा ती म्हणाली, “तुला कारखान्याकडे परत जायचं आहे ना?”

“छे! सकाळी जाणार आहे मी!”

“मग आमच्याकडंच राहा की रात्री!”

मुकुंदाने नकारार्थी मान हलविली.

“दुसरीकडे जायचं असेल कुठेतरी!”

“हं.”

“मोठी माणसं मिळाल्यावर आम्हाला कोण विचारतो?”

“खरं आहे!”

“शिरगावाच्या राजेसाहेबांनी तर नाही ना तुला बोलाविलं?”

“त्यांनीच बोलाविलं आहे की! मात्र हल्ली बिऱ्हाड बदललंय त्यांनी!”

“बिऱ्हाड?”

“इथं राहायला आले आहेत राजेसाहेब!”

मुकुंदाने बोट दाखविले त्या दिशेकडे सुलभेने पाहिले. रस्त्यापासून थोड्या अंतरावर दहा-पंधरा मातीची घरे असलेले चिमकुले खेडे होते ते!

मुकुंद बोलू लागला. त्याच्या तेजस्वी डोळ्यांतली चमक हळूहळू दाट होत जाणाऱ्या अंधारात शुक्राच्या चांदणीप्रमाणे लकाकत आहे, असा सुलभेला भास

झाला. संस्थानिक आणि मनसुखलाल यांच्या कात्रीत शेतकऱ्यांच्या कशा चिंधड्या उडणार आहेत हे त्याने इतक्या त्वेषाने सांगितले, की त्याच मनसुखलालच्या हाताखाली नोकर म्हणून हा काम करीत आहे असे दुसऱ्या कुणी सांगितले असते, तर ते तिला खरेच वाटले नसते. पण लगेच त्याची शिकवणी कशी गेली ही गोष्ट निघाली. उत्तर हिंदुस्थानातले गीता सांगणारे पंडित किती लठ्ठ होते, कोठलाही दिवा लागताच त्याला नमस्कार करायचा अशी त्यांची पद्धत असल्यामुळे पुष्पा पुन:पुन्हा स्विच दाबून त्यांना पटापट कसे नमस्कार करायला लावी, हल्लीच्या आर्य स्त्रिया पावडरी लावतात त्यापेक्षा त्यांनी भस्म लावावे, अशी सूचना त्यांनी केवढ्या गंभीरपणाने केली होती, 'कर्मण्येवाधिकारस्ते मा फलेषु कदाचन' हा गीतेतला चरण सुखवस्तू लोकांकरिता आहे, असे म्हटल्याबरोबर पुष्पेचे वडील किती खवळले, साऱ्या गोष्टी हसत हसत मोठ्या खेळकरपणाने सांगितल्या त्याने. पुढे ताईच्या विकाराचे रूपांतर हृद्रोगात झाले आहे, हे सांगताना त्याच्या स्वरातला अत्यंत सूक्ष्म कंप जसा सुलभेला जाणवला, तशी सॅनिटोरियमवरील वृद्ध अमेरिकन डॉक्टर केवळ सेवेकरिता अविवाहित कसा राहिला, हे सांगताना त्याच्या भावनांना आलेली भरतीही तिला कळल्यावाचून राहिली नाही.

आता अंधार पडला होता. शिरगाव अगदी जवळ आले होते. पलीकडेच रेल्वेचा रस्ता होता. तेथे कोणी तरी चणेकुरमुरेवाला ओरडत होता–

चुरमुरी खारि फुटाणी
तिखट लसणाची चटणी

एरवी हे काव्य ऐकून सुलभेला हसूच आले असते. पण आता तिला ते चुरमुरे-फुटाणे घ्यायची लहर आली. ते घेऊन रस्त्यापलीकडच्या शेतात ती आणि मुकुंद जेव्हा जाऊन बसली, तेव्हा मुकुंद म्हणाला, "सुलभा, तुला फार उशीर झाला म्हणून तात्यासाहेब रागावणार नाहीत ना?"

सुलभा काही उत्तर देणार होती; पण इतक्यात चुरमुरे घेण्याकरिता तिने जो हात खाली केला तो मुकुंदाच्या भरलेल्या मुठीतच पडला.

"आयतं बरं झालं!" ती उद्‌गारली.

"वा:! मी नाही देणार माझ्या मुठीतले!" मुकुंदही थट्टेने म्हणाला.

"बघू या!"

हळूहळू मुठीतून गळून पडणाऱ्या त्या लहान लहान दाण्यांचा स्पर्श तिला किती सुखकारक वाटला!

चुरमुरे संपवून ती दोघेही उठली, तोच मुकुंद म्हणाला, "मघापासून देईन

देईन म्हणतोय; पण पुन:पुन्हा विसरायला होतंय्!''

"काय देणार आहेस?''

"केशरचं पत्र!''

मुकुंदच्या हातातून पत्र घेता घेता सुलभा म्हणाली, "मलाही पुन:पुन्हा विसरायला होतंय्! झालंय् काय असं आज कुणाला ठाऊक!''

दोघेही मनापासून हसली.

"मनोहरचं काय करायचं पुढं?'' सुलभेने विचारले.

"इथं बोलविणार आहे मी त्याला!''

"इथं? शिरगावात? इथंच तर त्याच्यावर तो आरोप आला.''

मुकुंद पुढे काहीच बोलला नाही. गावातले दिवे दिसू लागताच तो सुलभेला म्हणाला, "जा तू आता!'' अंधारात त्याच्या अदृश्य होत जाणाऱ्या पाठमोऱ्या आकृतीकडे पाहण्याचा निष्फळ प्रयत्न सुलभेने केला. मग हळूहळू ती चालू लागली. कुठल्या तरी दुकानातला पेट्रोमॅक्सचा झगझगीत प्रकाश रस्त्यावर पडला होता. कुतूहलाने तिने केशरचे ते पत्र उलगडून पाहिले. अगदीच लहान होते ते.

प्रिय सुलभाताई,

'तुझी केशर मोठ्या संकटात आहे. आताच्या आता ये. तू माझी नुसती मैत्रीण नाहीस; नणंद आहेस. मनोहरच्या गळ्याची शपथ आहे तुला. असशील तशी ये.'

प्रीतीचा प्रतिध्वनी

केशरची ती चिठ्ठी वाचून सुलभेला प्रथम हसूच आले. मनसुखलालसारख्या लक्षाधीशाची ही मुलगी! पायाला काटा लागला तर दहा डॉक्टर बोलावीत असेल बाप! ही कसल्या संकटात असणार? हळव्या मनाची माणसे अंधारात पायाला काही विळविळीत लागले की साप, साप म्हणून ओरडतात ना! तशीच गांद्यावरून आरामखुर्च्यांवर आणि आरामखुर्च्यांवरून मोटारीत, अशा रीतीने आयुष्य घालविणाऱ्या श्रीमंत माणसांची स्थिती होत असावी! जगात किती तरी दुःखे स्वाभाविक आहेत हे कळतच नाही त्यांना. इस्पितळात आपल्याला हजारदा नाही का हा अनुभव आला? गरीब माणसे हूं का चूं न करता वेदना सोसतात; पण तेवढ्याच वेदनांचे श्रीमंत माणसे केवढे स्तोम माजवितात– 'अग आई', 'मेलो', 'देवा!' असले उद्‌गार काढल्याशिवाय एक घटकासुद्धा जात नाही त्यांची! उबदार कपड्यात चोवीस तास गुरफटून राहणारी थंडी सोसण्याची शक्ती नाहीशी होत नाही का? ताटावरून पाटावर आणि गाद्यांवरून गिर्द्यांवर करणाऱ्या या श्रीमंतांची मनेही तशीच कमकुवत होतात.

घरी पोहोचेपर्यंत सुलभेच्या मनात असलेच विचार येत होते; पण विजयच्या दिवाणखान्यात तात्यासाहेब, विजय आणि शिरगावातील तीन-चार प्रतिष्ठित मंडळी ज्या गोष्टी बोलत होती, त्या ऐकायला ती सहज बसली. मात्र– तिच्या डोळ्यांपुढे एकदम मुकुंद उभा राहिला, मुकुंदाविषयी आपले मन काळजी करीत आहे, हे लक्षात येताच आपल्या प्रतिबिंबाकडे पाहून लहान मुलाने जसे हसावे तशी ती हसली. लगेच तिला वाटले– केशरही मनोहरची अशीच काळजी करीत असेल! मुकुंद निघून आल्यावर त्या पठाणाची आणि मनोहरची गाठ पडली असावी. वैतागाच्या भरात मनोहरने काहीतरी आततताईपणाच्या गोष्टी पत्रात तिला लिहिल्या असतील! त्या वाचून केशरचे मन अस्वस्थ होऊन जावे यात नवल कसले? प्रणयी मन पारिजातकाच्या फुलाहूनही हळवे असते.

उठावे आणि तडक केशरकडे निघून जावे अशी सुलभेला इच्छा उत्पन्न झाली. पण जायचे कसे? कारखाना दूर, रात्र अंधारी! केशरला भेटायला जाते म्हणून गाडी घेतली तर तात्या म्हणतील, 'उद्या सकाळी जा की!' ती आपल्या भोवताली चाललेले संभाषण ऐकू लागली. लवकरच ती त्यात रंगूनही गेली. संभाषणाचा मुख्य विषय शेतकऱ्यांच्या जमिनी कारखान्याला कशा मिळवून द्यायच्या हाच होता. पण एखाद्या झाडाला बुंध्यापासूनच फांद्या फुटाव्यात तशी त्या संभाषणाची स्थिती झाली. मनसुखलाल व रतिलाल या कारखान्याच्या दोन्ही मालकांनी दिवाणांची अनेक वेळा गाठ घेतली; पण रिक्तहस्ताने घेतलेल्या दर्शनाला दिवाणसाहेब पाहत नाहीत, असे एका वृद्ध वकिलांनी सांगितले. कोर्टात आपले कब्जे पैशाच्या बळावर जिंकण्याबद्दल सुलभेच्या लहानपणापासून या गृहस्थांची प्रख्याती होती. त्यामुळे त्यांच्या या अनुभवाच्या खड्या बोलाचे सर्वांनीच हसून स्वागत केले. नंतर दुसरे एक दाढीवाले गृहस्थ बोलू लागले. हिंदूधर्माचा जाज्वल्य अभिमान होता त्यांना. आपल्या लहानपणी शाळेतल्या गणेशोत्सवात सर्व वक्त्यांत हे एक गृहस्थ अधिक जोराने ओरडत असत हे सुलभेला आठवले. त्यांची काही वाक्येसुद्धा– मुले त्यांचे वारंवार विडंबन करीत असल्यामुळे तिला आठवू लागली. 'तुम्ही समर्थ रामदासांचे बेटे आहात, तानाजीसारख्या सिंहाचे वंशज आहात, पहिल्या बाजीरावांचे वंशज आहात!' या वाक्यांचे त्यांनी पेटंटच घेतले होते. रामदासस्वामींच्या वारसाला. कफनी व कुबडी यांखेरीज आणखी काही मिळणे शक्य नाही, अशी शंकासुद्धा या वक्तृत्वावर सुलभेच्या वर्गात निघाली होती. हे गृहस्थ हिंदू शेतकऱ्यांना जमिनीचा योग्य मोबदला मिळाला म्हणजे झाले, मुसलमान शेतकऱ्यांना अद्दल घडवायला हीच संधी योग्य आहे, अशा अर्थाची काही तरी बडबड करीत होते. तात्यासाहेब इतक्या शांतपणाने त्यांचे बोलणे ऐकून तरी का घेत आहेत हेच सुलभेला कळेना. संस्थानच्या दिवाणाला लाच देऊन गरीब शेतकऱ्यांचे गळे कापायला तयार होणाऱ्या आणि योगायोगाने हिंदू अगर मुसलमान झालेल्या गरीब जिवांना न्यायाचे निरनिराळे काटे लावणाऱ्या या बृहस्पतींच्या मनोवृत्तीचा अर्थच तिला कळेना! सात्त्विक महत्त्वाकांक्षेने प्रेरित होऊन तिने सर्व वैद्यकीय शिक्षण घेतले होते. रोगी बाई पुढे आल्यावर तिला हलके कसे वाटेल, ती बरी कशी होईल, या विचारात निमग्न होऊन जाण्याची सवय सुलभेला झाली होती. ही हिंदू, ही मुसलमान, ही ख्रिश्चन हा विचारच तिच्या मनात त्या वेळी येत नसे. त्यामुळे आपल्यासमोर बसलेल्या शिरगावातील त्या प्रतिष्ठित पुढाऱ्यांना पाहून तिच्या मनात आले, सारे जग हा चोरांचा बाजार आहे. ज्यांच्या अंगावर परीटघडीचे रेशमी कपडे असतता ते साव ठरतात आणि ज्यांच्या अंगावर फाटकेतुटके कपडे असतात ते चोर ठरतात. एवढाच काय तो फरक! तिला मुकुंदाची आठवण झाली! तिचे मन म्हणाले, किती पवित्र आणि उदात्त मन आहे

त्याचे!

तिला ज्या वेळी मुकुंदाची आठवण झाली, त्याच वेळी तिसरे गृहस्थ मुकुंदाविषयी बोलू लागले होते. संस्थानातल्या ह्या मोठमोठ्या अधिकाऱ्यांभोवती लुडबूड करून आपली तुंबडी भरणे हा या गृहस्थाचा उद्योग होता. तो राजकवीही होता. म्हणजे वाड्यात कोठे खुट्ट झाले, की यांची स्फूर्ती जागृत होत असे. राणीसाहेबांच्या पहिल्या डोहाळ्यांपासून राजेसाहेबांच्या दिल्लीला जाण्याच्या सोहळ्यापर्यंत एकही विषय त्यांच्या शीघ्र कवित्वाच्या माऱ्यातून सुटला नव्हता. शिरगावातले सूतिकागृह गव्हर्नरच्या हस्ते उघडण्यात आले त्या वेळी या गृहस्थांच्या प्रतिभेचा जो विलास दृष्टीला पडला होता, तो सुलभाच काय, पण सारे गाव कधीही विसरू शकले नाही. 'राजहंस माझा निजला' या चालीवर कविवर्यांनी ती रचना केली होती, 'बा नरा गरोदर होणे । वाटते सुखाचे तुजला ।। परि दु:खद बहु हे अंती । बांधिली प्रसूतिशाळा ।।' हा त्या काव्याचा आरंभ गुणगुणून साऱ्या गावाने किती तरी दिवस आपली करमणूक करून घेतली होती! आताही त्याच ओळींची आठवण होऊन सुलभा हसणार होती; पण इतक्यात त्या गृहस्थाच्या बोलण्यात मुकुंदाचे नाव आले. रानात स्वैरपणाने बागडणाऱ्या सशाला कसली तरी चाहूल लागून त्याने आपले कान टवकारावे, तशी तिच्या मनाची स्थिती झाली. तो म्हणत होता, "तो मुकुंद कांबळी इथे येणार आहे म्हणे! कराचीला मोठा संप लढविलाय त्यानं पूर्वी!"

"शिरगाव म्हणजे काही कराची नव्हे! उद्या तात्यासाहेबांसारखी माणसं जाऊन जमिनी मागू लागली, तर हे शेतकरी नाही म्हणतील असं वाटत नाही मला!" विजय उद्गारला.

दाढीवाले उत्तरले, "पांघरुणात असलेल्या मनुष्याला बाहेर किती थंडी पडली आहे याची कल्पना येत नाही, तसं झालंय तुमचं, विजय. पण कुठं मशिदीवरून वाद्य वाजविण्याचा हिंदूंचा हक्क बुडू लागतो, तर कुठं हिंदूंच्या देवळाशेजारी एखादी कबर अचानक उत्पन्न होऊन वाद सुरू होतो. या नाही त्या निमित्ताने खेड्यात वरचेवर जावं लागतं मला. तुम्हाला वाटतो तितका शेतकरी आता गरीब राहिला नाही. पूर्वी खायलाप्यायला मिळत होतं तिथपर्यंत ओलं गवत होते ते, पण तो सारा ओलावा नाहीसा झाला आहे आता! कोठून तरी ठिणगी आली–"

"ठिणग्यांना काय तोटा आहे सध्याच्या काळी?" दिवाणांचे दोस्त असलेले वकीलसाहेब उद्गारले! "अहो, वारा फिरला, की आगीची दिशाही बदलते. दूरची गोष्ट कशाला हवी? माझा सख्खा पुतण्या, चांगलं कॉलेजचं शिक्षण दिलं त्याला. हवं तर दिवाणसाहेबांना सांगून हायस्कुलात मास्तर करतो म्हटलं, पण

काय शिरलंय पोराच्या टाळक्यात कुणाला ठाऊक! त्याला म्हणे संस्थानात नोकरी करायची नाही; समाजसत्तावादाचा दोन-तीन वर्षे प्रचार करून मग काय करायचं हे पाहणार आहे तो. आहे की नाही उंटावरला शहाणा? केव्हा मुंबईला असतो, केव्हा इकडे येऊन संस्थानातल्या खेड्यापाड्यांत फिरत असतो!''

हिंदुमहासभावाले सांगू लागले; ''तुमच्या पुतण्यासारखे पुष्कळ लोक झालेत हल्ली. धर्माचासुद्धा अभिमान नाही यांना. म्हणे भाकरीचा प्रश्न मुख्य आहे. रामदास बोहल्यावरून पळाले ते काय भाकरीकरिता? तानाजी सिंहगडावर मध्यरात्री चढला तो काय भाकरीकरिता? पहिल्या बाजीरावसाहेबांनी उत्तर हिंदुस्थानवर स्वारी केली ती काय भाकरीकरिता?''

चार लोक दिसले, की या गृहस्थाचे व्याख्यानाचे वेड जागृत होते, हे विजयला ठाऊक असावे! तो मध्येच म्हणाला, ''मग सरकारी हुकूमानेच जमिनी कारखान्याला मिळतील अशी खटपट करणं बरं!''

तात्यासाहेबांनी विचारले, ''पण सरकारी हुकूम तरी शेतकरी मानतील का?''

''नाही तर काय करतील?''

''सत्याग्रह!''

''संस्थानात कसला करताहेत सत्याग्रह? एकेकाची हड्डी चांगली नरम करून टाकू!'' विजय म्हणाला.

विजयचे हे उद्‌गार सुलभेला कुणी तरी अंगावर फेकलेल्या जळत्या निखाऱ्यासारखे वाटले. शेतकऱ्यांना स्वतःच्या जमिनीच्या तुकड्यासाठी– आपल्या पोरांच्या प्राणासाठीही सत्याग्रह करण्याचा अधिकार नाही आणि विजयला मात्र नुसत्या वारसाहक्काने एक जहागीर मिळविण्याचा परवाना आहे. तिच्या क्षुब्ध मनाला वाटले, जग सुधारले असे आपण मानतो ते अगदी खोटे आहे. नरमांसभक्षक माणसे काही रानटी जातीतच आढळत नाहीत. सारे सुधारलेले जग अजूनही मनुष्याचे मांस मिटक्या मारीत खात आहे. फरक झाला आहे तो फक्त हे मांस मिळविण्याच्या साधनात. पूर्वी मनुष्याला सुळावर चढवीत; पण आता अमेरिकेत त्याला विजेच्या खुर्चीत बसवितात. मनुष्याचे रक्तमांस खाण्याच्या कलेला सध्याच्या जगात अत्यंत सोज्ज्वळ रूप देण्यात आले आहे एवढंच! पण–

हिंदुमहासभावाले बोलत होते, ''पुण्यालाही कुणी कदम नावाचा चळवळ्या मनुष्य आहे– इकडे तीन-चारदा येऊनही गेलाय तो! माथी फिरलेले चार तरुणही त्याच्या पाठीशी आहेत. तो एकदम त्या मुकुंदाला घेऊन आला, तर काही तरी विलक्षण प्रकार झाल्याशिवाय राहणार नाही इथं!''

''त्या मुकुंदाला संस्थानच्या हद्दीत येण्याची बंदी केली म्हणजे झालं. राजेसाहेबांची

नि दिवाणसाहेबांची प्रकृती फार नाजूक आहे. त्यांना सत्याग्रहासारखी अपथ्यं करून चालायचं नाही!''

विजयच्या या उद्‌गारांचे सर्वांनीच हसून कौतुक केले. ज्या पायावर सत्याग्रहाचे मंदिर उभारले जाणार, तो पायाच उखडून टाकण्याची कल्पना निःसंशय मुत्सद्देगिरीची होती. मात्र इतरांचे हसणे जो जो बाहेर फुटत होते, तो तो सुलभेचे अंतःकरण आतल्या आत गुदमरून जात होते. तिचे मन म्हणत होते... 'मुकुंद या लोकांसारखा स्वार्थी नि ढोंगी नाही म्हणूनच हे लोक त्याच्यामागे हात धुऊन लागणार काय? व्यसनी माणसांना निर्व्यसनी माणसांविषयी एक प्रकारचा विलक्षण मत्सर वाटतो म्हणतात! तशीच यांची स्थिती झाली आहे. मुकुंद! आपला मुकुंद असहाय, एकाकी लढणार आणि कौरवांनी अभिमन्यूला अधर्मयुद्धात जसे मारले, त्याप्रमाणे सत्तेच्या आणि संपत्तीच्या शस्त्रांचे घाव वाटेल तसे आणि वाटेल तेथे घालून ही हिंस्र पशूंच्या रूपाने वावरणारी माणसे त्याचा पराभव करणार, त्याला त्याच्या ध्येयाच्या जगातून नाहीसा करणार. आपण हे उघड्या डोळ्यांनी पाहायचे? सत्य ही काय नुसती पुस्तकात वाचायची गोष्ट आहे? न्यायदेवता म्हणजे काय एक निर्जीव पुतळी आहे? मूठभर लब्धप्रतिष्ठितांसाठी लाखो लोकांनी दुःखात खितपत पडायचे? मग जुन्या काळी देवतांना माणसांचे बळी देत असत, या गोष्टीला हसायचे तरी काय कारण उरले? सारे जग मुकुंदाविरुद्ध गेले तरी आपण त्याचीच बाजू धरली पाहिजे. त्याला मदत करण्याकरिता झटले पाहिजे.

मंडळी जायला निघाली. जाता जाता वृद्ध वकील सुलभेपाशी क्षणभर थांबून म्हणाले, ''डॉक्टरीणबाई तर एक शब्दही बोलल्या नाहीत आमच्यापाशी!''

''तुमच्या या राजकारणात कळतंय काय माझ्यासारखीला?''

''तो मुकुंद कांबळी हिचा चांगला मित्र आहे हं! तात्यासाहेब, मी विसरलोच होतो की! सुलभेची नि मुकुंदाची मोठी गट्टी आहे. या फंदात पडू नको म्हणून सुलभेनं त्याला सांगितल्यावर...'' विजय म्हणाला,

वकीलसाहेब डोळे मिचकावीत म्हणाले, ''वाः! मोहनास्त्र हातात असल्यावर ब्रह्मास्त्राची जरुरीच नाही!''

त्याच्याकडे तीव्र दृष्टीने रोखून पाहत सुलभेने उत्तर दिले,

''कोणत्याही मोहापेक्षा ध्येय मोठं मानणारी माणसं या जगात आहेत, म्हणूनच ते चाललं आहे!''

वकीलसाहेब गप्प बसले. पण त्यांनी चेहरा मात्र असा केला, की या फणकाऱ्यात काही तरी रहस्य आहे, हे आपण अगदी पुरेपूर ओळखले. आपला पराभव दिसू नये म्हणून ते तात्यासाहेबांना म्हणाले, ''लहानपणी चहा आणून देताना किती लाजत असे ही सुलू! आणि तुम्ही हिच्या दोन हातांचे चार हात

केव्हा करणार? अलीकडं पाश्चात्त्य तज्ज्ञसुद्धा म्हणतात, की स्त्रीला मूल होण्याचं वय फार पुढं जाणं इष्ट नाही!''

''मूल होणं हेच स्त्रीच्या आयुष्याचं ध्येय असतं का?'' सुलभेने कठोर स्वरात विचारले.

''अलबत्! वरेरकर आणि अत्रे हेसुद्धा गर्जून हेच सांगताहेत ना? स्त्री ही आधी माता असते आणि मग पत्नी असते!''

''स्त्री ही आधी स्वतंत्र व्यक्ती असते. वाटलं तर ती पत्नी होईल, माता होईल– नाही तर–''

वकीलसाहेबानी नुसते दुबळे हास्य केले.

सुलभा हसत हसत म्हणाली, ''पुरुष हा आधी पिता असतो, मग नवरा असतो, वगैरे वगैरे तत्त्वज्ञान तुम्हाला पसंत असेलच!''

वकीलसाहेबांनी काढता पाय घेतलेला पाहून ती पुढे म्हणाली, ''अन्नाप्रमाणे तत्त्वज्ञानसुद्धा शिळं झालं की आंबून जातं! नाही वकीलसाहेब?''

तात्यासाहेब व विजय जेवायला बसले. भूक लागू नये असे सुलभेने आज काहीच खाल्ले नव्हते; पण काही केल्या तिची जेवणावर वासनाच जाईना. 'मैत्रिणीकडे खूप फराळ केला आहे मी' अशी सरळ थाप देऊन आणि दोन-तीन फुलपात्रे पाणी पिऊन ती बंगल्याच्या पायऱ्यांवर येऊन उभी राहिली. समोरच्या काळोखाविषयी एक प्रकारचा आपलेपणा वाटू लागला तिला. वर चमकणाऱ्या नक्षत्रांकडे नजर जाताच तिच्या मनात आले, जगाला ध्येयवादाची शिकवण देण्याकरिताच काळोखात ही नक्षत्रे अधिक उज्ज्वलपणाने चमकत असली पाहिजेत.

पायऱ्या उतरून ती हळूहळू खाली गेली व बागेत फिरू लागली. माळावरली जागा, अंधार, जीवजिवाणूंचे भय, यांपैकी एकाही गोष्टीचं तिला भान नव्हतं. मुकुंद या वेळी त्या शेतकऱ्यांच्या झोपडीत कसा बसला असेल, त्याच्याशी कोणकोणत्या गोष्टी बोलत असेल, याचीच कल्पनाचित्रे तिच्या डोळ्यांपुढून जात होती. तिच्या मनाची अद्भुतरम्यता त्या चित्रांनी जागृत केली. आपण असेच चालत थेट त्या शेतकऱ्यांच्या झोपड्यांकडे जावे असे तिला वाटले. मुकुंदाला मोठे आश्चर्य वाटेल आपल्याला पाहून. तो घाईघाईने पुढे येऊन उद्गार काढील, ''कोण, सुलभा? अशा अपरात्री! नि एकटी?'' आपण उत्तर देऊ ''तू इथं एकटाच नव्हतास का?'' तो हसून म्हणेल, ''मी एकटा शंभरांना भारी आहे!'' कदाचित तो मुळीच बोलणार नाही, कदाचित त्या दिवशी मुंबईत गुणगुणत होता तसा मृदू स्वरात म्हणेल–

"एकत्र गुंफुनि जीवितधागे
प्रीतीचे नर्तन नाचलो मागे
एकटा उभा मी येथे–"

सुलभेच्या पावलांनी तिला गॅरेजच्या बाजूला आणले होते. विठू जेवायला बसला असेल अशी तिची कल्पना होती. पण गॅरेजमधून कुजबूज तर ऐकू येत होती. विठू दुसऱ्या कुणाशी तरी बोलत असावा! या वेळी विठूशी बोलणारे कोण बरे असावे? विजयच्या घरातला गडी इथं अंधारात विठूशी कसल्या गोष्टी करीत बसणार? सुलभेच्या मनातली रहस्यप्रियता जागृत झाली. ती चोरपावलांनी गॅरेजच्या एका टोकापाशी जाऊन उभी राहिली. बोलणारी माणसे अगदी हळूहळू बोलत होती. तरी त्यातील एकूण एक शब्द सुलभेच्या कानांवर पडू लागले :

"बेवकूफ! कर्ज काढताना नाही शरम वाटली?" हा आवाज विलक्षण घोगरा होता.

"पण ते फेडायला सवड द्या ना मला!" या आवाजात भीती असली तरी तो विठूचा आहे, हे सुलभेने सहज ओळखले.

"कुत्तेकी अवलाद! रेस खेळून माझं कर्ज फेडणार काय तू?"

"पण–"

"ते काही नाही. गुपचूप काम फत्ते करू. तुझा संशयसुद्धा येणार नाही कुणाला! तोंडी निरोप आहे म्हणून सांगायचं. मग मोटारीत घालायचं आणि माझ्या हवाली करायचं!"

"दुसऱ्या दिवशी माझ्या गळ्याला फास लागेल की."

"सशाचं काळीज दिसतंय तुझं! कानांवर हात ठेवून सरळ मोकळा हो! या श्रीमंताच्या घरी इतक्या भानगडी असतात, की तुला कोर्टात खेचायची छातीच होणार नाही कुणाला! विचार करून ठेव! होय म्हटलास तर ठीक आहे. नाही तर हा सुरा–"

गॅरेजमध्ये एकदम प्रकाश चमकला. बोलणाऱ्या व्यक्तीने आपल्या हातातली बॅटरीची कळ दाबली असावी! पुन्हा लगेच अंधार झाला. गॅरेजमधून दोन माणसे बाहेर पडलेली सुलभेने पाहिली. पण त्यांच्या आकृती इतक्या अंधुक व अस्पष्ट होत्या, की आधी संभाषण ऐकले नसते, तर ती माणसे आहेत असे सुलभेला वाटलेही नसते.

आपण ऐकलेल्या संभाषणाचा अर्थ काय हेच प्रथम सुलभेला कळेना. विठूला सामील करून घेऊन कुणाला तरी पळविण्याचा बेत दिसत होता तो! पण हा बेत करणारा कोण? जिला पळवून न्यायचे ती व्यक्ती कोण? सैरावैरा

धावून तिचे मन शेवटी एकाच कल्पनेवर स्थिर झाले. मनोहरला पळवून नेऊन मारण्याचा त्या पठाणाचा तर हा बेत नसेल ना? पण मनोहरला मुकुंद येथे बोलविणार आहे हे त्या पठाणाला कसे कळले असेल आणि तेवढ्यासाठी तो इथं आला असेल हे शक्य तरी आहे का? छे!

विचार करून तिचे मन अगदी संत्रस्त झाले. काही तरी वाचीत पडावे म्हणून ती आत आली. तो तात्यासाहेब व विजय मनसुखलालच्या बंगल्याकडे जायला निघाले होते. "मीही येते" असे सुलभा म्हणाली, तेव्हा तात्यासाहेबांनी "उगीच जागरण कशाला करतेस? आमचं बोलणं किती लांबेल याचा नेम नाही." असे तिला म्हटले. पण विजयने "येऊ दे की! मैत्रिणीला भेटायला अगदी उत्सुक झाली असेल ती!" अशी तिची वकिली केल्यामुळे सुलभेला अधिक बोलावेच लागले नाही.

मात्र गाडीत बसण्याकरिता सुलभा बाहेर आली, तेव्हा सारे आभाळ अंधारून आले आहे असे तिला दिसून आले. मघाच्या अनंत चांदण्यापैकी आता एकही दिसत नव्हती. आज आकाशही आपल्या मनातले खेळच खेळून दाखवीत आहे की काय, हे सुलभेला कळेना. गाडी सुरू होत असताना तिने विठूकडे मुद्दाम लक्षपूर्वक पाहिले. त्याच्या हाताने नेहमी इतकी सफाई आज दाखविली नाही. सुलभा मघाच्या विचित्र संभाषणाचा पुन्हा विचार करू लागली.

गाडी गावाबाहेर पडायच्या आतच पावसाचे नृत्य सुरू झाले. टपटप करीत टपोरे थेंब पडू लागले. सुलभेने आपल्या बाजूची काच वर ओढली. इतक्यात बाहेर लखखकन वीज चमकली, जोराचा वारा सुटला आणि धुळीचे लोट उडू लागले.

विठू मोटार चालवीतच होता. पण एकदम गाडी कशानेशी बंद पडली. विजय चिडून ओरडला, 'काय प्यायलाबियलास की काय आज, विठू?' बाहेर पावसात भिजत असलेल्या विठूने काहीच उत्तर दिले नाही. दिवा लावून दुरुस्तीकरिता जरूर असलेली हत्यारे तो काढू लागला, एकदम 'च् च्' असे त्याने केले. जरूर असलेली वस्तू ते गॅरेजमध्ये विसरला असावा. 'अस्सा जाऊन येतो गावात' म्हणून त्याने गाडी रस्त्याच्या बाजूला आहे की नाही हे पाहिले आणि अंधारातून तो शिरगावकडे धावत निघाला.

विठू येईपर्यंत मोटारीत तिष्ठत बसायचे विजयच्या जिवावर आले. पावसाला मघाशी यायची लहर लागली तशी आता जायचीही लागली. बाहेरच्या शेतांकडे बोट दाखवीत विजय तात्यासाहेबांना म्हणाला, "कारखान्याला हव्या असलेल्या जमिनी आहेत या!" तात्यासाहेबांनी त्या बाजूला पाहिले. दूर दोन-तीन दिवे मिणमिणत होते. तिथे शेतकऱ्यांच्या झोपड्या असाव्यात.

"चला, सहज जाऊन येऊ या तिथपर्यंत!'' विजय म्हणाला, इतरांची संमती मिळण्यापूर्वी तो मोटारीतून उतरलाही. गाडी मध्येच बंद पडणे आणि विठूचे शिरगावकडे जाणे याविषयी सुलभाही साशंक झाली होती. ती उतरल्यावर तात्यासाहेबांनी आढेवेढे घेतले नाहीत. विजय बॅटरीचा प्रकाश पाडीत पुढे चालू लागला.

त्या झोपड्या तशा काही लांब नव्हत्या, पण रस्ता सोडून शेतातल्या वाटेला लागल्याबरोबर पावसाने ओली झालेली माती अशी भराभर पादत्राणांना चिकटू लागली, की विजयला कुठून आपण या झोपड्यांकडे जाण्याची कल्पना काढली, असे होऊन गेले. वहाणांखाली मातीचे जाड थर चढत असताना सुलभेला मात्र गंमत वाटली. शेतकरी जन्मभर जिथे चालतात, तिथे क्षणभर आपण का कंटाळावे असाही विचार तिच्या मनात येऊन गेला.

त्यातल्या त्यात मोठ्याशा दिसणाऱ्या एका झोपडीजवळ ही मंडळी आली. आत कोणीतरी मोठ्या आवेशाने बोलत होते. अगदी जवळ गेल्यावर त्यांना शब्द ऐकून आले, 'कारखाना काढणारा काही देव नाही आणि तुम्ही काही जनावरं नाही. तीही माणसं आहेत, तुम्हीही माणसं आहात. गरिबांच्या आयुष्याच्या होळीवर श्रीमंत खुशाल पोळ्या भाजून घेतात. या वेळीही तसंच होईल. ही आग आता तुमच्या पोळ्या भाजणार नाही, तर तुम्हाला भाजून टाकील, असं दाखवायला हवं तुम्ही!'

पहिले शब्द ऐकताच जागच्या जागी थबकलेला विजय पुढे झाला, त्याच्यामागून सुलभा व तात्यासाहेब ही दोघेही झोपडीच्या दारापाशी गेली. त्यांनी समोर पाहिले. एक मोठा ढणढण करणारा दिवा पेटत होता. तरुण, म्हातारे, हिंदू, मुसलमान, असे दहा-पंधरा दरिद्री शेतकरी आणि पाच-सात लहान-मोठ्या बायका यांचा घोळका तिथे बसला होता. त्यांना उद्देशून बोलणाऱ्या व्यक्तीने झोपडीच्या दरवाजाकडे पाहिले मात्र; विजयच्या तोंडून मोठ्याने उद्‌गार निघाला, 'मुकुंद!'

सुलभेच्या अंतःकरणातून प्रतिध्वनी आला,
'माझा मुकुंद!'

ज्ञानदिवा मालवू नको रे

❈❧❈❧❈

झोपडीच्या दारात विजय, सुलभा व तात्यासाहेब यांना पाहून मुकुंदाला आश्चर्य वाटले. पण ते क्षणभरच. लगेच त्याची खेळकर वृत्ती जागृत झाली. हसत हसत तो पुढे आला आणि विजयला नमस्कार करीत म्हणाला, ''या ना आत!''

आतील शेतकऱ्यांपैकी बहुतेक विजयला ओळखत होतेच. सावकारांच्या आणि जमीनदारांच्या कृपेमुळे ज्याला कोर्टाची पायरी कधी चढावी लागली नव्हती, असा एकही तिथे नव्हता. मात्र ही पायरी चढून गेल्यानंतर आतील देवालयात त्यांना विजयचे जे दर्शन झाले होते ते बहुधा विरुद्ध पक्षाचा वकील म्हणूनच. विजयची सारी बुद्धिमत्ता त्यांच्या मडक्यांवर आणि रकट्यांवर जप्त्या आणण्यातच खर्च होत असली, तरी त्याचा त्यांना वचक वाटत होता यात संशय नाही. विजय दाराशीच थबकला. पण त्याला पाहताच एक म्हातारा मुसलमान शेतकरी सोडून बाकीचे पटापट उठून उभे राहिले. मुकुंद तिथे नसता तर वकीलसाहेबांचे पाय गरिबाच्या झोपडीला लागल्याबद्दल त्यांच्यापैकी काहींनी आनंदही प्रदर्शित केला असता. पण आताच मुकुंदाचे आणि त्यांचे जे बोलणे झाले होते, त्यावरून असली लोचट लाचारी त्याला बिलकूल खपणार नाही, हे त्यांच्या लक्षात आले असावे. त्यामुळे त्यांचे डोळे केविलवाण्या कृतज्ञतेने विजयकडे पाहत होते, तरी त्यांच्या तोंडातून एकही शब्द निघाला नाही.

विजयने मुकुंदाला काहीच उत्तर दिले नाही. तो जागचा हललाही नाही. इतक्यात तो म्हातारा मुसलमान शेतकरी पुढे येऊन म्हणाला, ''या ना रावसाहेब आत. या झोपडीत गालिचा नसला तरी फाटकं कांबळं आहे. या मुकुंददादांना गुळाचा खडा आणि पाणी मिळालं, तसं तुम्हालाही ते देण्याची देवानं शक्ती दिली आहे आम्हाला!''

विजयने त्या म्हाताऱ्याकडे पाहिले. मुकुंदाच्या ते लक्षात आले. पण बाचाबाची

वाढू नये म्हणून झटकन सुलभेकडे वळून तो म्हणाला, "ये ना सुलभा आत. नुकतीच वळवाची सर येऊन गेली आहे बाहेर!" "बाहेर जमीन ओली नि आत नाही असं थोडंच आहे?" विजयने नांगी मारण्याचा प्रयत्न केला. पण त्याच्याकडे अथवा तात्यासाहेबांकडे मुळीच न पाहता सुलभा वाकून आत शिरली आणि एकदम शेतकरणींच्या घोळक्यात जाऊन बसली. गर्दीत नागीण शिरली म्हणजे लोकांची जशी पांगापांग होते, तशी त्या बायकांची स्थिती होणार होती; पण सुलभेने दोघींना दोन हातांनी घट्ट धरून आपल्याजवळ बसविल्यामुळे पळून जाण्याच्या विचारात असलेल्या इतरांनाही जागच्या जागी राहण्याचा धीर आला– जादूचे प्रयोग ज्या स्तिमित दृष्टीने पाहतात, त्या दृष्टीने त्या सुलभेकडे पाहू लागल्या. त्या बावरल्या आहेत हे सुलभेच्या लक्षात आले, पलीकडे एक दोन वर्षांचा मुलगा निजला होता, त्याच्या अंगात एक फाटका सदरा होता, संध्याकाळी खेळताना उडालेली धूळ त्याच्या केसांवर आणि चेहऱ्यावर दिसत होती, पण क्षणाचाही विलंब न लावता सुलभा किंचित पुढे सरकली आणि तिने त्या मुलाचा मुका घेतला. तिने मान वर करून झोपडीच्या दाराकडे पाहिले. मुकुंदाच्या डोळ्यांत फुले फुलली होती; पण विजयच्या डोळ्यांतून मात्र ठिणग्या उडत होत्या. तो कर्कश स्वराने ओरडला, "सुलभा!"

तात्यासाहेबही किंचित दरडावणीच्या स्वरात म्हणाले,

"सुलू, चल लवकर, कारखान्याकडे जायचंय आपल्याला!"

"मलाही कारखान्याकडे यायचंय!" मुकुंद म्हणाला.

"कशाला? आग लावायला?" विजयने प्रश्न केला.

"कारखान्याचा नोकर आहे मी!"

"नोकरी तर छान चालली आहे! मनसुखलालचं अन्न खाता आणि त्यांच्याविरुद्ध या लोकांना चिथाविता!"

"माझा अकरा ते चार हा वेळ कारखान्याला मी भाड्यानं दिला आहे. माझी मतं काही विकली नाहीत मी त्याला!"

"वा रे धर्मराज! तात्यासाहेब चोराच्या उलट्या–"

मुकुंद प्रत्युत्तर देणार, इतक्यात सुलभा उठून पुढे झाली आणि विजयकडे तीव्र दृष्टीने पाहत म्हणाली, "दुसऱ्याला चोर म्हणून काही कुणी साव ठरत नाही या जगात!"

शब्दाने शब्द वाढू नये म्हणून मुकुंद विजयला म्हणाला, "नुसते बसून तरी चला या झोपडीत! तेवढेच बरं वाटेल या लोकांना."

"मघापासून मारे आग्रह चालविला आहे तुम्ही, पण 'आग्रह स्वर्गातला आणि पत्ता नाही ताकाला" असा प्रकार चाललाय सारा! असल्या झोपडीत प्राण

गेला तरी आपण क्षणभरही बसणार नाही!''

''पण हे वर्षाचे बारा महिने आणि आयुष्याची सारी वर्षे असल्याच झोपड्यांत काढीत आले आहेत.''

''असतील! त्यांचा आमचा काय संबंध आहे?''

''ते आमचे अन्नदाते आहेत!''

विजयने झोपडीतल्या त्या खेडवळांकडे तुच्छतेने हसून पाहिले आणि तात्यासाहेबांकडे वळून तो म्हणाला, ''आता व्याख्यान सुरू होणार हं! मार्क्स, लेनिन, कोयते, हातोडे! ह: ह: ह:! मुकुंद, कोयते आणि हातोडे ही गरिबांची खेळणी नाहीत हं!''

मुकुंदाच्या चेहऱ्यावर झर्रकन जी तेजस्वी रेषा चमकून गेली, तिच्यावरून तो काही तरी विलक्षण उत्तर देणार आहे असे दिसले. पण विजयचे शब्द संपता संपताच मोटारीचे शिंग वाजू लागले, त्यावरून विठू परत आला असावा हे उघड होते. मुकुंदाकडे पाठ करता करता विजय उद्‌गारला, ''चालू देत तुमच्या नि तुमच्या अन्नदात्यांच्या गोष्टी!''

सुलभेने खूण करून मुकुंदाला आपल्याबरोबर बोलावले, हे विजयला प्रथम कळलेच नाही. शेतातली अर्धी अधिक वाट चालून आल्यावर त्याने मागे पाहिले तो सुलभेच्या बरोबर चालत असून त्यांच्यामागे तो म्हातारा मुसलमानही आहे. तो मनातल्या मनात जळफळू लागला.

शिरगावाकडे जातानाच एका दुकानावरून सायकल घेण्याचे प्रसंगावधान दाखविल्यामुळे विठू इतक्या लवकर परत आला होता. तात्यासाहेब व सुलभा मोटारीत मागच्या बाजूला बसली, विजय बसल्यानंतर आपण बसावे अशा बेताने मुकुंद दूर उभा राहिला होता. शिवाय त्या म्हाताऱ्या मुसलमान शेतकऱ्याशी हळूहळू तो काही बोलतही होता.

गाडीत चढताना विजयच्या मनाचा झालेला गोंधळ मुकुंदाच्या लक्षात आला, तेव्हा त्याला हसू आल्यावाचून राहिले नाही. पुढच्या जागेवर बसण्याकरिता विजयने प्रथम दार उघडले. पण आपण पुढे बसलो तर मागे सुलभेपाशी बसणार ही गोष्ट चटकन त्याच्या लक्षात आली असावी. पुढील दार उघडेच टाकून त्याने मागचे दार उघडले आणि तो आत जाऊन बसला. पुढच्या जागेवर बसता बसता मुकुंद म्हणाला, ''आयुष्यात पुढील जागा मिळण्याचा योग आजच काय तो आला!''

मोटार सुटता सुटता त्या मुसलमान शेतकऱ्याने मुकुंदाला नमस्कार करीत म्हटले, ''बरं आहे, दादा! उद्या रात्री!''

''बरं आहे!'' मुकुंद म्हणाला.

विजयचे प्रक्षुब्ध मन म्हणाले, 'काय करणार आहेत हे लोक उद्या रात्री?'

कारखान्याच्या आवारात गाडी मनसुखलालांच्या ऑफिसपुढे थांबली, तेव्हा आतील दिवे जळतच होते. अर्थात मनसुखलाल कारखान्याच्या दुसऱ्या टोकाला असलेल्या आपल्या खासगी बंगल्यात नसून ऑफिसमध्ये होते, हे कुणी सांगायला नको होते. अपरात्री जळणाऱ्या दिव्यांवरून शेतकऱ्यांच्या जमिनीचा प्रश्न बराच भानगडीचा झाला असावा, हे सुलभेने ताडले. विजय व तात्यासाहेब ऑफिसपुढे मोटारीतून खाली उतरले. मात्र खाली उतरल्यावर विजय सुलभेला म्हणाला, ''केशरबाईच्या बंगल्यापर्यंत पोहोचवायला येऊ का मी?''

''तुमचा कामाचा वेळ फुकट जाईल उगीच! मुकुंद दाखवील की मला बंगला!''

लगेच विठूकडे रोखून पाहत सुलभा म्हणाली,

''मुकुंद काही पळवून नेणार नाही मला!''

विठू दुसरीकडे पाहू लागला हे सुलभेच्या लक्षात आले. मघाशी गॅरेजपाशी आपण ऐकलेल्या वाक्यात काही तरी अनर्थ भरला आहे अशी तिची खात्री झाली. ती हसून विजयकडे पाहू लागली. तो रुक्ष स्वराने म्हणाला, ''मुकुंद नाही पळवून नेणार तुला; पण तूच त्याच्याबरोबर पळून गेलीस तर काय करायचं?''

''त्याच्याबरोबर पळण्याची शर्यत जिंकल्याबद्दल चांगलंसं बक्षीस द्या मला!''
हा सर्व संवाद ऐकताच तात्यासाहेबांची चर्या अत्यंत त्रासिक झाली होती. स्टेशनवर सुलभेने दिलेली हिरव्या चाफ्याची फुले घेऊन मुकुंद त्यांना भेटला होता. त्या वेळी त्याच्या कोटालाही हिरव्या चाफ्याचे एक फूल लटकले होते. त्या क्षणापासून सुलभा आपल्यापासून दूर जाऊ लागली असावी असा संशय आता त्यांच्या मनात दृढमूल झाला. त्यांचे मन म्हणत होते– विजयसारख्या मनुष्याचा तिरस्कार करून सुलभेने प्रेम करावे असे त्याच्यात काय आहे? शेतकऱ्यांना चिथावून तो उद्या जास्ती गडबड करू लागला, तर त्याच्या हातात कडीतोडे पडायला काही फार वेळ लागणार नाही या संस्थानात! नदीने समुद्राकडे पाठ फिरवून कुठल्या तरी खडकाळ ओढ्याला मिळायला धावावे, तशातला हा सुलभेचा प्रकार नाही का? लहानपणापासून तळहातावरच्या फोडाप्रमाणे वागविलेल्या मुलाला टाकून बोलणे जिवावर येते. पण मुले मोठे झाली, की ती फोडाप्रमाणे दुःख देऊ लागतात. मनोहरने तोंडाला कसे काळे फासले, आता सुलभा अशी– मावशींना बोलावून घेऊन त्यांच्याकडून सुलभेची कानउघाडणी केलीच पाहिजे. असा मनाचा निश्चय करीत तात्यासाहेबांनी मनसुखलालच्या सुंदर रीतीने शृंगारलेल्या ऑफिसमध्ये पाऊल टाकले.

विठू गाडी गॅरेजकडे घेऊन जाईपर्यंत मुकुंद आणि सुलभा ऑफिसपुढेच उभी होती. मग दोघेही हळूहळू चालू लागली. सुलभेने विचारले, ''केशर कसल्या संकटात आहे रे?''

''संकटात?'' हा प्रश्न करताना मुकुंद फार मोठ्याने हसला असे नाही; पण रात्रीच्या प्रशांत वातावरणात त्याचे ते हास्य सुलभेला फार विचित्र वाटले.

''थट्टा नाही करीत मी! मघाशी तू दिलेल्या पत्रात लिहिलंय तिनं तसं!''

''आयुष्य अगदीच अळणी झालं म्हणजे त्याला कल्पनेचं तिखटमीठ लावायची सवय होते माणसाला.''

''किती निर्दय आहेस रे तू!''

''मी निर्दय नाही; निसर्ग निष्ठुर आहे. सुलभा, श्रीमंतीत वाढलेल्या माणसांची दुःखं काय तुला खरी वाटतात? कराचीच्या एका व्यापाऱ्यांचं कुत्रं एक दिवस काही खाईनासं झालं. त्याच्यासाठी मुंबईहून स्पेशॅलिस्ट बोलावला त्यानं! ती बातमी वर्तमानपत्रात छापूनसुद्धा आली. त्या कुत्र्याच्या प्रकृतीची चौकशी करण्याकरिता मोठमोठ्या लोकांच्या मोटारी त्या व्यापाऱ्याच्या दारापुढं उभ्या राहू लागल्या असं छापून आलं असतं तरी तेसुद्धा मला खोटं वाटलं नसतं. या चित्राजवळच हे दुसरं चित्र ठेवून पाहा– पोर आजारी असलं तरी मजूर आई-बापांना कामावर जायलाच पाहिजे. पोटाची खळगी काही घरी बसून भरत नाही. काम करणाऱ्या मजुराचं मूल मरणाच्या दारात आहे, याची कुठलाही मालक कशाला पर्वा करील? औषध लांबच राहो; मुलाजवळ बसून त्याच्या तोंडात पाणी घालण्याचं समाधानसुद्धा मिळत नाही असल्या आई-बापांना! शेवटी तडफडून, तडफडून ते पोर प्राण सोडतं. त्याचं दुःखं करीत बसायला तरी या दुर्दैवी जिवांना कुठे सवड असते? गुलामांना रडायलासुद्धा फुरसत मिळत नाही सध्याच्या जगात!''

मुकुंद व सुलभा ज्या पायवाटेने चालली होती. तिच्यावर बारीक वाळू पसरलेली होती. दोन्ही बाजूंना सुंदर फुलझाडे लावली होती आणि मधूनमधून एखादी टुमदार बंगलीही त्या वाटेच्या सौंदर्यात भर घालीत होती. कारखान्याचा एवढा मोठा आणि सुंदर पसारा असेल अशी सुलभेला कल्पनाही नव्हती, ''माळरानावर नंदनवन केलं आहे नुसतं!'' ती सहज बोलून गेली.

पण मुकुंदाच्या जळणाऱ्या मनातला ओघ अजून ओसरला नव्हता. तो रुक्ष स्वरात म्हणाला, ''पैशाचे खेळ आहेत हे, सुलभा. पण हा पैसा कुठून येतो, याचा तुझ्यासारखी बुद्धिवान मुलगीसुद्धा विचार करीत नाही. श्रीमंताच्या जवळचा दाम म्हणजे गरीबांच्या निढळाचा घाम!''

''सारे कारखाने बंद करून तरी गरीब सुखी होतील का?''

''कारखाने बंद करावेत आणि माणसांनी वल्कलं नेसून व कंदमुळं खाऊन

राहावं असं मुळीच म्हणत नाही मी. आणखी कारखाने निघू देत, आणखी माल उत्पन्न होऊ दे; पण तो ज्यांच्या श्रमानं निर्माण होतो, त्यांचा त्याच्यावर हक्क असू दे. सुलभा, एखाद्या समारंभात मानाची जागा वर-खाली झाली, तर सुशिक्षित लोकांचा जीव खाली-वर होतो आणि जे आपल्या रक्ताचं पाणी करून– काय वेड्यासारखा बडबडत सुटलोय मी हे?''

''तुझ्यासारखे वेडे फार थोडे आहेत. म्हणून जगातली दु:खं कमी होत नाहीत.''

चालता चालता मुकुंद एकदम थांबला. सुलभेच्या खांद्यावर हात ठेवून तो म्हणाला, ''मग तू का वेडी होत नाहीस? मुकुंदाने हे वेड तुला लावलं असं लोक म्हणतील याचं भय वाटतं होय तुला? सुलभा, कविता करणारा लोकांचा सल्ला घेऊन त्या करतो का? चित्रकार कुठलं चित्र काढावं याविषयी आई-बापांचा उपदेश ऐकेल का? आपलं आयुष्य हेसुद्धा एक भावगीत आहे, एक रंगचित्र आहे–''

''थांबलाससा मध्ये?''

''कारखान्यात जिकडंतिकडं आधीच खळबळ उडाली आहे. त्यामुळं अपरात्री कोणी तरी चळवळ्या भाषण करतोय असं वाटून मनसुखलालचे पठाण धावून येतील आणि चांगला चोप देतील मला!''

''तुझे-माझे हात काही केळी खायला गेलेले नाहीत!''

मुकुंद नुसता हसला, अन्यायाची चीड येणे हीच जिवंत मनाची खूण असते. सुलभेत ती पदोपदी व्यक्त होऊ लागल्याचे पाहून त्याच्या मनाला विलक्षण समाधान झाले होते. मुकुंद हसला तेव्हा सुलभेने त्याच्याकडे पाहिले. ग्रीष्मातल्या सूर्याचे शरद ऋतुतल्या पूर्ण चंद्रात रूपांतर झाल्याचा भास झाला तिला. या विचित्र, विषम जगातून आपण दोघे कुठे तरी दूर गेलो आहोत, असे स्वप्न तिच्या डोळ्यांपुढून तरळून गेले. तिच्याकडे स्निग्धतेने पाहणारा मुकुंद मजुरांचा पुढारी नव्हता, शेतकऱ्यांचा कैवारी नव्हता, आपले जीवनपुष्प समाज देवतेला वाहणारा त्यागी तरुण नव्हता. सुलभेच्या मनात लपून बसलेला, सुलभेच्या स्वप्नात येऊन तिची चेष्टा करणारा, सुलभेच्या कानात काहीतरी हितगुज करण्याच्या मिषाने तिच्या गालांवर गुलाब फुलविणारा जादूगार मुकुंद होता तो! या दृश्याचा आनंद सुलभेला असह्य झाला. तिला वाटले, मुकुंदाच्या खांद्यावर मान टाकून मिटलेल्या डोळ्यांनी मुकुंदाची ही मूर्ती जन्मभर पाहत राहण्यातच आपल्या आयुष्याची सफलता नाही का?

तिच्या खांद्यावर हात ठेवून मुकुंद म्हणत होता, ''सुलभा, तुझ्याशी बोलायला लागलो म्हणजे भानच राहत नाही मला! आणि तुझा हा स्पर्श– या स्पर्शानं मी

मुकुंद आहे याचा विसर पडतो मला. तरुणीच्या पहिल्या स्पर्शात अमृत आहे असं म्हणणारे कवी वेडे आहेत. त्या स्पर्शात भयंकर विष असतं!''

''माझ्या स्पर्शात नसेल ते पण!''

''का?''

''तरुण स्त्रीचा पहिला स्पर्श नाही हा तुला!''

''म्हणजे?''

''तरुणीच्या पहिल्या स्पर्शाचा अनुभव पूर्वीच घेतला आहेस तू!''

''कुठं?''

''कराचीला! त्या मुलींच नाव सांगू का? केशर!''

''सुलभा...''

''तो स्पर्श उन्मादक असतो असं लिहिलं आहेस तू! आणि आता तू मला सांगतो आहेस– त्यात विष असतं म्हणून! मुकुंद, जगाला फसविणं सोपं आहे! पण स्वतःला फसवून कुणी सुखी होत नाही!''

''सुलभा, उद्या रात्री तू येशील तर साऱ्या गोष्टी सांगेन मी तुला!''

''कुठं येऊ उद्या रात्री?''

''सॅनिटोरियमच्या पलीकडच्या मैदानात!''

''रात्री?''

''हो. रात्री! शेतकऱ्यांना दिवसा फुरसत कुठं असते?''

''सभा आहे होय उद्या रात्री?''

''मोठी सभा आहे! आज नि उद्या कदम व त्याचे मित्र आजूबाजूच्या भागात हिंडून साऱ्या शेतकऱ्यांना जमविणार आहेत तिथं!''

रात्रीच्या सभेला शिरगावातून इतकं दूर कसं जायचं, तात्या काय म्हणतील, हे प्रश्न सुलभेच्या मनाला ओझरता स्पर्श करून गेले. मुकुंदाला मात्र तिने निराळाच प्रश्न केला.

''फार मोठी सभा होईल ही! नाही?''

''हो!''

''आणि एवढ्या मोठ्या सभेत तू आपल्या खाजगी गोष्टी सांगणार आहेस की काय?''

''तुला काही सांगावंच लागणार नाही. सारं दिसेल! सभा झाल्यावर बोलत बसू हवं तर आपण. उघड्या मैदानात आकाशाच्या छताखाली आपल्या आवडत्या माणसांशी बोलण्यात– नक्की येशील ना उद्या? सोबतीला पाठवू का कुणाला?''

''मी काही कुक्कुलं बाळ आहे होय?''

''पांढरपेशांची बोंडल्यानं दूध पिण्याची सवय जातच नाही कधी!''

"मग एक मोठा चमत्कार दिसेल तुला उद्या!"

"कसला?"

"सुलभा रात्री एकटी त्या सभेला येईल!"

मुकुंद मोठ्याने हसला!

"खरं नाही वाटत तुला?"

"खरं वाटतं; पण त्या चमत्कारामुळं माझा सिद्धांत काही खोटा ठरणार नाही. तुळशीदास सापाचा दोर करून खिडकीत चढल्याची कथा आहेच की!"

मुकुंदाला चांगला चिमटा घेण्याची इच्छा सुलभेला झाली; पण इतक्यात गाण्याचे मधुर सूर कांनावर पडल्यामुळे तिचे लक्ष तिकडे गेले. पलीकडच्या बंगल्यातून ते सूर येत होते. त्या बंगल्याकडे बोट दाखवीत मुकुंद म्हणाला, "हाच मनसुखलालचा बंगला!"

"केशर गातेय वाटतं?"

"आपण मध्येच बोलत उभे राहिलो; नाही तर एव्हाना तू तिच्या संकटाचं निवारणसुद्धा केलं असतंस!"

पायवाटेकडून बंगल्याच्या मागच्या फाटकाकडे वाट गेली होती. आता गाण्याचे शब्द स्पष्टपणे ऐकू येऊ लागले,

"अंतरिचा ज्ञानदिवा मालवूं नको रे! मालवूं नको रे!"

मंत्रमुग्धाप्रमाणे मुकुंद ऐकू लागला. सुलभाही देहभान विसरली. त्या स्वरलहरींच्या विमानात बसून आपण कुठल्या तरी सुंदर प्रदेशात चाललो आहोत, असा भास झाला त्यांना!

गाणे संपल्यावर दोघेही पुढील दाराच्या फाटकाकडे आली. फाटकापाशी एक पठाण डुलक्या घेत बसला होता. मुकुंदाकडे दृष्टी जाताच तो उठून उभा राहिला. सुलभेला याचे आश्चर्य वाटले; पण मनसुखलालांनी मुकुंदाकडे आपल्या पत्रव्यवहाराचे काम सोपविले असल्यामुळे, त्याला वारंवार बंगल्यावर यावे लागे. अर्थात पठाणाच्या दृष्टीने तो सलाम करण्याच्या लायकीचा साहेबच होता!

केशरच्या खोलीकडे मुकुंदाने सुलभेला नेले. खोलीचे दार लावलेले होते. सुलभेने दारावर टकटक अशी टिचकी वाजविली. पण आतून कोणी हूं की चूं केले नाही. मुकुंदाने जोराने दार खडखडावले. केशर कर्कश स्वराने आतून ओरडली, "चला, चालते व्हा!"

सुलभा व मुकुंद दोघेही आश्चर्यचकित झाली. सुलभा मोठ्याने म्हणाली, "केशरताई, मी आले आहे तुझ्याकडे!"

आता मात्र केशर दाराजवळ आली असावी. दाराचा बोल्ट ती अगदी सावधपणाने काढीत होती. तिने पहिल्यांदा दार थोडे किलकिले करून पाहिले.

बाहेर सुलभा आहे अशी खात्री झाली तेव्हा ते पुरे उघडले. तिच्या हातात वेताची छडी पाहून सुलभेला हसू आवरेना. ती म्हणाली, ''मैत्रिणीचं स्वागत करायची चांगलीच पद्धत आहे ही!''

केशर क्षणभर लाजली. पण लगेच ती रागाने म्हणाली, ''त्या लोचट रतिलालचं भय वाटत होतं मला. मघाशी दारू पिऊन माझ्या खोलीत आला मेला आणि–'' केशरच्या तोंडातून पुढे शब्द बाहेर पडले नाहीत. पण तिच्या शहारलेल्या अंगाने तिच्यावरच्या संकटाची सुलभेला जाणीव करून दिली.

मुकुंद निघून गेल्यानंतर केशरने स्फुंदत सुलभेला सारी हकीकत सांगितली. मनसुखलालांना मोठमोठ्या सट्ट्यांत ठोकर बसली असल्यामुळे कारखान्याला लागणारा पैसा त्यांच्या हातात नव्हता. एवढ्यासाठीच रतिलालला त्यांनी आपला भागीदार करून घेतले होते. रतिलालची इच्छा केशरने आपल्यापाशी राहावे अशी होती. केशर ही मनसुखलालने ठेवलेल्या बाईची मुलगी तेव्हा लग्न करण्याचा प्रश्नच त्याच्यापुढे उभा राहिला नव्हता. त्याला फक्त केशरचे सौंदर्य हवे होते. पैशाच्या बळावर एक सुंदर मुलगी विकत घ्यायची होती त्याला! पिढीजात श्रीमंतीचा आणि उपभोगाने वाढलेल्या विलासांचा धूर त्याच्या डोळ्यांवर चढला होता. त्यांना त्या मुलीच्या भावना दिसणे शक्य नव्हते.

ही हकिकत कशीबशी अडखळत सांगून केशरने सुलभेला घट्ट मिठी मारली. तिच्या गदगदणाऱ्या शरीराच्या प्रत्येक हालचालीने सुलभेचे हृदय कंपित झाले! केशर अश्रू ढाळीत म्हणाली, ''मनोहरला तार केलीय मी!''

''तार?''

''हो! तो आल्यावर तो, मुकुंद आणि तू माझी या खाईतून सुटका कराल; कराल ना? सुलभा, मी तुझी धाकटी बहीण आहे. नाही, मी तुझी भावजय आहे!''

आपण तिघेही एक झालो, तरी काय करू शकू हे सुलभेला कळेना. केशरचे समाधान करण्याच्या हेतूने ती म्हणाली, ''तुझी आई काय उघड्या डोळ्यांनी असा बळी देईल तुझा?''

''आई? आईच मला रतिलालची राख व्हायचा आग्रह करतेय!'' केशरने एक पत्र आणून सुलभेच्या हाती दिले.

दोन पत्रे

❖❖❖

केशर,

'जगात आई होण्यासारखं भाग्य नाही म्हणतात'ते खरं वाटत होतं.

तुझ्या वडिलांशी माझं लग्न झालेलं नाही. ते होणंही शक्य नव्हतं. ते गुजराथी ब्राह्मण; मी एक कुळवाडी बाई. ते लक्षाधीश; मी पोट जाळण्याकरिता बाजारात येऊन बसलेली एक भिकारीण. इतर दुर्दैवी बायकांप्रमाणं माझ्या आयुष्याची धूळधाण व्हायची नव्हती; म्हणून मनसुखलालांच्या नजरेला मी पडले, त्यांना आवडले आणि लग्नाचं नाही; पण एकाच पुरुषावर प्रेम केल्याचं सुख मला मिळालं.

या सुखामुळेच तुझ्यावेळी मला दिवस गेले तेव्हा मी आनंदाने नाचू लागले. लग्नाचं मूल आणि बिनलग्नाचं मूल यात फार फार अंतर आहे, याची मला कल्पनाच आली नाही त्या वेळी. मी माझ्याच सुखात दंग होते. एखादी गोष्ट वाचताना बिनलग्नाच्या मुलाविषयी काही लिहिलेले दिसले तर मी म्हणे– किती मूर्ख असतात हे लेखक! जगातल्या पहिल्या जोडप्याला मूल झाले ते लग्नाचेच होते का, त्या दोघांचे लग्न लावायला कुठले भटजी आले होते?

केशर, मनसुखलालांकडे येण्यापूर्वी मी एक अडाणी कुळवाडी बाई होते. रात्रंदिवस काबाडकष्ट करायचे, अर्धपोटी राबायचे, मरेपर्यंत मारले तरी हूं का चूं करायचे नाही आणि दु:ख फार झाले म्हणजे देवाला नवस करीत बसायचे, एवढे ठाऊक होते मला. देवाने मला रूप दिले होते; पण सुख मात्र दिले नव्हते; साऱ्या मुलखावरून ओवाळून टाकलेला नवरा मिळाला होता मला! ऐटदार पटका बांधायचा, खूप बेवडा प्यायचा, जुवा खेळायचा आणि नायकिणीच्या घरी येणाऱ्या श्रीमंत कुळांना युक्तीने लुटायचे एवढेच ठाऊक होते त्याला. त्याचे दोस्त काही कमी नव्हते. तो नसताना ते घरी यायचे. मी भाकरी भाजीत असले तर ते तीच खायला मागायचे, शेणी लावीत असले

तर आम्ही येऊ का मदत करायला, असे निलाजरेपणाने म्हणायचे. असा राग येई त्यांचा मला. वाटे, समोरचे शेण घ्यावे आणि त्यांच्या तोंडात घालावे. लुब्रे मेले! हाडूक पाहिले की कुत्रे जसे गप्प बसायचे नाही, तशी बाई दिसली, की लागले पाघळायला! पण एकाही पुरुषाला त्या वेळी मी स्वप्नातसुद्धा माझ्याशी सलगी करू दिली नाही.

पुढे मनसुखलालांच्या जवळ राहिले. त्यांनी पाण्यासारखा पैसा खर्च करून मला शिकविले. आपण ठेवलेली बाई लोकांना अगदी गावंढळ वाटू नये, म्हणूनच त्यांनी हा खर्च केला असेल. पण त्यामुळे एकाच आयुष्यात दोन जन्मांचा अनुभव मला मिळाला आणि– आईने मुलीला सांगू नये– पण सांगतेच! माझा देवावरचा, धर्मावरचा, नीतिवरचा विश्वास पार उडून गेला. मागे पंढरपूरला जाणारे काही वारकरी एकदा आमच्या झोपडीत उतरले होते. त्यातल्या एका बाईची जोडवी चुकून तेथेच राहिली. ती माणसे सकाळी उठून निघून गेल्यावर ती मला दिसली. हातातले काम टाकून ते विष घेऊन मी धूम पळत सुटले. त्या माणसांना गाठून ती जोडवी त्यांच्या हातात ठेवली, तेव्हा कोठे माझा जीव खाली पडला. मी स्वस्थ बसले असते तरी काही देवाघरी मी चोर ठरणार नव्हते. पण नीतीचे सगळे असले-नसलेले काटे गरिबांच्याच मनाला टोचत असतात.

शेटजींच्याबरोबर राहायला लागल्यापासून बडी बडी माणसे माझ्या दृष्टीला पडू लागली. किती शुभ्र पोशाख असायचा प्रत्येकाचा, पण पोशाख जेवढा शुभ्र तेवढेच काळीज काळेकुट्ट! चहा पेल्यातूनच प्यायला पाहिजे; नाही तर त्यांच्या सभ्यपणाला धक्का पोहोचतो. पण शेजारी बसलेल्या सुंदर बाईला मुद्दाम कोपर लावले अगर टेबलाखालून तिच्या पायावर पाय दाबला, तर त्यामुळे त्यांच्या बेगडी सभ्यपणाला काही काळिमा लागत नाही. केशर, तुला आश्चर्य वाटेल! पण चांगल्या उच्च कुळांतल्या, शिकल्यासवरल्या माणसांनी मोठी जागा मिळावी म्हणून, मान मिळावा म्हणून, आपली चैन कायम राहावी म्हणून, आपल्या बायका, बहिणी नि मुली श्रीमंत जनावरांच्या बंगल्यावर पाठविलेल्या ठाऊक आहेत मला! माझ्या नवऱ्याच्या दारूबाजीची मला किळस आलेली होती. तो तर अडाणीच होता. पण मुंबईत शिकलेल्या लोकांच्या दारूबाजीचा धिंगाणा माझ्या डोळ्यांनी पाहिला मी. एकच उदाहरण सांगते तुला. मनसुखलालांना मोठ्या मोठ्या उलाढाली करायची सवयच आहे. मध्ये जे स्टुडिओचे वेड निघाले होते ते त्यातलेच. त्या वेळी एक मोठे गुजराथी लेखक आले होते आमच्या घरी. त्यांनी दारूवर लिहिलेले नाटक पाच-पंचवीस वेळा तरी पाहिले असेल मी. ते पाहताना अगदी गहिवरून येई मला.

असल्या थोर लेखकाचे पाय आमच्या घराला लागणार म्हणून फराळाची केवढी तरी तयारी केली होती मी! पण टेबलावर बसल्याबरोबर त्यांनी 'असल्या खाण्यापिण्यात मजा नाही बुवा, मनसुखलाल!' म्हणून सुरुवात केली. त्या रात्री माझ्या डोळ्यांसमोर किती दारूच्या बाटल्या फुटल्या. त्या झिंगून गेलेल्या लेखकाने 'भिऊ नकोस, मी बाप आहे तुझा!' म्हणून आमच्या मोलकरणीचा हात धरून किती धिंगाणा घातला. त्याला आवरता आवरता तुझ्या वडिलांची आणि त्याने ओकून केलेली घाण निस्तरता निस्तरता नोकरांची कशी पुरेवाट झाली, याची आठवण झाली की आता हसू येते मला. पण ती सर्व रात्र मी रडून रडून डोळे सुजवून घेतले. जणू काही ज्याच्यावाचून आपल्याला जगणे अशक्य आहे, असे कोणी तरी माझे जिवलग माणूसच मेले होते. केशर, मरणप्राय दुःख व्हावे असाच प्रसंग होता तो! माणुसकीवरची माझी श्रद्धा त्या दिवशी मेली. नीती आणि पावित्र्य हे नुसते गोड शब्द आहेत. जगात माणसे नाहीत. माणसांचे कातडे पांघरलेले पशू तेवढे आहेत. जनावरांप्रमाणे वागण्यातच माणसांना आनंद होतो त्याचे कारण हेच.

मी खूप खूप पुस्तके वाचते. मराठीतल्या गोष्टी, नाटके नि कादंबऱ्या, यांतले काही शिल्लक ठेवले नाही मी. पण या पुस्तकांनी माझी हरपलेली श्रद्धा काही परत आली नाही. वेळ जात नाही म्हणून मी पुस्तके वाचते. वाचून वाचून मी बोलकी झाले. कुणी परक्याने माझ्याकडे पाहिले, तर लहानपणी शेतात काम केलेली ही एक कुळवाडी बाई आहे, असे त्याला वाटायचेसुद्धा नाही. त्या वेळी शेणाने माझा हात भरत असे. आता तो अत्तराने घमघमून जातो. पण यापलीकडे त्या वेळच्या आणि आताच्या जगात दुसरा काय फरक पडला आहे?

मी मनसुखलालच्या जवळ राहू लागले, तेव्हा माझा जगावरचा विश्वास उडाला होता आणि म्हणूनच तू माझ्या पोटी आलीस तेव्हा मला काडीचेही वाईट वाटले नाही. आई होण्याची भूक लागली होती मला! बाळ, ती तृप्त केलीस, भुकेलेला मनुष्य अन्न देणाऱ्याची जात पाहत नाही, तसेच आहे हे. तुझी पोटातली हालचाल कळू लागली तेव्हा माझ्या जिवाला होणाऱ्या गुदगुल्या तुझे गाणे ऐकून आता होणाऱ्या आनंदापेक्षाही अधिक गोड होत्या, हे मी तुला सांगितले तर तुला कदाचित खरेही वाटणार नाही. पण ते अगदी खरे आहे. तू आई होशील तेव्हाच या गोष्टीचा खरेपणा तुला कळेल. तू माझी आहेस हे किती वेळ खरेच वाटेना मला! वेलीला फूल आले म्हणजे लहान मूल त्याच्याकडे आश्चर्याने पाहते ना? अगदी तश्शी पाहत होते मी तुझ्याकडे! तू झाल्या दिवसापासून माझा पुनर्जन्म सुरू झाला. तू टक लावून माझ्याकडे पाहू लागलीस

की मीही घटकाघटका टक लावून तुझ्याकडे बघत बसे. तू नुसता खुळखुळा घेऊन वाजविलास, की सारे गोड संगीत माझ्या कानांत घुमू लागे. चांदोबा ढगाआड लपला म्हणजे तू रडू लागायचीस! त्या वेळी त्या ढगांचा असा राग येई मला! फू करून तू दूध थुंकून दिलेस म्हणजे अंगावर कुणी तरी अमृताचा वर्षाव केल्यासारखे मला वाटे. तुला पोटाशी धरून तुझ्या मऊ मऊ गालांचे पापे घेताना मला काय वाटे, याचे वर्णन मलाच काय, एखाद्या कवीलाही करता येणार नाही.

केशर, झाल्या दिवसापासून तुझे सारे लाड मी पुरविले. तू मोठी होऊ लागलीस, सुंदर दिसू लागलीस, हट्ट करू लागलीस, पण मला वाटे, माझी केशर अजून लहानच आहे. तुझ्या वडिलांनीही तुझ्या सुखाकरिता पैसा खर्च करताना मागेपुढे पाहिले नाही. तुला शाळेत जायला स्वतंत्र मोटार दिली, घरी गाणे शिकवायला मास्तर ठेवला, एखाद्या फुलाप्रमाणे तुला त्यांनी वाढविली.

आणि आता हेच फूल ते एका आडदांड मनुष्याच्या हवाली करणार आहेत. तो त्या फुलाचा चोळामोळा करील हे दिसत असूनही ते हे फूल त्याला द्यायला निघाले आहेत. केशर, या वेळी आपल्या वडिलांचा तुला राग येणं स्वाभाविक आहे. रतिलालसारख्या मनुष्याची राख म्हणून राहणे– छी! तुलाच काय कुणालाही आवडणार नाही, हे मलाही कळते. पण मनसुखलालांनी माझ्यावर खरे प्रेम केले आहे, तुझ्यावर मनापासून माया केली आहे! त्यांची दया येते मला, विलक्षण मोठ्या उलाढाली केल्याशिवाय राहवत नाही त्यांना. तो स्टुडिओ, ते सट्टे, हा कारखाना, त्यांचे रक्त धाडसी आहे. पण अलीकडे सट्ट्यात ठोकरीमागून ठोकरी खाऊन त्यांची स्थिती फार खालावली आहे. रतिलालला त्यांनी भागीदार म्हणून घेतले एवढ्यासाठीच. कारखान्यासाठी लागलेली बरीचशी रक्कम त्यानेच दिली आहे. उसासाठी लागणाऱ्या शेतकऱ्यांच्या जमिनी संस्थानिकांनी द्यायचे कबूल केले होते. पण ते व्हायलाही त्यांचा हात गुपचूप ओला करायला हवा म्हणे. नुसता दिवाणच पन्नास हजार रुपये मागतोय!

रतिलाल शुद्ध दगड आहे, पण या दगडाखाली तुझ्या वडिलांचा हात सापडला आहे ना? आईला जसे मुलासाठी दूध उत्पन्न होते, तसे एखाद्या पुरुषाविषयी स्त्रीच्या मनात प्रेम निर्माण होते, हे मला कळत नाही असे नाही. ज्याच्याविषयी आपल्याला प्रेम वाटते, त्यालाच प्रेम देण्यात स्त्रीच्या हृदयाला विलक्षण आनंद होतो. पण हा आनंद माझ्याही वाट्याला आला नाही आणि या दुर्दैवी आईच्या पोटी तू जन्माला आल्यामुळे तुलाही मिळणार नाही. केशर, मी वाझं राहिले असते, माझे सारे आयुष्य उदास झाले असते, तरी बरे झाले असते असे आता मला वाटायला लागले आहे. तू एखाद्या गरीब शेतकऱ्याच्या झोपडीत जन्माला आली असतीस, तरी सध्यापेक्षा अधिक सुखी झाली असतीस.

छे! झोपडीत तरी माणसाला सुख कुठे मिळते? कारखान्याकरिता शेतकऱ्यांच्या जमिनी घेण्याची खटपट सुरू झाली आहेच की. असल्याच जमिनीत एखाद्या झोपडीत तू असतीस, तर तुला कोण सुख लागू देणार होते? जमीन गेल्यावर तुझा नवरा तुला घेऊन मुंबईला गेला असता. गिरणीत दिवसा मरमर मरण्याखेरीज आणि एखाद्या खुराड्यात रात्र काढण्याखेरीज तुम्हाला दुसरा मार्ग राहिला नसता आणि तुझ्यासारख्या सुंदर मुलीचे शील तिथे–

केशर, तुझी आई गरीब होती हा तिचा पहिला गुन्हा; सुंदर होती हा त्याहूनही मोठा गुन्हा! घरधनी नुसता पशू असतानासुद्धा मी त्याच्याशी इमानी राहिले. पण जगाला माझे इमान नको होते.

माझा नवरा कुठल्याशा खुनाच्या खटल्यात सापडला. त्याला फाशीची शिक्षा होणार असे सारे सांगू लागले. माझे काळीज गलबलून गेले. तो दारूबाज होता, व्यसनी होता. त्याला वाचवायला मोठमोठे बॅरिस्टर मी कोठून आणणार? शेवटी त्याच्या दोस्तांनी एक युक्ती काढली. ज्याच्यापुढे खटला होता, त्या न्यायाधीशाला लाच घ्यायची सवय होती. पैशाची लाच नाही, तर सुंदर बाईच्या रूपाची! माझ्या नवऱ्याच्या बाजूने जो वकील उभा राहिला होता, त्याने तुला बोलाविले आहे, असे सांगून त्याच्या घरी नेले मला या मंडळींनी. तिथल्या बोलण्यावरून माझ्यापुढे काय वाढून ठेवले आहे याची अंधुकशी कल्पना आली मला. मी हात जोडून त्या शिकलेल्या वकिलास म्हटले, 'महाराज, मी तुमची धर्माची बहीण आहे.' पुढे काही बोलताच येईना. पळून जावेसे वाटले; पण पायच जागचे हालेनात. फाशी जाणाऱ्या नवऱ्याच्या किंकाळ्या कानांत घुमू लागल्या. वकिलाने मला त्या न्यायाधीशाच्या घरी नेले आणि–

माझ्या नवरा फासावरून सुटला; पण मी माणसांतून उठले. तो जन्मठेपेवर गेला नि तिकडेच मेला. जगाचा न्याय करायला बसलेल्या त्या जनावराने माझी अब्रू घेऊन सहा महिन्यांनी मला सोडून दिले. जातीचे आणि ओळखीचे सारे लोक माझ्या अंगावर थुंकू लागले. मी मुंबईत जाऊन बाजारात बसले. मनसुखलालांनी त्या खातेऱ्यातून जर मला वर काढले नसते, तर एखाद्या घाणेरड्या रोगाने कुजत मुंबईतल्या रस्त्यावर प्राण सोडायची पाळी आली असती माझ्यावर! त्यांचे हे उपकार मी कसे विसरू? माझ्या पायगुणाने दोन-तीन वेळा त्यांची बाजू सावरली आहे. आताही त्यांचा पडता काळ आहे. यावेळी त्यांना सोडून मी कशी जाऊ? कुठे जाऊ? तुझे रक्षण करायचे म्हणजे त्यांना सोडले पाहिजे. आपण दोघीही बाहेर गेलो तरी तुझ्यासारख्या मुलीशी लग्न लावणारा चांगला मनुष्य मिळेलच असा कुठे नेम आहे? जगात चांगुलपणा आहे या गोष्टीवर विश्वास नाही माझा! बाहेर जाऊन विषच प्यायचे तर मनसुखलालांचा फायदा होईल

अशा रीतीने ते घरातच पिणे बरे नाही का?

त्या दिवशी त्या वकिलाने मला धर्माची बहीण मानली असती तर– तर केशर, तू बिनलग्नाची मुलगी ठरली नसतीस आणि तुला राख म्हणून ठेवण्याची गोष्ट रतिलाल बोलला असता, तर त्याची जीभ उपटून टाकण्याची चीड मला आली असती. पण काय करू! माझेच मन मेले आहे. ते आपणहून मेले नाही, त्याचा गळा दाबून मारले. त्या निर्लज्ज न्यायाधीशाने, त्या स्वार्थी वकिलाने हा खून केला. तो वकील इथलाच, या शिरगावातलाच होता. अजून वाटते त्याला शोधून काढावा, त्याचा सूड उगवावा; पण माझे मन मुर्दाड झाले आहे, ते कसला सूड घेते आता?

दुसरे काहीच सुचेना म्हणून हे सारे लिहिले, केशर, हे जग गरिबांचे नाही. आजचे जग सत्याचे नाही, सत्तेचे आहे. झालेल्या प्रसंगापुढे मुकाट्याने माना वाकविण्यापलीकडे आपल्यासारख्या दुबळ्यांना काहीच करता येत नाही या जगात! बाळ, तुझ्या या आईच्या दुबळेपणावर रागावू नकोस. तूच माझी आई हो. मला पोटाशी धर आणि माझे अपराध पोटात घाल.'

तुझी दुर्दैवी,
आई.

पत्र संपवून सुलभेने केशरकडे पाहिले. शून्य दृष्टीने वर भिरभिरणाऱ्या विजेच्या पंख्याकडे पाहत ती पलंगावर बसली होती. त्या पंख्याइतकेच आपले जीवन परतंत्र आहे, असा उदास विचार तिच्या मनात घोळत असावा असे सुलभेला वाटले. ती हळूच तिच्याजवळ गेली आणि तिचे मस्तक आपल्या खांद्यावर घेऊन ते थोपटू लागली. सहानुभूतीच्या त्या स्पर्शाने केशरच्या डोळ्यांतून घळघळ अश्रू वाहू लागले. सुलभेच्या डोळ्यांतूनही केशरच्या मस्तकावर उष्ण अश्रूबिंदूंचा अभिषेक सुरू झाला. दोघीही किती तरी वेळ गप्प होत्या. शेवटी केशरचे मस्तक दोन्ही हातात धरून सुलभेने ते आपल्याकडे वळविले आणि हसत हसत ती म्हणाली, "केशर, संकट रडणाऱ्याला भीक घालीत नाही. लढणाऱ्याला भिऊन ते पळून जातं!"

केशरच्या दुःखाचाही भर ओसरला होता. तीही हसून म्हणाली, "लढाईचीच तयारी चालविली आहे की मी!"

"लढाईची की लग्नाची! मनोहरला तार केलीस हीच ना सारी तुझी तयारी?"

"पळून जाऊनच ही लढाई जिंकायची आहे! पण तुझी मात्र मदत हवी हं मला या कामी! दोस्त राष्ट्राला पाठवायचा खलितासुद्धा मघाशी पुरा केलाय मी!"

केशरने दिलेले दुसरे पत्र सुलभा वाचू लागली –

हिरवा चाफा । १५९

प्रिय सुलभाताई,

मुकुंदाबरोबर पाठविलेल्या चिठ्ठीमुळे तू गोंधळात पडली असशील. माझे मनच स्थिर नव्हते तेव्हा. कुणी तरी आपला गळा दाबू लागले म्हणजे माणूस जसे वेडेवाकडे काही तरी ओरडते, तसे झाले माझे. मनोहरला मी तार केली आणि तुला चिठ्ठी पाठविली. मुकुंदापाशी मन मोकळे करावे असे कितीदा वाटले; पण त्याला सांगायला धीरच झाला नाही मला. प्रेमाची थट्टा करण्याची मोठी खोड आहे त्याला. परवा मुंबईला रडकुंडीला आणले त्याने मनोहरला. बोलतो कसे मजेदार! पण हृदयच नाहीसे वाटते. सज्जन असून हृदय नसलेला त्याच्यासारखा मनुष्य पाहिला म्हणजे मनाला अगदी विजेचा धक्का बसतो बघ.

सोबतचे आईचे पत्र वाचलेस म्हणजे माझ्या जन्माचे कसकसे धिंडवडे होणार आहेत, याची कल्पना तुला येईल आणि हे सारे या कारखान्याच्यापायी. वाटते, अस्से जावे आणि या कारखान्याच्याविरुद्ध मोठी चळवळ करावी.

ताई, केवळ पैशाच्या बळावर एका पुरुषाने एखादी मुलगी विकत घ्यावी हा काय जगातला न्याय आहे? या रतिलालला पाहिले, की माझ्या अंगाचा भडका उडतो आणि या पशूची राख व्हायचा प्रसंग दैवाने माझ्यावर आणला आहे. या जुलमापुढे मी मुळीच मान वाकविणार नाही. माझे ज्याच्यावर प्रेम आहे त्याच्याबरोबर जन्म काढीन, नाही तर आनंदाने मरणाला मिठी मारीन.

स्त्रीचं प्रेम म्हणजे काय रस्त्याच्या बाजूला विकायला बसलेली मेवा-मिठाई आहे? पराक्रमावाचून, कुठल्याही मोठ्या गुणावाचून कुठलाही पुरुष रमणीच्या मनाला मोहिनी घालू शकेल का? मनोहरची नि माझी गाठ पडण्यापूर्वी असा एकच पुरुष मला भेटला होता. कराचीतली ती विलक्षण रात्र अजूनसुद्धा मी विसरले नाही. त्याच्याबरोबर खोलीत घालविलेली ती रात्र. त्याचा तो विलक्षण आनंद देणारा स्पर्श–

काय भलतंच लिहीत सुटले मी! बाकी तुझ्यापासून काहीच चोरून ठेवायचं नाही मला! म्हणून हा वरचा मजकूर तसाच ठेवला आहे. नाही तर हे पत्र फाडून टाकून मला दुसरे नसते लिहिता आले?

मनोहर आला, की त्याच्याबरोबर कुठे तरी दूर पळून जायचं मी ठरविले आहे. ही सारी व्यवस्था तूच करायला हवी हं! 'सौभद्र' नाटकात कृष्ण युक्तीने सुभद्रेचे अर्जुनाशी लग्न लावतो ना! तिथं भावाने बहिणीसाठी जे केले, तेच आता बहिणीने भावासाठी करायला हवं. कळलं का, सुलभावन्सं?'

तुझीच,
केशर

मोटारीतून शिरगावला परत येताना या दोन्ही पत्रांतला मजकूर सुलभेच्या

डोक्यात घोळत होता. जमिनी घेण्याच्या बाबतीत पुढे काय धोरण ठरले आहे, हे ऐकण्याची तिला कमी उत्सुकता होती असे नाही; पण तात्यासाहेब आणि विजय एकमेकांशी अवाक्षरही बोलेनात. अर्थात, सुलभेला गप्प बसणे प्राप्त होते.

विजयच्या बंगल्यात अंथरुणावर घटकाभर पडूनही तिला झोप येईना. ती जागा नवी होती हे खरे; पण त्यापेक्षाही तिच्या डोक्यात चाललेला विचारकल्लोळ अधिक नवा होता.

तिचं मन म्हणत होते जग गरिबांचे नाही. ते का म्हणून? जगाला जगविते कोण? जगाला आलेले रम्य रूप कुणाच्या श्रमाचे फळ आहे? आजचे जग गरिबांचे नसेल; पण उद्याचे जग त्यांचे का होऊ नये? पण जगात एवढा फरक पडेल का? या जगात आपोआप काहीच बदलत नाही. कुठल्याही देवाची मूर्ती दगडातून काही प्रकट होत नाही. मूर्तिकाराने ती दगडातून निर्माण केलेली असते. मग आता जगाला हे नवे रूप कोण देणार? गरिबांना शक्ती नाही; श्रीमंतांना इच्छा नाही! या दोन जगाच्या सीमेवर राहणाऱ्या माणसांनीच या क्रांतीचा पुढाकार घ्यायला हवा. त्यांच्या डोळ्यांवर श्रीमंतीचा धूर नसतो आणि त्यांच्या डोळ्यांतून गरिबीचे अश्रूही वाहत नसतात. त्यामुळे उघड्या डोळ्यांनी सारी वस्तुस्थिती त्यांना स्पष्ट पाहता येते. त्यांची अंतःकरणे उपासाने सुकलेली नसतात आणि विलासाने कुजलेलीही नसतात. एकमेकांशी प्रेमाचा काडीमात्रही संबंध न ठेवणाऱ्या या दोन जगात मोकळेपणाने जर कुणी संचार करू शकतील, तर ते मध्यमवर्गातील लोकच! उद्याचे जग गरिबांचे होईल अशी धडपड करणे हे या लोकांचे कर्तव्यच आहे.

इतका विचार केल्यानंतर याच्या पुढची पायरी गाठल्याशिवाय तिचे मन गप्प बसेनाच. ज्या लोकांचे हे कर्तव्य आहे असे ती म्हणत होती, त्या लोकांपैकीच ती स्वतःही होती. तिच्या हृदयातून एकच गंभीर प्रश्न पुनःपुन्हा ऐकू येऊ लागला, 'सुलभा, काय करणार, आता तू काय करणार? मुकुंद आणि विजय, ताई आणि केशर या अगदी टोकाशी असलेल्या माणसांशी तुझा सारखाच संबंध आला आहे. कुठल्या जगात उडी घालणार? आपली जीवनशक्ती कोणत्या बाजूने लढण्यात तू खर्च करणार?'

या प्रश्नाचे मूर्तिमंत उत्तर म्हणूनच की काय तिच्या डोळ्यांपुढे मुकुंदाची मूर्ती उभी राहिली. उद्या रात्री मुकुंदाने आपल्याला शेतकऱ्यांच्या सभेला बोलाविले आहे. अंधारात इतक्या दूरवर आपण एकट्या जाऊ ना? अंधारापेक्षा, एकटेपणापेक्षा, तात्यासाहेबांना काय सांगायचे हाच महत्त्वाचा प्रश्न नाही का? विजयला आपण कुठे गेलो हे कळले, तर तो तात्यासाहेबांच्या मनात नाही नाही ते भरवून मुकुंदाची आणि आपली मैत्री मोडून टाकण्याचा प्रयत्न करणार नाही का?

यापेक्षा उद्या रात्री न जाणेच बरे. पण मुकुंद आपली वाट पाहत राहील. आपण गेलो नाही म्हणजे त्याची निराशा होईल. त्याच्या मनाला आनंद होईल असे वागण्यात आपल्याही मनाला विलक्षण आनंद होतो. हे प्रीतीचेच लक्षण नाही का? प्रीती आयुष्याच्या मार्गाच्या बाजूला फुलणारी फुलवेल यापलीकडे प्रीतीची किंमत आपल्याला वाटत नव्हती. पण ही फुलवेल तर हृदयात फुलते. ती नुसता क्षणिक आनंद देत नाही. जीवनकलहाच्या कोलाहलातही दोन तारांच्या सुसंवादाने निर्माण झालेले मधुर संगीत ती ऐकते; मुकुंद नसलेल्या जगाची कल्पनासुद्धा आपणाला आता सहन होणार नाही.

पण त्याचे आपल्यावर एवढे निर्मळ प्रेम आहे का? केशरने आपल्या पत्रात ज्या पुरुषांचा उल्लेख केला आहे तो तोच असावा! त्याची आणि आपली कराचीला ओळख झाली असे केशरच म्हणाली होती. दोघेही रात्रभर एका खोलीत होती. 'तरुणीचा पहिला स्पर्श किती उन्मादक असतो!' असे त्याने आपल्या खासगी वहीत लिहिले आहे. केशरनेही पत्रात त्याच्या स्पर्शाचा आनंद वर्णन केला आहे. मुकुंद– माझा मुकुंद असा असेल का? चंद्राचा डाग दिसतो आणि सूर्याचे डाग दिसत नाहीत. पण सूर्यावरही डाग असतात की! माणसे कितीही मोठी झाली, कितीही उदात्त वाटली तरी कुठे ना कुठे तरी त्यांना कलंक लागलेला असायचाच, असा जगाचा नियमच आहे का? आपल्या मुकुंदाने तरी त्या नियमाला अपवाद व्हायचे होते.

गरुडांनी स्त्री-पुरुषांच्या समतेविषयी दिलेली टिपणे तिला आठवली. त्यात एक विचार असा होता, 'उभ्या जन्मात केवळ एकाच पुरुषाविषयी जिला आकर्षण वाटले, अशी स्त्रीसुद्धा जगात मिळणार नाही. मग एकाच स्त्रीविषयी ज्याला आसक्ती उत्पन्न झाली, असा पुरुष शोधणे म्हणजे सशाच्या शिंगाचा शोध करण्यासारखे आहे. मात्र अनेक व्यक्तीविषयी आकर्षण वाटणे, हे काही पाप नव्हे, हा निसर्गाचा प्रभाव आहे. सुधारणा म्हणजे निसर्ग आणि समाज यांची सुखकारक सांगड घालण्याचा प्रामाणिक प्रयत्न.

सुलभेला वाटले, मुकुंद ह्या वेळी येथे हवा होता. आपण त्याला सारे सारे विचारले असते, त्याला क्षमाही केली असती आणि मग एक विलक्षण भास झाला तिला. त्या भासाने काही विचित्र लहरी तिच्या रोमारोमांतून नाचत गेल्या. मोहिनीमंत्राने भारलेल्या मनुष्याप्रमाणे तिने डोळे मिटून मधुर हाक मारली, 'मुकुंद, मुकुंद!'

रात्रभर तिला गोकुळातले एक दृश्य स्वप्नात दिसत होते. मुरलीचे मधुर सुर कुंजवनात घुमत होते आणि राधा पुन:पुन्हा हाक मारीत होती, 'मुकुंद, मुकुंद!'

दरी आणि शिखर

❖❖❖

सत्यसृष्टी आणि स्वप्नसृष्टी यांत जमीन-अस्मानाचे अंतर असते, याचा सुलभेला निराळ्याच रीतीने अनुभव आला. तिचे मन स्वप्नात मुकुंदला शोधीत होते. पण सकाळी जागे झाल्याबरोबर तात्यासाहेबांनी तिला बोलावून घेतले आणि मुकुंदाशी स्नेहसंबंध वाढू देणे इष्ट नाही, असे बोलण्याच्या ओघात तिला सुचविले. तात्यासाहेब रागारागाने काहीतरी बोलले असते, तर सुलभेला ते अधिक बरे वाटले असते. तिलाही तडातड उत्तरे देता आली असती अगर आपली बाजू पुढे मांडता आली असती; पण तात्यासाहेबांच्या अंगात वकिली पक्की मुरली होती. ते बोलले अतिशय शांतपणाने आणि सूचकतेने. पलीकडे विजय काही कागदपत्र चाळीत बसला होता. त्यामुळे भांडण उकरून काढणेही शक्य नव्हते. मनातल्या मनात चडफडत ती आपल्या खोलीत गेली.

खिडकीतून ती बाहेर पाहू लागली पण तिच्या सुन्न मनाला हुशारी वाटेल, असे तिथे काहीच नव्हते. एक वर्तमानपत्र विकणारा मुलगा कर्कश स्वराने दहा-बारा नावांचा लिलाव पुकारीत गेला, खाटकाच्या मागून जाणारे एक बकरे केविलवाणेपणाने ओरडत जाताना दिसले. खेड्यातून शिरगावला आलेल्या एका गाडीचे हडकुळे बैल विजयच्या बंगल्यासमोरच मटकन खाली बसले आणि समोर सुंदर सूर्योदय दिसेल या आशेने सुलभेने पाहिले, तो गिरणीच्या काळ्याकुट्ट धुराचे लोटच्या लोट तिच्या दृष्टीला पडले.

मात्र एवढ्या वेळात दहा-पाच निरनिराळी माणसे बंगल्यात आलेली तिने पाहिली. थोड्या वेळाने मोटारीतून मनसुखलाल आणि रतिलाल आले. लगेच त्यांच्याबरोबर तात्यासाहेब आणि विजय गाडीत बसून बाहेर गेलेलेही तिला दिसले.

कशाकडेच तिचे लक्ष लागेना. इतक्यात टपालातून आलेले तिच्या नावाचे पत्र गड्याने आणून दिले. अक्षर मुकुंदाचेच दिसत होते. त्याने पुण्याच्या पत्त्यावर

पाठविलेले पत्र तेथून येथे आले असावे. सुलभेने ते मोठ्या उत्कंठेने उघडले.

प्रिय सुलभा,

'एकाएकी शिरगावला जायचे ठरले म्हणून तार केली. तू मला शिकवणी मिळवून दिलीस; पण तुझ्या पुष्पाचे वडील आणि शास्त्रीबुवा यांच्याशी मी जो सहजासहजी वादविवाद केला, तो माझ्या अंगलट आला. दुष्टपणापेक्षा दुबळेपणाच जगात अधिक आहे. गीतेच्या एखाद्या श्लोकाची थट्टासुद्धा सहन होत नाही या लोकांना. धर्म, नीती, तत्त्वज्ञान, साऱ्या गोष्टी तयार कपड्याप्रमाणे यांना हव्या असतात. बिचाऱ्यांच्या हे लक्षातही येत नाही, की तयार कपडे अंगावर बेतलेल्या कपड्याइतके सुंदर कधीच दिसत नाहीत. इसवी सनापूर्वीच्या आयुष्यातील प्रश्न सोडविण्याचा प्रयत्न करणे हा शुद्ध मूर्खपणा आहे. वर्तमानकाळ हा वाहत्या नदीसारखा असतो. तो भूतकाळाच्या पर्वतातून उगम पावत असला, तरी भविष्यकाळाच्या सागराकडेच त्याची धाव असायला नको का?

आपण भेटू तेव्हा या पुष्पेच्या वडिलांची आणि त्या गीताबाज शास्त्रीबोवांची तुला छानशी नक्कल करून दाखवीन. मला वाईट वाटते ते पुष्पेबद्दल. किती खुरटून गेले आहे तिचे मन. समाजाचे आपण काही ऋण लागतो हे कळण्याचीसुद्धा शक्ती नाही तिला. कुठल्याशा संस्कृत श्लोकाचा अर्थ सांगताना मी असले काहीतरी बोलू लागलो, ते ऐकून मला वेड लागले आहे की काय, अशी तिला शंका आली असावी. ती हसूच लागली माझे ते व्याख्यान ऐकून. घराच्या संगमरवरी भिंतीत कोंडून टाकल्यामुळे अशी कितीतरी मुले निस्तेज होऊन जात असतील. या भिंतींना मोठ्या राहोतच पण लहानसुद्धा खिडक्या नसतात. बाहेर काय चालले आहे हे दिसायचे नाही, बाहेरच्या वाऱ्याची झुळूक कधी आत यायची नाही, बाहेरच्या ऊन-पावसात आणि अंधार-चांदण्यात नुसत्या डोळ्यांनीसुद्धा कोणाला रमता यायचे नाही.

शिरगावला ताईला सॅनिटोरियममध्ये ठेवली आहे. ते पैसे महिन्याच्या महिन्याला पाठविले पाहिजेत. शिवाय तिची मुलेबाळे आहेत. आईपासून त्यांना दूर राहायचंय आता. तेव्हा त्यांना खाण्यापिण्याचं तरी सुख मिळायला हवं. अर्थात कसली तरी नोकरी केल्याशिवाय गत्यंतरच नाही मला. मी पुन्हा मोठ्या विवंचनेत पडलो असतो. पण केशरने माझी अडचण आपणहून ओळखली. मोठी गोड मुलगी आहे ती! नाही? तिने मनसुखलालपाशी शब्द टाकला. मागे कराचीत या मनसुखलालच्या गिरण्यांतच संप झाला होता. तो संप मी लढविला असल्यामुळे मी शिरगावला त्याच्या कारखान्यात नोकरी पत्करणे आणि त्याने ती मला देणे, दोन्ही गोष्टी अशक्य कोटीतल्या होत्या. पण त्या पोरीचं बापावर

वजन दिसतंय मोठं. कदाचित आपल्याविरुद्ध संप लढविणारा मनुष्य आपल्या दारात भीक मागायला आला, हेही त्याला दाखवायचं असेल लोकांना. त्याचा सारा पत्रव्यवहार पाहायचं काम मिळालंय मला. मी ते पत्करले याचे पहिले कारण ताईची प्रकृती एकसारखी ढासळतच आहे, असे तिथल्या डॉक्टरांचे आजच आलेले पत्र. दुसरे कारण तुला लिहायला हरकत नाही, इथं ताई आजारी असताना तुला तिच्या उशाशी बसवून मी पुण्याला गेलो होतो ना? कदम नावाचा माझा एक स्नेही हल्ली पुण्यात असतो. त्याची मते अगदी कट्टर समाजसत्तावाद्याची आहेत. त्याने मला निकडीने बोलाविले होते पुण्याला. कदम दिलाचा सच्चा आहे, पण कुठे केव्हा काय बोलेल, काय करील, याचा नेम नाही. त्यामुळे त्याने सरकारला फारसा त्रास दिला नसतानाही त्याच्यावर पोलिसांचा आहे डोळा मोठा. त्याच्या बिऱ्हाडी आम्ही बोलत बसलो तर कुणी तरी टेहळणीवर राहील, अशा समजुतीने त्या रात्री आम्ही दोघे टेकडीवर जाऊन बोलत बसलो. त्याने शिरगावच्या शेतकऱ्यांची सारी हकिकत मला सांगितली. संस्थानातल्या काही तरुण मंडळींच्या साहाय्याने आपण पुष्कळ प्रचार केला आहे, शेतकऱ्यांना आता आपल्या हक्काची जाणीव झाली आहे वगैरे गोष्टी त्याने त्या दिवशी मला सांगितल्या. कराचीतल्या संपाप्रमाणे येथेही मी पुढाकार घेतला तर शेतकऱ्यांना लढा यशस्वी रीतीने लढविता येईल, या कल्पनेनेच त्याने मला पुण्याला बोलावले होते. मी पुण्याहून परस्पर शिरगावला जावे असेच तो म्हणत होता; पण मुंबईला ताई अत्यवस्थ असल्यामुळे मी ते मान्य केले नाही. आज त्याचेही पत्र आले असून या वेळी प्रत्यक्ष चळवळ केली नाही, तर अधिकारी व कारखानदार शेतकऱ्यांना गिळून टाकल्याशिवाय राहणार नाहीत, असे त्यावरून दिसत आहे. एवीतेवी शिरगावला जायचे, मग कारखान्यातली नोकरी पत्करून गेले तर आतले डावपेच कळून सावधगिरीने वागता येईल. मनसुखलालची नोकरी पत्करण्यात माझा हाही हेतू आहे.

मनातल्या गोष्टी तुझ्यापाशी बोलल्याशिवाय बरेच वाटत नाही मला. लोक काय म्हणतील, आप्तेष्टांना काय वाटेल, याची आजपर्यंत मी पर्वा केली नाही आणि पुढेही ती करणार नाही. सत्ता आणि संपत्ती यांच्या पोटी जन्माला येणाऱ्या सर्व सुखांकडे मी आनंदाने पाठ फिरविली आहे. त्यामुळे कुठलीही गोष्ट करताना स्वतःच्या मनाखेरीज कोणाकडेच मी लक्ष देत नाही. मात्र त्या मनाच्या बारीकसारीक हालचालींवरही नजर ठेवायला शिकलो आहे मी आणि म्हणूनच नुसती तुझी आठवण झाली की त्याला नाजूक गुदगुल्या कशा होतात, हे मला कळू लागले आहे. सुलभा, समाजाकरिता जगणाऱ्या मनुष्यालाही स्वतःसाठी जगण्याची इच्छा असते हेच खरे. मोठमोठ्या रस्त्यांवाचून शहरातले दळणवळण चांगले चालणार

नाही; पण अशाच रस्त्याच्या बाजूला एखादी लहानशी का होईना बाग असली म्हणजे त्याची शोभा वाढते, नाही का? आपल्या आयुष्याचेही तसेच आहे. लहानपणी शाळेत तुझी माझी ओळख झाली आणि माझ्या हुशारीविषयी तुला अभिमान वाटू लागला. माझ्या सुलभेचा हा अभिमान पोकळ ठरू नये म्हणून मी त्या वेळी झटून अभ्यास करीत असे. त्या वेळी ते मलासुद्धा कळले नाही. मग तुझ्या कसे लक्षात येणार?

पुढे कराचीला गेल्यावर तुझी आठवण पुसट होऊ लागली. भावनेने मन व्याकूळ झाले असताना तुझी मूर्ती डोळ्यापुढं उभी राही; नाही असे नाही. पण आपले दोघांचे जीवनमार्ग भिन्न झाले अशी खात्री झाल्यामुळे तुला पत्र लिहिले, तरी ते पोस्टात टाकण्याचा धीर मला होत नसे.

कराचीला दिवसाचे चोवीस तास आणि वर्षाचे बारा महिने कामगारांच्या कामाला मी स्वत:ला वाहून घेतले होते. त्यामुळे जागेपणी तुझी आठवण मी क्वचितच केली असेल. पण माझ्या चालत्याबोलत्या आयुष्यावर समाजाची सत्ता असली, तरी स्वप्नावर तुझीच होती; खडकांतून मध्येच हिरवळ वर डोके काढते ना? आपले अंतर्मन– मनुष्याचे व्यक्तिगत जीवन तसेच आहे.

मी मोठा संप लढविला. कामगारांच्या गळ्यांत विजयाची माळ पडली आणि गिरणीमालकांनी आपल्या पराभवाचा सूड माझ्यावर उगवला. कराचीच्या हद्दीत पाऊल टाकण्याची बंदी झाली आहे मला.

मनुष्याचे सामाजिक जीवन आटले म्हणजे आपल्या खाजगी जीवनातील उणेपणा त्याला तीव्रतेने जाणवतो. कराचीत मनावर पडलेल्या कामाच्या ताणामुळे असेल अथवा ध्येयाची भरती नेहमीच कायम राहत नाही म्हणून असेल, मी कराची सोडली ती अतिशय उदास मन:स्थितीत. मुंबईला येऊन ताईंची सेवा करायची, यापलीकडे कशाचाही मला उत्साह राहिला नव्हता. कदमला भेटायला पुण्याला जावे की नाही याचा विचारच करीत होतो मी– पण तू आगगाडीत मला भेटलीस आणि माझे बाल्य एका दिवसात परत आले. तू भाऊबीजेला मला भाऊ म्हणून ओवाळल्याची आठवण झाली आणि–

सुलभा, तुला कल्पनाही नसेल, वीज क्षणभर चमकते; पण ती सारे ब्रह्मांड उजळून टाकते. तू पुन्हा माझ्या आयुष्यात आल्यामुळे केवढा हुरूप आला आहे मला. तुझ्याविषयी माझी ही भावना लहानपणाइतकी निरपेक्ष नाही हे मला कळते; पण त्याचबरोबर ज्यांच्यामध्ये भयंकर दरी पसरली आहे अशा दोन जिवांचे मीलन सध्याच्या जगात शक्य नाही, हेही मला कळते. तू समाजाच्या शिखरावर उभी आहेस, मी त्याच्या पायथ्याशी खोल खोल दरीत धावत आहे. माझ्यासाठी तू या भयंकर दरीत उडी घ्यावीस अशी स्वार्थी इच्छा मी कधीही

कधीही करणार नाही. झुडपांचा आधार घेऊन, खडक चढून, कष्टाने मला वर तुझ्यापर्यंत येता येईल; पण मला आणि तुला दोघांनाही ते आवडणार नाही. तुझ्या मुकुंदाचे मोठेपण या दरीतच आहे. इतक्या दुरून तुझे अधूनमधून दर्शन झाले तरी तेवढ्यावरही आयुष्यातला अनुपम आनंद मला मिळाला असे मी मानीन. हिरव्या चाफ्याच्या फुलाचा दुरून वास आला तरी मन कसे मोहून जाते नाही?

मनोहरची काळजी करू नकोस. मी शिरगावला गेलो तरी इथे त्याला तो पठाण बिलकूल त्रास देणार नाही, अशी व्यवस्था मी करून जात आहे.

मावशींना पाहण्याची फार फार इच्छा झाली आहे. पाहू केव्हा योग येतो ते.'

तुझा,

मुकुंद

या पत्राची पारायणे करताना सुलभेला वाटले, आज सूर्य अगदी रेंगाळत चालला आहे. रात्र केव्हा होते, सभेच्या जागी आपण जाऊन पोहोचल्यावर मुकुंद आपले स्वागत कसे करतो, याचाच ती एकसारखी विचार करीत होती. मध्येच एकदा पांडुरंगाला हाक मारून तिने वर्तमानपत्रे आणायला सांगितले. त्याने ती आणली आणि वर्तमानपत्रातल्या एका भविष्याकडे बोट दाखवीत तो म्हणाला, "एकेक ठोकताळा असा पटतो म्हणता!"

सुलभेने हसतच विचारले, "काय आहे रे तुझं आजचं भविष्य?"

पांडुरंग वाचू लागला, "वृषभ रास, दिवस ठीक आहे. हाती घेतलेले काम फत्ते होईल!"

"म्हणजे तू केलेला स्वयंपाक चांगला होईल."

"पुढं पाहा, थोर व्यक्तीचा परिचय होईल."

"महात्मा गांधी नि तुझी भेट झाली की काय आज?"

"गांधी कशाला हवेत? पोलीस सुपरिंटेंडेंट आले होते ना?"

"पोलीस सुपरिंटेंडेंट?"

"हो! विजय नि ते कितीतरी वेळ बोलत बसले होते. बाकी गृहस्थ फार सभ्य आहे हं! मी चहा घेऊन गेलो तर माझ्याशीसुद्धा बोलले ते. चहा कसा छान झालाय म्हणाले."

रात्र पडू लागल्यावर सुलभा विजयच्या बंगल्यातून बाहेर पडली. तात्यासाहेब व विजय दिवाणांकडे जमिनीबद्दलच्या वाटाघाटी करण्याकरिता जे तिसऱ्या प्रहरी गेले होते ते अजून परत आले नव्हते. 'रात्री माझ्या मैत्रिणीकडेच राहणार आहे

मी!’ असे विजयच्या आत्याबाईंना सांगून सुलभा निघाली. धाडसातही एक प्रकारचा उन्माद व आनंद असतो. त्याचा अनुभव ती घेत होती. गावाबाहेर पडून ती रस्त्याने चालू लागली तेव्हा मात्र तिच्या मनात एक शंका उत्पन्न झाली. तात्यासाहेब व विजय दिवाणांकडून कारखान्याकडे गेले असले, तर त्यांची परत येण्याची वेळ हीच नाही का? मोटारीच्या दिव्यांच्या उजेडात विठूला आपण दिसलो, त्याने गाडी थांबविली आणि तात्यांनी ‘कुठं चाललीस?’ म्हणून आपल्याला विचारले, तर काय उत्तर द्यायचे? ‘फिरायला आले होते’ म्हटले तर गाडीत बसून घरी परत जावे लागेल. मुकुंद तर तिकडे आपली वाट पाहील. काय बरे लिहिले आहे त्याने? ‘माझ्यासाठी तू या भयंकर दरीत उडी घ्यावीस अशी स्वार्थी इच्छा मी कधीही करणार नाही!’ दरी! दरीतच काय, पाताळातही उडी घ्यायला प्रीतीला भीती वाटत नाही; पण पुरुषांना हे कळायचे नाही. स्त्री हृदयाने प्रेम करते, पुरुष ते बुद्धीने करीत असतो. स्त्रीच्या मनात प्रेम उत्पन्न झाले, की तेच तिचे जग होते. पण पुरुषांचे प्रेम कितीही उत्कट झाले, तरी त्याचे जग त्या प्रेमाबाहेर थोडे तरी राहतेच राहते.

असल्या गोड विचारात सुलभेच्या पायांखालची वाट संपत आली. सॅनिटोरियमच्या थोडे पुढे गेल्यावर मैदानातून येणारे प्रकाशाचे किरण तिला दिसले. समुद्रकाठच्या गावात शांत मध्यरात्री जसा मंद गंभीर ध्वनी ऐकू येत असतो, तसा आवाजही त्या बाजूने येत होता. रस्ता सोडून सुलभा त्या दिशेने चालू लागली. तिच्या मनात आले, मोठमोठ्या पर्वादिवशी समुद्रस्नान केले म्हणजे पुण्य लागते अशी आपली जुनी समजूत काही खोटी नाही अगदी. आपल्या आयुष्यात मंगल पर्वकाळ हाच नाही का? या जनसमुद्राशी आपण एकरूप झालो म्हणजे केवळ स्वतःच्या सुखासाठी धडपडत राहिल्यामुळे हातून जे पाप झाले असेल त्याचे क्षालन व्हायला काय उशीर लागणार आहे?

मैदानातला पाचसहाशे शेतकऱ्यांचा तो समुदाय सुलभेला मोठा स्फूर्तिदायक वाटला. गॅसच्या बत्त्यांच्या झगझगीत प्रकाशात तिला त्यांचे पाय धुळीने भरलेले आणि त्यांच्या मुद्रा मलिन झालेल्या दिसल्या. पण या धुळीच्या आत किती सुवर्णकण लपलेले होते. दहा-दहा, पंधरा-पंधरा मैलांवरून पदरात भाकरी बांधून या सभेकरिता उन्हातान्हातून चालत आलेले लोक होते. त्यांत पुरुषांप्रमाणे बायकाही होत्या आणि म्हाताऱ्याकोताऱ्याप्रमाणे मिसरूड न फुटलेली पोरेही होती.

या समुदायाच्या बाजूने जात असताना सुलभेचे मन उचंबळून आले. समाजपुरुष जागृत होऊ लागल्याचीच ही लक्षणे नव्हती का? सुशिक्षितांच्या औपचारिक सभांपेक्षा या संमेलनात अधिक जीव होता, खरे धडपडणारे अंतःकरण होते.

तिने चालता चालता इकडेतिकडे पाहिले, चारी बाजूंनी दोन-दोन, चार-चार शेतकऱ्यांची टोळकी अजून येतच होती. पलीकडे एका झाडाखाली मुकुंद उभा आहे असा तिला भास झाला. त्या बाजूने ती जाऊ लागली. इतक्यात अनेक शेतकरी आपल्या पातळाकडे टकमक पाहत आहेत, हे तिच्या ध्यानात आले. लाजेने मेल्याहून मेल्यासारखे झाले तिला. एक अगदी साधे पातळ नेसून आपण यायला हवे होते, हे तिच्या लक्षात आले. समतेच्या पूजेचा हा मंगल क्षण! या क्षणी हजारांत एकाद्या व्यक्तीच्या वाट्यालाच ज्याचा उपयोग यायचा, त्या वस्तूचे प्रदर्शन करणे हा एक प्रकारचा गुन्हाच नव्हता का?

कुठे तरी लपून असावे असे वाटण्याइतकी ती लाजेने चूर झाली. जवळजवळ धावतच मुकुंद होता तेथे ती गेली.

''ओ हो! सुलभाताई?'' कदमने तिचे स्वागत केले. मुकुंद शांतपणाने तिच्याकडे पाहत होता. त्याच्याजवळ तो म्हातारा मुसलमान शेतकरी उभा होता. त्याने विचारले, ''शिरगावहून आला, बाईसाहेब?''

''मी बाईसाहेब नाही, बाबा!'' त्या म्हाताऱ्यापुढे जाऊन हसत हसत ती पुढे म्हणाली, ''आपल्या मुलीला कोणी बाईसाहेब म्हणत नाही.''

''मुलगी!'' म्हातारा चकित होऊन उद्‌गारला.

''दुसऱ्या घरात मी जन्माला आले आहे; पण जन्माचं घर हे काही माणसाचं खरं घर नसतं. आपलं घर इथं आहे, नाही मुकुंद? आणि या घरातले बाबा हेच आहेत!'' शेवटचे वाक्य उच्चारताना सुलभेने ज्या भावनापूर्ण दृष्टीने त्या म्हाताऱ्याकडे पाहिले, तिने तो अगदी गहिवरून गेला. त्याच्या डोळ्यांत पाणी उभे राहिले. तो सुलभेजवळ येऊन म्हणाला, ''बेटा, मी बच्चा होतो तेव्हा ही समजूत मला आली असती, तर हिंदू-मुसलमान हे एकमेकांचे दुश्मन नाहीत, खरी लढाई पैकावाले आणि कंगाल यांचीच आहे. मुकुंददादा, माझा जन्म मुसलमान तेवढा आपला मानण्यात गेला. तुम्हाला ठाऊक नाही. एका खुनी पठाणाला केवळ जातभाई म्हणून मी वाचविले आहे. हिंदू असो, मुसलमान असो, जो नागवला जातो तो आपला दोस्त, हे जर या साऱ्या शेतकऱ्यांना एकदा कळलं–''

त्या म्हाताऱ्याचे भाषण कदम मोठ्या अभिमानाने ऐकत होता. मध्येच तो सुलभेला म्हणाला, ''पाहिलंत? अशी तयार केली आहेत माणसं मी! प्रत्येक खेडेगावात, प्रत्येक झोपडीत जाऊन व्याख्यान दिले आहे मी. तो विजय या शेतकऱ्यांचा बळी द्यायला निघालाय. आज ये तर म्हणावं इथं! कोयत्यांनी तुझी खांडोळी केली नाहीत या लोकांनी तर नाव बदलून देईन!''

मुकुंद हसून कदमच्या पाठीवर थाप मारीत म्हणाला, ''भाई कदम, बळी देणं आणि घेणं हे आपलं काम नाही!''

“ही गांधींची नक्कल नकोय मला!”

“ही गांधींची नक्कल नाही, अस्सल मुकुंद आहे. सध्याच्या समाजाचं जीवनच हिंसेवर उभारलेलं आहे हे काय कळत नाही? ती हिंसा गुप्तपणानं होते. सभ्यपणानं केली जाते, एवढंच! पण एकाने गाय मारली म्हणून दुसऱ्यानं वासरू मारण्यात अर्थ नाही. जगातून हिंसेचा नायनाट करण्याकरिता जेवढी हिंसा जरूर असेल तेवढीच काय ती क्षम्य ठरेल. पण तू तर उठल्यासुटल्या दंडुक्याचीच भाषा बोलत असतोस–”

कदमच्या कपाळाला पडलेल्या आठ्या सुलभेप्रमाणे मुकुंदानेही पाहिल्या, पण तिकडे लक्ष न देता तो त्या म्हाताऱ्या मुसलमानाला म्हणाला, “बाबा, अजून येताहेत माणसं! इतक्यात काही सुरुवात व्हायची नाही. जरा जाऊन येतो मी त्या पडक्या देवळापर्यंत. डोळ्यातं तेल घालून पाहत राहा हं. दंगाबिंगा होईल कुठं तरी!”

मुकुंदाने सुलभेला केलेली खूण कदमने पाहिली. ती दोघे चालू लागली, तसा तोही त्यांच्याबरोबर जाऊ लागला. ते पाहून मुकुंद हसत म्हणाला, “कदम, तसं काही खाजगी काम नाही आमचं! आपल्या शिळोप्याच्या गप्पा! इथं गर्दी खूप झाली आहे. एखादेवेळी गोंधळ व्हायचा काही तरी. बाबाला ऐकायचे नाहीत हे लोक कदाचित. तुझ्या ओळखीचे आहेत सारे. तुला फार मानताताही ते. तेव्हा तूच जागेवर असलास म्हणजे भानगड व्हायची नाही काही.”

कदम परतला. पण त्याने परतताना मोठ्या तुच्छतेने मान उडवली. जणू काही तो मुकुंदाला म्हणाला, ‘कळला तुझा पराक्रम! तिकडे आग भडकायची वेळ आली आहे आणि इकडे तू एका पोरीशी गुलुगुलू गोष्टी करायला निघाला आहेस!’

थोडे चालून गेल्यावर मुकुंद सुलभेला म्हणाला, “मनोहर आलाय!”

“कुठं आहे?”

“त्या झाडीतल्या पडक्या देवळात! केशरनं त्याला तार केली होती म्हणे. तो सरळ कारखान्यात आला. मनसुखलालच्या बंगल्यावर त्याला पठाणाने अडवलं. इतक्यात तो दुसरा पठाणही तिथं आला!”

“त्याचा वैरी?”

“हो! तो मुंबईहून केव्हा आणि कशाला इथं आलाय कळत नाही! त्या दुसऱ्या पठाणाला पाहून हा पळायला लागला. चोर चोर म्हणून ओरड झाली. मी कागदपत्र घेऊन त्याच वेळी बंगल्याकडे येत होतो म्हणून सारं थोड्यावर निभावलं, नाही तर–”

दोघेही न बोलता त्या देवळाजवळ आली. झर्रकन झाडीतून एक जनावर

धावत गेले. बहुधा कोल्हा असावा तो! मुकुंद म्हणाला, ''पहाट झाली असती तर बरं झालं असतं!''

''का?''

''सकाळी उठून कोल्ह्याचं तोंड पाहिलं, की भाग्य उदयाला येतं म्हणे!''

आपल्या मनावरचे दडपण कमी करण्याचा हा मुकुंदाचा प्रयत्न आहे हे सुलभेने ओळखले. ती म्हणाली, ''ज्याला ह्या जगातले काहीच नको असतं तो भाग्याची पर्वा कशाला करील?''

''पण मी कुठं असा विरक्त आहे? मलाही एक आशा आहेच की!''

''माझं नाव आशा ठेवणार आहेस होय?''

सुलभेच्या त्या पोरकट कोटीचे मुकुंदाने फार मोठ्या हास्याने स्वागत केले. देवळातून एकदम प्रश्न आला, ''कोण आहे?''

''मी मुकुंद! सुलभा आली आहे तुला भेटायला!''

देवळाच्या धुळीने भरलेल्या पायरीवर सुलभा मनोहरचा हात हातात घेऊन नुसत्या स्पर्शाने त्याला धीर देत बसली. थोडा वेळ गेल्यावर मनोहर बोलू लागला. त्याच्या स्वरात वैताग स्पष्ट दिसत होता.

''ताई, माझ्या दुबळेपणाचीच चीड आलीय मला. लहानपणी कधी मान वर करून बोलायला दिलं नाही तात्यांनी. चांगली गोष्ट असली तरी ती चोरून करायची. हा भ्याडपणा एकदम टाकून द्यावा–''

कुणी तरी माणसे देवळाच्या दिशेने धावत येत होती. एकदम उठून आत जावे असे मनोहरला वाटले. पण धीर धरून तो तेथेच बसला.

''मुकुंद, मुकुंद!'' कदम हाक मारीत आहे हे सुलभेने ओळखले. इतक्यात कदम व त्याच्या मागाहून दोन-तीन माणसे देवळापाशी आलीच. मुकुंद किंचित पुढे झाला.

कदम सांगू लागला, ''दोन लॉऱ्यांतून पोलीस आले आहेत. सभा उधळून टाकण्याचा डाव दिसतो त्यांचा. लोक घाबरून गेले आहेत. बाबा लोकांना थोपवून धरतोय. तू नि मी– पण आपल्यापेक्षाही एखादा पोवाडा म्हणणारा कोणी असला, तर गोंधळ अधिक लवकर शांत होईल!''

मनोहर एकदम पुढे येऊन म्हणाला, ''पोवाडा म्हणणारा हवाय? चला, मी येतो तुमच्याबरोबर!''

सुलभा आणि मुकुंद यांच्याकडे न पाहता मनोहर कदमबरोबर चालता झाला.

सभेच्या जागी ते दोघे आले तेव्हा दंडुके घेऊन फिरणारे पोलीस पाहून बरेच शेतकरी गोंधळून गेलेले दिसले. कोणी पुरुष जागच्या जागी उठत होते, कोणी

बायका कापऱ्या स्वराने बोलत होत्या, तर कोणी म्हातारेकोतारे कपाळाला हात लावून बसले होते.

कदमने मनोहरला नेले ते थेट व्यासपीठावरच. तो ओरडून म्हणाला, ''दोन पोवाडे होणार आहेत आता. एक तानाजीचा आणि दुसरा–'' त्याने प्रश्नार्थक दृष्टीने मनोहरकडे पाहिले.

मनोहर उत्तरला, ''गांधींचा!''

कदमच्या कपाळाला आठी पडली. तो काही तरी बोलणार इतक्यात पोलीस सुपरिंटेंडेंट व्यासपीठापाशी आले आणि मनोहरला म्हणाले, ''मनोहर कालेलकर तुम्हीच ना?''

''हो!''

''मग तुम्हाला मी अटक करीत आहे!''

कदमने त्वेषाने विचारले, ''अटक? पोवाडा म्हणायला उभे राहिल्याबद्दल अटक?''

''पोवाड्याबद्दल अटक नाही! खुनासाठी!''

मनोहरला धीर देण्याकरिता सुलभा त्याच्याजवळ जाऊन उभी राहिली. तिथून तिने चोहीकडे दृष्टी फिरविली. विजयी मुद्रेने हसत असलेला विजय तिला दिसला. तिने समोर पाहिले, पोलिसांनी धरपकड सुरू केली असे वाटून शेतकरी घाबरून पळायला लागले होते. बायका ओक्साबोक्सी रडत होत्या, दोन्ही हात वर करून सुलभा आवेशाने ओरडली, ''भिऊ नका, घाबरू नका, पळू नका!''

मुकुंदाच्या हृदयात

त्या गलबल्यात सुलभेचे ते धीराचे शब्द कितीजणांना ऐकू गेले असतील याची शंकाच आहे. मुकुंद, कदम, बाबा व त्यांचे इतर सहकारी यांनी लोकांना थोपवून धरण्याचा शिकस्तीचा प्रयत्न केला; पण वाघाचा वास आल्यामुळे पळायला लागलेली मेंढरे नुसत्या शब्दांनी थोडीच थांबतात! कदम आणि त्याच्याबरोबरचे तरुण लोक यांनी खेडेगावातून विरश्रीची भाषणे करून इतके लोक गोळा केले होते; पण त्या लोकांना आपल्या लढ्याची पूर्ण कल्पना कुणीच दिली नव्हती. आपण सारे एके ठिकाणी जमलो, एक मोठी सभा केली की, सरकार आपल्या जमिनी हिसकावून घेणार नाही, अशीच त्यांच्यापैकी अनेकांनी कल्पना होती. महात्मा गांधींनी बाहेर ब्रिटिश हद्दीत अशीच चळवळ केल्याचे ते ऐकत आले होते. पोलीस म्हटला की थरथर कापायचे असा या लोकांचा आजपर्यंत स्वभाव होता. तो बदलण्याचा प्रयत्न कदम आणि त्याचे सोबती यांनी मुळीच केला नव्हता. अर्थात त्याचा व्हायचा तोच परिणाम झाला. वाऱ्यापुढे भूस उडून जावे, तसे पोलीस दिसताच सारे लोक पांगून गेले.

पोलिसांनी मनोहरला लॉरीत नेऊन बसविले. त्याची निग्रही मुद्रा पाहून सुलभेला आश्चर्य वाटत होते. पोलिसांनी पकडल्यावर तो मुळुमुळू रडेल अशी तिची कल्पना होती. पण त्याची मुद्रा मुकुंदाच्याइतकीच गंभीर होती. मनोहरच्या आयुष्यातला हा विकासाचा उदात्त क्षण आहे हे मुकुंदाने ओळखले. त्याचा हात हातात घेऊन तो म्हणाला, ''बरं आहे मनोहर, लवकरच भेटू आपण.''

''ते शक्य नाही!''

''का?''

''मी कसला लवकर सुटतोय आता.''

''तू सुटला नाहीस तर मी येईन की तुरुंगात लवकरच.'' मुकुंदाचे हे उत्तर ऐकून पोलीससुद्धा हसले. त्या हशाच्या भरात लॉरी सुटून मनोहर दिसेनासाही झाला.

सुलभेचे सांत्वन कसे करावे याचा मुकुंद विचार करीत होता, तोच विजय त्या दोघांच्या जवळ आला आणि म्हणाला, ''सुलभा, घरी जाऊ या आता. आजच्या सभेचं काम संपलेलं दिसतं!'' सुलभेने काहीच उत्तर दिले नाही. विजय हसून म्हणाला, ''दोन माणसांची सभा आहे वाटतं पुढं?''

''माणुसकी नसलेल्यांनी माणसांच्या सभेची चौकशी करू नये हे बरं!''

विजय रागाने निघून गेला. मुकुंद सुलभेला पोहोचविण्याकरिता तिच्याबरोबर निघाला. पाच-सहा दिवस शेतकऱ्यांमध्ये हिंडून त्यांची एक जंगी सभा यशस्वीपणाने पार पाडणे आता जरूर होते. ''या कामाला मी उद्यापासून लागतो. ती सभा पार पडली, की मनोहरची सुटका कशी करायची ते पाहू'', असे मुकुंद सुलभेला म्हणाला. मुकुंदाने कदमच्या कर्तृत्वावर फार भरंवसा ठेवल्यामुळे सभेला आलेली माणसे मनाने तयार होऊन आली नव्हती, हे सुलभेनेही पाहिले होते. दुसरी यशस्वी सभा केली नाही, तर आजच्या पराभवाचा परिणाम सारी चळवळ अपेशी होण्यात होईल हेही उघड होते. अर्थात मुकुंदाचा मार्ग सुलभेलाही योग्य वाटला.

विजयच्या बंगल्यापाशी ती दोघेही येऊन पोहोचली. तेव्हा मुकुंद म्हणाला, ''तुझे पाय दुखू लागले असतील नाही आज?''

''एरवी दुखू लागले असते, पण तू सोबतीला असल्यामुळं–''

''मी तुला डोक्यावर थोडंच घेतलं होतं?''

''डोक्यावर नसलं तरी–''

सुलभा नुसती हसली. मुकुंदही हसला. तिचा निरोप घेताना त्याने हातातल्या पिशवीतून एक वही काढली आणि ती सुलभेच्या हातात देत तो म्हणाला, ''हे वाचून पाहा एकदा.''

मुंबईला मुकुंदाच्या ट्रंकेत आपण पाहिलेले नोटबुकच तो आपल्याला देत आहे ते सुलभेने ओळखले; पण तिने मुद्दामच विचारले, ''काय आहे त्याच्यात?''

''एका जिवाची मनुष्य होण्याची धडपड!''

अंथरुणावर बसून मुकुंदाचे ते स्फुट विचार वाचताना सुलभा अगदी रंगून गेली. तसे पाहिले तर त्यात सुसंगतपणा नव्हता; बुद्धीचे प्रदर्शन करण्याची इच्छा नव्हती, भाषेचा विलासही नव्हता; पण प्रत्येक पान नि पान अनुभवाच्या जिवंत रसाने रंगून गेले होते. त्या वहीतील प्रत्येक विचारात आपल्या हृदयात उठलेल्या एखाद्या लाटेचे शब्दचित्र मुकुंदाने अत्यंत प्रामाणिकपणाने काढण्याचा प्रयत्न केला होता. सुलभेने एका तासात ती वही वाचून संपविली. तिला गरुडांकडून आणलेली टिपणे आठवली. मुकुंदाप्रमाणे गरुडांनीही जीवनाकडे

सूक्ष्म दृष्टीने पाहिले होते. पण एकाचा दृष्टिकोन व्यापक तर दुसऱ्याचा संकुचित; एकाचा उदात्त, तर दुसऱ्याचा विकृत! मुकुंदाचेच ते जिवंत विचार पुन्हा वाचल्यावाचून सुलभेला राहवेना. आपल्याला आवडलेले काही भाग शोधून काढून ती वाचू लागली.

कॉलेज सोडावे लागले त्या वेळी मुकुंदाने लिहिले होते, 'पांढऱ्या चाफ्याच्या झाडासारखं मनुष्याचं आयुष्य आहे. लहानपणी कोकणात हे झाड पाहिले म्हणजे मला एक कोडं पडे! ते पानांनी गजबजून जाई तेव्हा त्याच्यावर एकही फूल दिसत नसे आणि त्याच्यावर फुलांचे तुरे लटकू लागले, की त्याची सारी पानं नाहीशी होत. जणू काही चाफ्याच्या पानांचं आणि फुलांचं हाडवैरच आहे. एके ठिकाणी गुण्यागोविंदानं नांदायला ती तयारच नाहीत. मनुष्याच्या आयुष्यातही सुख आणि ध्येय यांचा असाच विरोध नाही का? ध्येयवाद्याला सुख लाभत नाही आणि सुखासीनापाशी ध्येय राहत नाही; पण माझ्या चाफ्याच्या झाडावर नुसती फुलं दिसली म्हणून काय बिघडलं?'

सुलभेला गरुडांच्या टिपणांची आठवण झाली. ती काढून त्यातला एक उतारा तिने वाचला, 'स्त्री-पुरुषांना एकमेकांवाचून राहता येणे शक्य नाही. निसर्गाचा शापच आहे हा मानवजातीला. शरीरसुखाकरिता स्त्री-पुरुष एकत्रित येतात आणि पुढे त्या शरीरसुखातच आयुष्याचे सर्वस्व आहे असे मानतात. सामान्य मनुष्याच्या गुणांचा जगाला काही उपयोग होत नाही त्याचे कारण हेच आहे. अविवाहित स्त्री-पुरुषांचे आयुष्यसुद्धा कामुक कल्पनांनी किती भरलेले असते, याची कल्पनाही जगाला नसेल. निसर्ग हा सर्वांत मोठा शत्रू आहे. त्याला जिंकणे अशक्य आहे. अर्थात मनुष्यजातीची सुधारणा हे एक नुसते सुखस्वप्न आहे.'

मुकुंदाची वही उघडून सुलभा पुन्हा वाचू लागली– 'एका सिनेमाच्या स्टुडिओतली साधी गोष्ट; पण ऐकल्याबरोबर सामाजिक विषमतेचे विलक्षण चित्र माझ्या डोळ्यांपुढे उभे राहिले. स्टुडिओ झाडणाऱ्या बाईला एकुलते एक मूल होते. त्याचा एक फोटो काढावा असे तिला फार वाटे, पण ती बोलणार कोणापाशी? या जगात गरिबांच्या मुक्या इच्छा श्रीमंतांच्या बहिऱ्या कानांना कधीही ऐकू जाणे शक्य नाही. त्या बाईचे मूल आजारी पडले आणि दुर्दैवाने तिला सोडून गेले. त्या मुलाची आठवण म्हणून त्याचा एक फोटोसुद्धा राहिला नाही तिच्यापाशी. पुढे स्टुडिओ स्वच्छ करताना दर्शनी भागातला एक फोटो मात्र ती पुसत नाही, असे आढळून आले. एका मोटार गाडीचा फोटो होता तो. मालकाच्या श्रीमंती दारूबाज दोस्तांनी एक नवी बाई ठेवली होती आणि तिला एक नवी गाडी घेऊन दिली होती. त्या नव्या गाडीचा फोटो घ्यायची धामधूम ज्या वेळी चालली होती

त्या वेळी या बाईने आपले आजारी मूलही स्टुडिओत आणले होते. मोठा धीर करून 'बाळाचा एक फोटो काढून द्या' असे आज म्हणणार होती ती! पण ती नवी गाडी आणि तिची ती नवी मालकीण यांची ऊठबस करण्यात सारे गुंग झालेले. मग हिच्याकडे कोण लक्ष देतो? आजच्या समाजाच्या जीवनात व्यक्तीच्या भावनांना किंमत नाही हेच खरे. भूतदयेने एखादी व्यक्ती सुखी करता येईल; पण समाजाचे दु:ख नाहीसे करायला सामाजिक औषधच हवे. ते औषध म्हणजे मर मर काम करणाऱ्या समाजाची सध्याची गुलामगिरी नाहीशी करणे हेच होय!'

गरुडांच्या टिपणात कॉलेजातच्या पोरापोरींच्या प्रेमाची आणि समाजातल्या सभ्य लोकांच्या अंगावर शहारे आणणाऱ्या कामुकतेची अनेक किळसवाणी उदाहरणे होती; पण मुकुंदाच्या या विचारासारखा एकही अनुभव नव्हता. आता सुलभेच्या लक्षात आले, गरुडांसारखी बुद्धिवान माणसेसुद्धा समाजाकडे आपल्या वर्गाच्या विशिष्ट दृष्टीनेच पाहतात. ज्या वर्गात ती जन्माला येतात, त्याला दुपारची भ्रांत सहसा पडत नाही. शिक्षण, नोकरी अगर धंदा, थोड्याफार सुखवस्तूपणाने राहण्याची शक्यता, इत्यादी गोष्टी त्यांना सहज प्राप्त होतात. त्यामुळे प्रेमाला त्यांच्या आयुष्यात अवास्तव महत्त्व येते. प्रेम हा जीवनाचा एक भाग आहे, सर्वस्व नव्हे, हे ते विसरून जातात.

गरुडांची टिपणे दूर ठेवून सुलभा मुकुंदाचीच वही वाचू लागली :

'कराचीला गेलो तेव्हा मी एखाद्या संपाचा पुढारी होईन असे कोणी भविष्य सांगितले असते, तर मी त्यांची वेड्यातच गणना केली असती. पण आयत्या वेळी एक पुढारी दोषी तापाने अंथरुणाला खिळला; दुसरा गिरणीमालकांना फितूर झाला. सेनापती नाही म्हणून लढाई थोडीच थांबवायची असते? सेनापतीची रिकामी झालेली जागा एखादा शिपाई भरून काढतो आणि आपल्या बाजूला जय मिळवूनही देतो! आजच्या सामाजिक युद्धातला एक साधा सैनिक म्हणून मी मुंबई सोडली; पण कराचीला सेनापतीचे काम अंगावर पडले आणि मी ते पार पाडलेही. गाणाऱ्याचा गळा आणि पिकविणाऱ्याचा मळा हेच खरे. योग्य संधी मिळाल्यावाचून मनुष्याचे सुप्त गुण प्रकटच होत नाहीत. पण आजच्या समाजात संधी ही पैशाची दासी झाली आहे आणि म्हणूनच गरिबांचे गुण मातीमोल होत आहेत.

या संपाच्या वेळी सुलभेची वारंवार आठवण होऊ लागली मला. लहानपणी माझ्या पहिल्या नंबराचा तिला केवढा अभिमान वाटे! हा संप पाहायला ती येथे असती तर; पण तिला हा संप आवडलाच असता म्हणून काय नेम आहे? काही झाले तरी ती वरच्या वर्गातली. खालच्या वर्गांना युद्ध करून आपले हक्क मिळविण्याचा अधिकार आहे, हे वरच्या वर्गातल्या लोकांना सहसा पटतच नाही.

वरिष्ठांनी दयेने चार तुकडे अंगावर फेकावेत आणि कनिष्ठांनी कुलंगी कुत्र्यांप्रमाणे ते झेलून आपली कृतज्ञता व्यक्त करावी, हीच जिथे समाजरचनेची सनातन कल्पना तेथे प्रत्येकाचा हक्क कोण मान्य करणार; पण गरिबांचे दररोजचे जीवन हेच एक युद्ध नाही का? जगण्याचा हक्क म्हणजेच लढण्याचा हक्क पाहिजे, तो प्रत्येकाला असलाच पाहिजे आणि संप काय कोण सुखासुखी करतो? ज्यांचे दररोजचे पोट हातावर असते, ते लोक काय आनंदाने आपले हात बांधून घेतात? उपाशी राहून कामगार मिरवणुका काढतात आणि पांढरपेशे रिकामा वेळ कसा घालवावा, या विवंचनेत पडल्यामुळे सभा-संमेलने भरवितात! पण गांधींच्यासारख्या महात्म्यालाही या दोन वर्गांच्या जीवनाचा स्वभावत:च विरोध आहे हे जेथे पटत नाही, तेथे इतरांची काय कथा? जमीनदार आणि कारखानदार यांची मनोवृत्ती बदला, म्हणजे सर्व सुरळीत होईल असे गांधींना वाटते. उद्या वाघांची मनोवृत्ती बदलून गाईचे रक्षण करण्याची कल्पनाही निघेल. आजच्या समाजाच्या दु:खाचे मूळ मनुष्याच्या स्वभावात नाही; मालकी हक्काच्या मोहिनीत आहे.'

गरुडांच्या टिपणाकडे पाहिलेसे न पाहिलेसे करून सुलभेने मुकुंदाच्या वहीचे पुढील पान काढले : 'संपाच्या दिवसांतला प्रत्येक क्षण नि क्षण मला जीवनाचे ज्ञान करून देत होता. मोठ्या माणसांचा क्षुद्रपणा, क्षुद्र मानल्या गेलेल्या माणसांचा मोठेपणा, पेटलेल्या होळीवर पोळी भाजून घेण्याची माणसांची मनोवृत्ती, दिलेल्या शब्दासाठी जिवावर उदार होण्याची माणसांची मनोवृत्ती– खरेखुरे जग मी संपातच पाहिले. खुद्द माझे अनुभव तरी काय कमी विलक्षण होते? चित्रपट पाहायला गेल्यावरही नटीच्या रूपापेक्षा गोष्टीच्या उत्कटतेचेच आकर्षण अधिक वाटणारा मी मनुष्य. प्रेमाचे खेळ खेळायला मला कधी सवडही मिळाली नाही. मनुष्य आपल्या एकांतात काही स्वप्न उघड्या डोळ्यांनी पाहत बसतो ना! अशा स्वप्नात एखादेच प्रेम मला दिसे. त्या स्वप्नाची स्वामिनी नेहमी सुलभाच असे. माझ्या या स्वप्नाला मीच हसे आणि मग ते लाजून इतके दूर पळून जाई, की पुष्कळ दिवस ते मला आपले तोंडच दाखवीत नसे.

पण तो दिवस आणि त्याहीपेक्षा ती रात्र. कामगारांनी चिडून अत्याचार करावेत आणि त्यांच्या अत्याचारांना सुरुवात झाली की पोलिसांनी गोळीबार करावा, असा डाव गिरणीमालकांचे हस्तक रचत होते. हा डाव हाणून पाडण्याकरिता त्या दिवशी मी वाऱ्यासारखा धावलो. रात्री दहा वाजेपर्यंत सर्व ठीक होते. आता सारे निभावले म्हणून आपल्या खोलीत जाऊन मी अंथरुणावर अंग टाकणार तोच तीन-चार माणसे मला बोलवायला आली. एका सुंदर मुलीला घेरून धरले होते काही कामगारांनी. ती मुलगी मनसुखलालची, गिरणीमालकांपैकी एकाची

आहे हे कळताच मी थोडासा घाबरलोच. दंग्याच्या जागी मी पोहोचण्यापूर्वीच तिची कोणी मानहानी केली तर? ठिणगीचा वणवा व्हायला उशीर लागणार नाही. मी धावतच गेलो. त्या मुलीचा पदर ओढण्याची भाषा बोलण्यापर्यंत काहींची मजल गेली होती. माणसातली मवाली मनोवृत्ती जागृत व्हायला वेळ लागत नाही हेच खरे. मी गेल्याबरोबर सारी माणसे मागे झाली. ती मुलगी भीतीने थरथर कापत होती. मात्र तिचे लावण्य फार मोहक होते. तिच्या रक्षणाकरिता धावत गेलेल्या मनुष्याच्या मनात तिच्या सौंदर्याचा विचार यावा हे किती अस्वाभाविक होते. पण मनुष्याचे मन हा एक अजबखाना आहे झाले.

मी तिला धीर दिला आणि तिच्याकडून सारी हकिकत काढून घेतली. ती मोटारने कोठे दूर फिरायला गेली होती. वाटेत मोटार नादुरुस्त झाली. आपण सहज आपला बंगला गाठू अशा समजुतीने ती पायीच चालत निघाली. ठिकठिकाणी कामगारांची गर्दी पाहून ती गोंधळली आणि वाट चुकली. मनसुखलालच्या बंगल्यावर सुखरूपपणे पोहोचवायचे मी तिला आश्वासन दिले. तेव्हा कुठे ती थोडी शांत झाली.

पण पूर्वी गिरणीमालकांच्या बंगल्यावर. साध्या गोष्टीसाठी गेलेल्या एका पुढाऱ्याने मजुरांचा विश्वासघात केला होता, त्यामुळे सारे कामगार मी स्वत: त्या मुलीबरोबर जाऊ नये असे सुचवू लागले. ती मुलगी तर दुसऱ्या कुणाबरोबर जायला तयार होईना. माझ्यामागे कुजबूज चालली होती. तीही मला ऐकू येत होती. मनसुखलालच्या रखेलीची मुलगी म्हणून सारे तिच्याकडे तुच्छतेने पाहत होते. या गोंधळातून त्या मुलीनेच वाट काढली, 'आमच्या बंगल्यावर निरोप पाठवा आणि मला न्यायला कोणी तरी येईपर्यंत तुमच्या खोलीत मला निवांतपणे बसायला जागा द्या!' असे ती म्हणाली. मी तशी व्यवस्था केली.

बाहेरून बघणाऱ्यांचा त्रास तिला असह्य होईल म्हणून मी खोलीचा दरवाजा लावला. तिचे सांत्वन कसे करायचे ते मला कळेना. क्षणभर ती स्वस्थ होती. मग मात्र एकदम स्फुंदूनस्फुंदून रडू लागली. मी तिच्याजवळ गेलो. "भिऊ नका. आता येतील तुमच्या घरची मंडळी," असे काही तरी मी म्हणत होतो, तोच तिने माझ्या पायांवर स्वत:ला घालून घेतले! तिला उठविण्याकरिता मी वाकून तिचे हात धरले. मनच नाही तर शरीरही अगदी गळून गेले असावे. मी खाली बसताच तिने माझ्या मांडीवर आपले अंग टाकले. हळूहळू तिचे हुंदके कमी झाले.

यानंतर काय घडले ते मी एवढ्यासाठीच लिहून ठेवीत आहे, की प्रौढपणीही या प्रसंगाची आठवण मला व्हावी आणि तरुणांच्या भावनांचा आणि विकारांचा उपहास माझ्या हातून होऊ नये. मात्र मी जे लिहीत आहे ते अक्षरश: सत्य आहे

असे माझे मलाही म्हणता येणार नाही. तसेच स्वप्न जसेच्या तसे कधी कुणाला सांगता येते का?

तरुणीच्या अंगाचा पहिला स्पर्श किती उन्मादक असतो, ते आज कळले मला. निसर्गाला मनुष्याने गुलाम केले आहे असे आम्ही अभिमानाने म्हणतो. मनुष्यमात्राचा हा अभिमान अगदी व्यर्थ आहे, हे मला आज पुरेपूर कळून चुकले. त्या सुंदर मुलीला खोलीत घेऊन आल्यापासून माझ्या मनावर विलक्षण गोड धुंदी चढली असावी. तिने मांडीवर डोके ठेवल्यावर तर मी जवळजवळ स्वतःला विसरूनच गेलो. तिच्या केसांवरून हात फिरविताना माझा हात किती कापत होता. पोलिसांच्या बंदुकांना न भिणारा मुकुंद एका तरुणीच्या कोमल स्पर्शाने भ्रांत होऊन गेला. माझा स्वतःचाच मला राग आला. पण त्या तरुणीचे मस्तक दूर करायला माझे हात तयार होईनात. दोन्ही हातांत मृदुपणाने ते मी धरले आणि थोडेसे वर उचलले. पुरुषाच्या डोळ्यांतील निसर्गाचे पाशवी नृत्य स्त्रीला फार लवकर ओळखता येत असावे. ती दचकली हे माझ्या हातांना कळले. पण तिच्या त्या सुंदर डोळ्यांतून कृतज्ञता नुसती ओसंडून वाहत होती. स्त्रीच्या दातृत्वाला डोळे नसतात हे त्या वेळी मी अनुभवले. कुठल्याही गोष्टीचे दान करण्याला स्त्री एकदम तयार होणार नाही. पण तिने दानाला सुरुवात केली, की सर्वस्वाचे दान केल्याशिवाय समाधानच होत नाही तिचे. त्या मुलीचीही अशीच स्थिती झाली असावी! मी तिचे रक्षण केले ही एक गोष्ट तिला त्या वेळी दिसत असावी. मी हातांनी धरलेले मस्तक मागे न घेता तिने किंचित वर बघून इतके मोहक स्मित केले, की–

तिचे चुंबन घेण्याकरिता माझी मान खाली झालीही असेल. पण ज्याच्यामुळे आयुष्यात मान खाली घालावी लागेल असे एकही कृत्य माझ्या हातून होऊ नये, असाच दैवाचा संकेत असावा. त्या मुलीचे चुंबन न घेता मी तिचे हात घट्ट धरले आणि म्हटले, 'क्षमा करा मला. चूक होत होती माझी!'

तिला माझ्यात असा बदल का झाला हे कळेना. कुणालाच ते कळणे शक्य नाही. सुलभेची मूर्ती एकदम माझ्यापुढे येऊन उभी राहिली होती. निसर्ग मला पशू करू पाहत होता. पण सुलभेने माझी माणुसकी कायम ठेवली. हिरव्या चाफ्याच्या फुलाचा वास दुरून मनुष्याला मोहून टाकतो. सफल न झालेले प्रेमसुद्धा असेच मनुष्याला उदात्त करू शकते. ध्येय आणि प्रेम या दोनच गोष्टी मनुष्याचा विकास करू शकतात हेच खरे.'

हा मजकूर वाचताना सुलभेचे हृदय एकसारखे धाड्धाड् उडत होते. या वेळी मुकुंद समोर असता तर एखाद्या लहान मुलाला लाडिकपणाने जशा चापट्या मारतात, तसे आपण त्याला केले असते असे तिला वाटले. तिच्या

मनात आले, मुकुंदाच्या आयुष्यात आपण केवढी क्रांती केली. लगेच ते मन म्हणाले, ''तुझ्या आयुष्यात तोही क्रांती करीत आहे. प्रीती ही क्रांतीची माता आहे. आपल्या प्रिय माणसाप्रमाणे जो बदलत नाही, तो खरे उत्कट प्रेम करूच शकत नाही.''

सुलभा मोठ्या उत्साहाने वहीची पुढील पाने चाळू लागली. वसंतात एखादी बाग जशी फुलांनी बहरून जावी तशी ती वही वाटली तिला. मुकुंदाच्या जीवनातील सर्व वासंतिक वैभव तिच्या पानांपानांतच नाचत होते. एके ठिकाणी लिहिले होते, 'गावात अगदी वारा नाही म्हणून लोक ओरडत असतात; पण गावाजवळच्या टेकडीवर जायचे श्रम मात्र कोणीच घेत नाही. वायुलहरी किती स्वच्छंदाने नाचत असतात तिथे. वैयक्तिक आणि उपभोगात्मक अशा जीवनात अनेकांचा कोंडमारा होतो. पण या जीवनाच्या जवळच थोड्याशा उंच जागी सामाजिक, त्यागात्मक असे जीवन आनंद द्यायला सिद्ध असते. पण ते दिसतच नाही आपल्याला. आयुष्यात रडत बसणाऱ्या प्रत्येकाला मी एकच मंत्र देईन– उंचावर जाऊन राहा आणि मग पाहा!'

दुसऱ्या ठिकाणी मुकुंद म्हणत होता : 'स्वत:पलीकडे घरात कोणाचीही काळजी न करणारा मनुष्य निर्दय ठरतो. मग स्वत:च्या कुटुंबापलीकडे समाज म्हणून काही आहे याची शुद्धही नसणारे लोक क्रूर नाहीत काय? समाजातल्या सर्व सुखवस्तू लोकांकडे पाहावे. कृती दूर राहिली; नुसती सेवेची जाणीवसुद्धा कोणात नाही. गरीब बायका चूल आणि मूल यांच्या कात्रीत सापडलेल्या, तर नवे चित्रपट, नव्या कादंबऱ्या, ब्लाऊज-झंपर यांच्या नव्या तऱ्हा, इत्यादिकांतून सुखवस्तू स्त्रियांचे डोके वर निघत नाही.'

त्यागाचे किती सुंदर समर्थन केले होते त्याने : 'एकदा फुलांना वाटले, आपण सदान्‌कदा दगडांची पूजा करायची हा काय न्याय झाला? ती रुसून बसली. निसर्ग म्हणाला, 'तुम्हाला दगडांची पूजा करायची नसेल तर दगड तुमची पूजा करतील. पण पूजेवाचून जग चालायचे नाही!' फुलांनी ते आनंदाने मान्य केले. पण जसजसा एक एक दगड एकेका फुलावर पडू लागला, तसतसा त्या त्या फुलाचा चोळामोळा होऊन जाऊ लागला. सारी फुले निसर्गाला म्हणाली, 'आम्हाला नको हा मान! पूजा करून घेण्यापेक्षा ती करण्यातच अधिक सुख आहे!'

वहीच्या अगदी शेवटी मुकुंदाने लिहिले होते : 'मनुष्य पतित झाला म्हणजे आपण त्याला नाक मुरडतो. पण आपण पतित आहोत, हे आपल्यापैकी कित्येकांना कळते? जगाच्या जीवनाचा प्रवाह वाटेल त्या वळणांनी वाहत आहे आणि पाचोळ्याप्रमाणे बहुतेक लोक त्याच्याबरोबर वाहत जात आहेत. या

प्रवाहातून आपल्याला हव्या असलेल्या बाजूला पोहून जाण्याची शक्ती किती थोड्या लोकांत असते. या प्रवाहाला योग्य दिशा दाखविण्याचे प्रयत्न लाखातला एखादाच करीत असेल. आयुष्यातल्या अनंत, चंचल, सुखस्वप्नावर मी पाणी सोडले आहे. जे एखादे मधुर स्वप्न माझ्या हृदयाच्या गाभाऱ्यात लपून बसले आहे, तेही कदाचित तेथेच विरून जाईल. पण माझ्या आयुष्यात एक गोष्ट घडावी अशी माझी इच्छा आहे. आपले आयुष्य प्रवाहपतिताप्रमाणे गेले असा मृत्युशय्येवर पश्चात्ताप करण्याची पाळी मुकुंदावर येऊ नये.''

हे सारे भाग पुन्हा वाचण्याचा मोह सुलभेला उत्पन्न झाला. पण इतक्यात बाहेरून एक कर्कश्श हाक ऐकू आली, ''सुलभा-सुलू-''

तिने दार उघडले. तात्यासाहेब आत आले.

''त्या मुकुंदाच्या सभेला गेली होतीस तू?''

''हो!''

''हा फाजीलपणा बंद केलास तर नाही का चालणार?''

''हा माझा प्रश्न आहे!''

''पण तू माझी मुलगी आहेस!''

''आणि मुकुंदाची मैत्रीण आहे!''

''मैत्रीण! उद्या लग्न करायला तयार होशील तू त्याच्याशी!''

''उद्याची गोष्ट कशाला हवी? आजच तयार आहे मी. पण त्याची तयारी हवी ना?''

''त्याची तयारी? नाचत येईल तो तुझा नवरा व्हायला! पण माझ्या घरचा उंबरठा चढू देणार नाही मी त्याला!''

''लग्न झाल्यावर अलीकडच्या मुलींना माहेरची आठवण होत नाही!''

''त्या मुकुंदाने चेटूकबिटूक केलंय की काय तुझ्यावर?''

''विजयनं तुमच्यावर मात्र केलंय! मी सभेला गेल्याची बातमी त्यानं तुम्हाला दिली. पण सभेत मनोहर दिसल्याबरोबर पोलिसांना सांगून आपण त्याला पकडायला लावलं हे सांगितलं का त्या गृहस्थानं?''

''मनोहर? त्या कारट्याचं नाव काढू नकोस माझ्यापुढं आणि विजयविषयी असं उद्दामपणानं बोलू नकोस. त्याच्याशी लग्न व्हायचंय तुझं!''

''त्याच्याशी? अश्शी जाऊन सांगते त्याला–''

''तो आहे कुठं इथं? रावसाहेब वारल्याची तार आली, म्हणून आपल्या जहागिरीच्या गावाकडे तो निघूनसुद्धा गेला मघाशी!''

वंदे मातरम्

❋❋❋❋

उभ्या आयुष्यात सुलभेने तात्यासाहेबांना कधीही दुखविले नव्हते. त्यामुळे तात्यासाहेब खोलीतून निघून गेल्यावर आपण तडातड दिलेल्या उत्तरांचे तिचे तिलाच वाईट वाटले. ती दुरुत्तरे नव्हती हे तिला कळत होते, पण ज्याच्यावर आपण मनापासून माया केलेली असते, त्या माणसावर रागावणे काही सोपे नसते. दोन हृदयांना गुंफणारे रेशमाचे पाश काही केल्या उलगडत नाहीत आणि ते उलगडले नाहीत म्हणजे तुटतील तसे तोडून टाकायची पाळी येते. सुलभाही याच दिव्यातून जात होती.

मुकुंद आता तिला किती जवळचा वाटत होता आणि तात्यासाहेब?– ते मात्र दर क्षणाला तिच्यापासून दूर जात होते. तिने दु:खाने डोळे मिटून घेतले. मावशी आपले मस्तक थोपटीत आहे, असा तिला भास झाला. ती शांतपणाने झोपी गेली.

सकाळी उन्हे खूप वर आल्यावर तिने डोळे उघडले, तेव्हा मावशी खरोखरच तिचे मस्तक कुरवाळीत बसल्या होत्या. इतका वेळ आपण स्वप्नात होतो की काय हे सुलभेला कळेना. तिने डोळे मिटून घेतले. ''चहा प्यायला उठतीस ना, बाळ?'' हे मावशीचे शब्द तिच्या कानावर पडले, तेव्हा कुठे तिची खात्री झाली, की मावशी खरोखर शिरगावला आली आहे. सुलभेच्या मनावरचे अभ्रपटल एकदम दूर झाले.

चहानंतर दोघींच्या गोष्टी सुरू झाल्या. तात्यासाहेबांचे आणि मावशींचे सर्व गोष्टीविषयी बोलणे झाले आहे, हे सुलभेच्या चटकन लक्षात आले. किल्ल्यापेक्षा बालेकिल्ला सर करणे कठीण असते. तात्यासाहेबांना तोंड देण्यापेक्षा मावशींशी युक्तिवाद करणे अधिक अवघड आहे हे सुलभा ओळखून होती. तिने मावशीचा सारा उपदेश शांतपणाने ऐकून घेतला आणि मग एखादे वासरू गाईच्या अंगाशी जसे डोके घासते, तसे मावशींच्या मांडीवर करीत म्हणाली, ''मावशी, जातीची

गोष्ट काढलीस तू! पण कृष्ण गवळीच होता ना ग?''

मावशी नुसत्या हसल्या.

''जगात खऱ्या जाती दोनच आहेत बघ. एक माणुसकी असणाऱ्यांची आणि दुसरी ती नसणाऱ्यांची! शबरी भिल्लीण होती, तरी ती आणि सीता यांची जात एकच वाटत नाही का आपल्याला? शूर्पणखा रावणाची बहीण होती आणि रावण म्हणे ब्राह्मण होता. म्हणून काही शबरीपेक्षा शूर्पणखा चांगली ठरत नाही.''

''मोठी लबाड आहेस तू पोरी! पुराणंबिराणं पाठ आहेत की अगदी तुला.'' मावशी कौतुकाने तिच्या पाठीवरून हात फिरवीत म्हणाल्या.

''पुराणं राहू देत! अगदी आजची गोष्ट सांगते तुला. इथल्या शेतकऱ्यांच्या जमिनी साखरेच्या कारखान्याकरिता घ्यायचा बेत चाललाय. त्यात त्या शेतकऱ्यांची कोण काळजी करतंय का बघ. विजय, तात्या, सारे श्रीमंतांच्या बाजूचे. मावशी, 'तू माझी माउली' हा अभंग म्हणतेस ना तू? सारे गरीब श्रीमंतांकडं त्याच दृष्टीने पाहतात. त्यांची तशीच करुणा भाकतात. पण त्यांची ही आई सख्खी नाही, सावत्र आहे. आता पुन्हा मुकुंद शेतकऱ्यांची सभा भरविणार आहे एक. ती बघायला तू ये माझ्याबरोबर आणि मग, त्याच्याआधी तर नाही ना मी मुकुंदाबरोबर लग्न करीत?'' बोलता बोलता सुलभेने लडिवाळपणाने मिठी मारली.

तिला पोटाशी घट्ट धरून मावशी म्हणाल्या, ''बाळ, तुझं सुख तेच माझं सुख!''

सुलभा एकदम उसळून म्हणाली, ''इथंच चुकतं बघ तात्यांचं! त्यांना वाटतं, जे आपलं सुख तेच मुलांचं सुख? मनोहरचा घात काही केवळ नशिबाने केला नाही. तात्यांच्या कठोरपणानंच तो हाताबाहेर गेला. काल रात्री त्याला इथं पकडलं तर पोटचा मुलगा म्हणून एक टिपसुद्धा गाळलं नाही तात्यांनी. स्वत:च्या मोठेपणापुढं दयामाया, काही नाही त्यांना!''

''पुरुष असेच असतात, सुलू!''

सुलभा अभिमानाने म्हणाली, ''नाही, माझा मुकुंद असा नाही.''

कितीतरी वेळ त्या दोघींचे हितगुज चालले होते. मनोहरला सोडवायचे कसे हाच त्या संभाषणाचा मुख्य विषय होता. सुलभेलासुद्धा ते कोडेच होते एक! पण दुसऱ्याला धीर देण्याइतकी ती चतुर असल्यामुळे चार-आठ दिवसांत मनोहर आपल्यात परत येणार असेच तिच्या बोलण्यावरून मावशींना वाटले. हळूहळू मावशींना आपलेसे करून पाच-सहा दिवस मुकुंदाबरोबर खेडोपाडी फिरायची परवानगी मिळविली सुलभेने.

सुलभा कारखान्याकडे गेली तेव्हा केशरचा सारा धीर खचून गेला आहे, असे तिला दिसून आले. केशरने वेणीफणी सुद्धा केली नव्हती. आईच्या आग्रहाखातर थोडा चहा घेऊन ती स्वस्थ पडली होती. पिंजऱ्याचे उघडे असलेले एक दारही आता बंद झाले या कल्पनेने अगदी उदास झाले होते तिचे मन. सुलभेने खूप थट्टा करून तिची कळी खुलविण्याचा प्रयत्न केला; पण केशरचा खिन्नपणा काही केल्या कमी होईना. ती कुर्ऱ्यानेच म्हणाली, ''माझं मन तुला कळायचंच नाही कधी!''

''का? मीही मनोहरची बहीण आहे म्हटलं!''

''बहिणीची गोष्ट निराळी आणि–''

''हे 'आणि' प्रत्येकाच्या आयुष्यात असतं हं!''

''म्हणूनच मुकुंदाबरोबर खेडोपाडी फिरायला निघाली आहेस वाटतं? हनिमूनचा अगदी नवीन प्रकार दिसतोय हा!''

''केशर, मुकुंदबरोबर मीच काय, आमच्यापैकी प्रत्येकानं जायला हवं!''

''कशाला? तो मुकुंद इतका चंचल आहे म्हणतेस! मुंबईला बाबांच्या मागं लागून मी नोकरी मिळवून दिली याला आणि आज राजीनामा देऊन चालला की हा चळवळ करायला.''

''केशर, एकट्या मनोहरासाठी तुझी इतकी तळमळ होतेय. मुकुंद तर हजारो गरिबांसाठी धडपडत आहे. एवढे पाच-सात दिवस स्वस्थ राहा तू जरा. मग मनोहरला कसं सोडवायचं ते मी नि मुकुंद पाहू.'' तिच्याजवळ जाऊन सुलभा पुन्हा हळूच म्हणाली, ''पळून जायला सोबतच हवी ना तुला? मी येईन तुझ्याबरोबर! मग तर झालं? आपण अशा ठिकाणी जाऊन राहू, की तिथं यायची छातीच होणार नाही तुझ्या वडिलांची आणि त्या रतिलालची!''

''हे पाच-सात दिवस आता अगदी एकट्यानं काढायचे. सुलभा, मनासारखा मनुष्याचा दुसरा वैरी नाही कुणी.''

''मला सवड झाली तर बोलावीन एक चिठ्ठी पाठवून तुला. ये की आमच्या एखाद्या सभेला. तुला काय? मोटार आहे हक्काची. अगदी अपरात्रीसुद्धा तासाभरात येशील तू कुठेही.''

सुलभेने सहज वळून पाहिले. दारात रतिलालची स्वारी उभी होती. तो केव्हा येऊन उभा राहिला होता कुणाला ठाऊक!

मुकुंदाबरोबर उन्हातान्हातून आणि काट्याकुट्यातून फिरताना रामाबरोबर वनवासाला सीतेला किती आनंद झाला असेल हे सुलभेलाही कळले. एरवी ज्या खेडेगावात एक घटका काढणे तिला कठीण झाले असते, त्याच गावात चार

चार तास केव्हा संपत हे तिचे तिलाच कळत नसे. मुकुंदाच्या सहवासामुळे तिला एक नवीन दृष्टीच प्राप्त झाली होती. त्या दृष्टीने पाहू लागल्यावर तिला खेडेगावातही पाहण्यासारख्या किती तरी गोष्टी दिसू लागल्या. देवळाबाहेर पालवलेल्या पिंपळापासून देवळात रंगणाऱ्या भजनापर्यंत कितीतरी गोष्टीत तिचे मन रमू लागले. अशुद्ध भाषेने आपल्या टीचभर झोपड्यात पाहुण्यांचे स्वागत करणारा खेडूत मनाने किती शुद्ध आणि उदार असतो याची उदाहरणे तर ती दररोज पाहत होती. कुत्री, गाई, वासरे, झाडे, वेली, शेते, देवाच्या मूर्ती आणि माणसे या सर्वांची एकमेकांशी बोलण्याची काही गुप्त भाषा खेडेगावात असली पाहिजे असे वाटू लागले तिला. निसर्ग आणि मनुष्य गळ्यात गळा घालून खेडेगावात नांदतात. तिथे दु:ख निर्माण होते ते निसर्गामुळे नाही, तर मनुष्यामुळे. ऐतखाऊ जमीनदार, वाममार्गाने गबर होऊ पाहणारे सावकार, दारिद्र्याचे व दु:खाचे चटके शांत करण्याकरिता पुढे सरसावलेले दारू दुकानदार, खोट्या साक्षी देऊन पोट जाळणारे हरामखोर, काम न करता चैन करायला मिळावी म्हणून खेडेगावात नसती कुलंगडी उपस्थिती करणारे मिजासखोर असली माणसेच खेडेगावातल्या अमृताचे विष करून टाकतात, हे तिला सहजासहजी पाहायला मिळाले.

ज्या खेडेगावात ह्या जमिनी कारखान्याला दिल्या जाणार होत्या, त्यातच मुकुंद प्रचार करीत होता. शेतकऱ्यांच्या लहान लहान जमावांपुढे तो किती साधे पण परिणामकारक भाषण करी. मोठा आवाज नाही, आरडाओरड नाही, जाडे शब्द नाहीत, काही नाही. प्रत्येक भाषणात तो एकच संदेश देई– माणूस, म्हणून जगण्याचा प्रयत्न करा. या प्रयत्नात मरण आलं तर बेहेत्तर! तुमच्या राखेचं खत मिळून तुमच्या मुलाबाळांचं शेत पिकेल. त्याने असे उद्गार काढले, की सुलभेच्या अंगावर शहारे उभे राहत. मुकुंद भांडवलशाहीच्या चरकात शेतकरी आणि कामकरी कसे पिळले जातात हे समजावून सांगे. पण त्याचा सारा रोख पद्धतीवर असे, व्यक्तीची निंदा त्याने कधीच केली नाही.

कुठल्या तरी झोपडीत मिळेल ती ओली कोरडी भाकर खायची, या गावाहून त्या गावाला भर उन्हातून पायीच चालत जायचे, असा तो प्रवास चालला होता दोघांचा! पोलिसांना भिऊन शेतकरी जिथून पळून गेले त्याच जागी बरोबर सातव्या दिवशी शेतकऱ्यांची यशस्वी सभा करायची असा मुकुंदाचा निश्चय होता. या सभेने काही विशेष फायदा होणार आहे असे आमिष तो मुळीत दाखवीत नसे. उलट आपण सभा भरवू लागलो, की आपल्याला त्रास होईल असेच तो सांगे. मात्र हा त्रास सहन केल्यानेच पुढे आपल्याला यश मिळणार आहे, हे तो अतिशय गोड शब्दांनी अडाणी शेतकऱ्यांना पटवून देई.

सहा दिवसांच्या त्रासाने मुकुंदाचा घसा भयंकर रीतीने फुलून आला. एका

सुंदर ओढ्याच्या काठी वसलेल्या खेडेगावात शेवटचे भाषण करायचे होते त्याला पण काही केल्या त्याच्या तोंडातून शब्दच उमटेना. देवळात तर ठरलेल्या वेळी शे-शंभर माणसे गोळा झालेली. मुकुंदाने सुलभेकडे पाहिले. सुलभा उठली आणि बोलू लागली. मुकुंद श्रोता झाला.

किती कळकळीने गरिबांचा प्रश्न सुलभेने त्या लोकांना समजावून सांगितला. ज्याला आपले म्हटले त्याच्यावर वात्सल्याचा वर्षाव करायचा; मग ती गोष्ट एखादी बाहुली असो, नवरा असो, मूल असो अथवा ध्येय असो, स्त्रीच्या या स्वभावाची साक्ष मुकुंदाला सुलभेच्या त्या दिवशीच्या बोलण्यात पूर्णपणे पटली.

सभा संपेपर्यंत संध्याकाळ होऊन गेली होती. दोघेही विश्रांतीकरिता ओढ्याच्या काठच्या एका प्रशांत जागी जाऊन बसली. वरून शुक्ल पक्षातले चांदणे अमृताचे तुषार उधळीत होते. त्यामुळे ओढ्याच्या बाजूला खडकांना संगमरवरी दगडांची आणि बाभळींना पारिजातकाच्या झाडांची शोभा आली होती. देवळातल्या घंटेचा गंभीर नाद, पलीकडे कुठेतरी चाललेल्या गाय-वासरांचा प्रेमळ संवाद आणि मधूनच भिरभिरीत गेलेल्या एका पक्ष्याच्या जोडप्याने खालच्या दृश्याचा केलेला मधुर अनुवाद, यामुळे सुलभा आणि मुकुंद त्या शांत, सुंदर वातावरणाशी अगदी एकरूप झाली. बऱ्याच वेळानंतर त्या शांतीचा भंग करीत मुकुंदाने सुलभेला विचारले,

"किती सुरेख बोललीस तू, सुलभा!"

"आपली पाठ आपणच थोपटून घेतोयस झालं!"

"ती कशी?"

"मी आणि तू काय दोन आहोत?"

"हा विनय पुरे झाला! बक्षीस काय हवं ते सांग!"

"अगदी मागेन ते देशील?"

"हो, हो, मागशील ते!"

"बघ हं! नाही तर मागाहून माघार घेशील."

"छट्!"

"मग तू देशील तेच बक्षीस मला अधिक आवडेल!"

"बघू या हं!"

मुकुंदाने सुलभेकडे हसत पाहिले. इतक्यात चंद्रबिंब ढगाआड गेले. दुसऱ्याच क्षणी ते ढगाबाहेर येऊन सुलभेकडे पाहू लागले. तिच्या मुद्रेवर जणू काही प्रीतिदेवता गात होती. रमणीच्या आयुष्यातील पहिला अमर क्षण त्या तालावर मधुर गीत गात होत्या.

सभा होती त्या दिवशी चार-पाच वाजता सुलभा शिरगावातल्या विजयच्या बंगल्याकडे परत आली. मावशीला भेटावे एवढाच तिचा हेतू होता. पण पुष्पा, पुष्पेचे वडील, त्यांचे ते शास्त्रीबोवा, प्रो. गरुड इत्यादी मंडळी तेथे गोळा झालेली पाहून तिला आश्चर्य वाटले. शिरगावात सत्याग्रह होणार असे वर्तमानपत्रांनी छापल्यामुळे प्रो. गरुड तो पाहायला आले होते. मुंबईची मंडळी विजयला जहागीर मिळाली म्हणून त्याचे अभिनंदन करण्याकरिता आली असावीत असे दिसले. सुलभा कुणाशी फारशी बोलली नाही. येता येता शिरगावजवळ कदम वगैरे मंडळी तिला व मुकुंदाला भेटली होती. लाठीमार करून आजची सभा उधळून लावायचा सरकारी बेत त्यांनी मुकुंदाला सांगितला होता. तो एकच विचार सुलभेच्या मनात घोळत होता. तिला एका गोष्टीने थोडे बरे वाटले. विजयची तार आल्यामुळे तात्यासाहेब त्याच्या जहागिरीच्या गावी गेले होते.

गीतानिष्ठ शास्त्रीबोवांना असल्या सभेची काय गोडी असणार? पेन्शनर असल्यामुळे पुष्पेचे वडील स्वतःच्या प्रकृतीची काळजी घेत असत. पुष्पेला अपरात्री अशा ठिकाणी ते पाठवतील हेही शक्य नव्हते.

जेवण झाल्यावर सुलभेने विठूला गाडी बाहेर काढायला सांगितले. मावशी व गरुड यांच्यासह सुलभा सभेच्या जागी गेली, तेव्हा शेकडो शेतकरी गोळा झाले होते. निरनिराळ्या पायवाटांनी माणसे अजूनही येत होतीच. मावशी व गरुड यांची बसण्याची नीट व्यवस्था करून सुलभा मुकुंद उभा होता तेथे गेली. कदमशिवाय सर्व कार्यकर्ते तिला दिसले. तो कुठे गेला आहे हे मात्र तिला कळेना. मुकुंदाने सुलभेला बाजूला नेऊन सांगितले, 'त्याला देवळात बसविलं आहे मी. भयंकर तापट आहे स्वारी! लाठीमाराला आपल्याकडून काही कारण मिळता उपयोगी नाही, म्हणून मुद्दाम दूर बसविलाय त्याला. सभा सुरळीत पार पडल्यावर मग येऊ दे तो!'

सुलभा इकडेतिकडे हिंडून ओळखीच्या शेतकऱ्यांशी बोलू लागली, मागच्या खेपेप्रमाणे आज तिला स्वतःची लाज वाटली नाही. चांदण्यात रांगेने बसलेले शेतकऱ्यांचे ते थवे पाहून मुकुंदाच्या कर्तृत्वाविषयीचा तिचा आदर दुणावला.

सर्वांचे डोळे मैदानाकडे येणाऱ्या मोटारीकडे वळले. एक, दोन, तीन, चार भरलेल्या लॉऱ्यातून पोलीस उतरले. बंदुका व लाठ्या यांनी सज्ज होऊन आले होते. आजच्या सभेचा रंग काही निराळा आहे हे सुलभेने ओळखले. ती अस्वस्थ दृष्टीने मुकुंदाकडे पाहू लागली. मुकुंद शांत होता. मध्येच तिला आपल्या मोटारीच्या शिंगाचा आवाज ऐकल्यासारखे वाटले. 'तात्या आले की काय?' तिचे भ्रांत मन म्हणाले. लगेच तिला स्वतःच्या भित्रेपणाचे हसू आले.

सभेला सुरुवात करण्याकरिता मुकुंदाने व्यासपीठाच्या दोन्ही बाजूंना दोन

उंच निशाणे रोवली. एका निशाणावर कोयता आणि हातोडा ही चिन्हे होती. दुसरे निशाण म्हणजे तिरंगी राष्ट्रीय ध्वज होता.

मुकुंद व्यासपीठावर चढला. जनसमुदाय शांत झाला; पण मुकुंदाच्या तोंडून शब्द निघण्यापूर्वीच एकदम एका पिस्तुलाचा आवाज ऐकू आला. सर्वांचे डोळे त्या पडक्या देवळाकडे वळले. एक पोलीस अधिकारी काही पोलीस घेऊन तिकडे जायला निघालेही. मुकुंदाने बाबा आणि सुलभा यांना डोळ्यांनी खूण केली. तो मुसलमान म्हातारा सुलभेला घेऊन देवळाकडे वेगाने गेला. चार-पाच स्वयंसेवकही त्यांच्यामागून गेले.

पलीकडच्या त्या पडक्या देवळात काय घडले असावे याविषयी जो तो तर्क करीत होता. पोलीस सुपरिंटेंडेंटला वाटले, या चळवळीच्या पुढाऱ्यापैकी कुणीतरी पोलिसांना भिवविण्याकरिता ही युक्ती केली असावी. लोकांना वाटले, आपल्या भिवविण्याकरिता पोलिसांनी हा बार उडविला असावा.

पण सर्वांचेच तर्क चुकीचे ठरले. त्या देवळाकडून जी मंडळी परत आली त्यांच्यात हातात पिस्तूल असलेला कदम तर होताच, पण सुलभेचा हात धरून चालणारी केशरही होती. त्यांच्या मागाहून स्वयंसेवक एक बेशुद्ध जखमी मनुष्य एक पठाण आहे, ही गोष्ट हां हां म्हणता सर्वांना कळली. कदमला पोलिसांनी आपल्या ताब्यात घेतले. त्या पठाणाच्या जखमेची काय व्यवस्था करायची हा प्रश्न होता. पण पोलीस सुपरिंटेंडेट व मुकुंद यांनी जवळच्या मिशनरी इस्पितळातच त्याला नेणे बरे असे ठरविले. त्याची जखम प्राणांतिक असण्याचा संभव होता. डॉक्टरीण म्हणून सुलभेने त्याच्याबरोबर जावे असेही मुकुंदाने सुचविले. केशरला मावशीजवळ बसवून सुलभा सॅनिटोरियमकडे निघून गेली.

तेथे गेल्यावर मुख्य डॉक्टर अजून जागेच आहेत असे सुलभेला आढळून आले. एका बाईची प्रकृती एकदम बिघडून ती अगदी मृत्युपंथाला लागली आहे असे कोणी तरी नर्स म्हणाली. सुलभेने अधिक चौकशी केली तेव्हा मरणाच्या दारात असलेली ती स्त्री ताईच आहे असे तिला आढळून आले. डॉक्टरांची परवानगी काढून ती ताईच्या बिछान्यापाशी गेली.

"ताई, ओळखलंस का मला!"

ताईने शून्य दृष्टीने सुलभेकडे पाहिले.

"ताई, ताई, मी सुलभा–"

ताईच्या शून्य दृष्टीत एकदम जीवन आले. क्षीण स्वराने ती म्हणाली, "सुलभाताई, मुकुंद–" पुढे तिला बोलवेना, पण तिच्या डोळ्यांतून घळघळ पाणी वाहू लागले.

पठाणाची काय व्यवस्था झाली याची चौकशीही न करता सुलभा वेड्यासारखी धावत सुटली. तिच्या मनात एकच विचार थैमान घालीत होता : मुकुंदाची नि ताईची दृष्टभेट होईल ना? आपल्याकडून एक मिनिटाचा उशीर झाला तरी–

ती सभेच्या जागी धापा टाकीतच आली आणि तडक व्यासपीठाकडे गेली. लोक काय म्हणतील याचा विचार करण्याइतके भानच नव्हते तिला. पण मुकुंद तिच्याशी बोलायला मोकळा कोठे होता? तो पोलीस सुपरिंटेंडेंटशी हुज्जत घालीत होता.

पोलीसबहाद्दूर म्हणत होते, "ही तुमची दोन्ही निशाणं काढून टाका. संस्थानात फक्त संस्थानाच्या निशाणाला मान मिळाला पाहिजे."

"तुमचं निशाण तुम्ही खुशाल लावा. आम्ही काही ते काढून टाकणार नाही. पण ही दोन्ही निशाणं– एकाच्या मागे तेहतीस कोटी लोकांची भक्ती आहे आणि दुसऱ्याच्या मागं साऱ्या जगातल्या कामकऱ्यांची शक्ती आहे. ही दोन्ही निशाणं इथं ताठ मान करून उभी राहतील!"

"पोलिसांच्या हातातल्या लाठ्या आणि बंदुका पाहिल्या आहेत ना?"

सुलभेला आता राहवेना. ती पुढे होऊन मुकुंदाचा हात धरून म्हणाली,

"मुकुंद–"

"गप्प बैस तू, सुलभा!"

"तिकडं ताईचं जास्त झालंय रे!"

"ताईचं?"

"ताई सोडून जातेय आपल्याला! तू जाऊन भेटलास तर तिचा जीव सुखानं तरी जाईल."

"सारा जन्म दुःखात गेल्यावर जीव जाताना तरी सुख कोठून मिळणार? सुलभा, ताई मला सोडून जात असली तरी ही निशाणं, ही माझी माणसं, सोडून या वेळी मला कुठेही जाता येत नाही."

लगेच लोकांकडे वळून ते आवेशाने म्हणाला, "मित्रहो, म्हणा, वंदे मातरम्! कामकऱ्यांचा विजय होवो! शेतकऱ्यांचा विजय होवो!"

त्या प्रंचड जनसमुदायातून 'वंदे मातरम्', 'कामकऱ्यांचा विजय होवो,' 'शेतकऱ्यांचा विजय होवो' या गर्जना शतपटीने प्रतिध्वनीत होऊन आल्या. पण हे सारे ध्वनी हवेत विरले नाहीत तोच एक कर्कश शिट्टी ऐकू आली. लगेच लाठीवाल्या पोलिसांची तुकडी निशाणांच्या दिशेने पुढे सरसावली. शेतकऱ्यांचा समुदायही खवळून उठला. त्यांपैकी पुढे असलेले लोक निशाणांच्या रक्षणाकरिता धावत आले. लाठीमार सुरू झाला.

मुकुंद सुलभेच्या जवळ जाऊन म्हणाला, "तू मागं जाऊन लोकांना धीर दे

एकदा. पळापळ सुरू झाली तर– प्राण गेला तरी हरकत नाही, आजची सभा आपण जिंकली पाहिजे.''

सुलभा विद्युत्‌वेगाने निघून गेली. मागच्या बाजूच्या लोकांनी पुढे येऊ नये म्हणून त्यांच्यावरही लाठ्या चालविण्यात येत होत्या. त्या लोकांच्या अग्रभागी सुलभा उभी राहिली. हातांवर, पायांवर, कुठेही तडाखे बसले तरी लोक हूं की चूं न करता जागच्या जागी उभे राहिले होते. एकही मनुष्य भिऊन पळून गेला नाही.

व्यासपीठाभोवती अधिक अधिक गर्दी होत होती. बाबाला आपल्या लोकांवर नजर ठेवायला सांगून सुलभा मुकुंदाकडे धावली. त्या गर्दीतून घुसताना ती अगदी घामाघूम होऊन गेली. कष्टाने मध्यभागी जाऊन तिने पाहिले. मुकुंद निश्चेष्ट पडला होता. त्याच्या डोक्यातून रक्त वाहत होते. खाली बसून त्याचे मस्तक मांडीवर घेण्याकरिता सुलभा थोडीशी वाकली देखील असेल. इतक्यात कोणी तरी ओरडले, ''निशाण सांभाळा!''

सुलभा वेगाने त्या निशाणाच्या दिशेने धावली. पडलेल्या मनुष्याच्या हातातून अगदी जमिनीला टेकता टेकता तिने निशाण उचलले आणि ते उंच उंच फडकावले. राष्ट्रीय ध्वज होता तो! ती आवेशाने ओरडली– ''वंदे मातरम्!''

''वंदे मातरम्!'' या जयघोषाने दाही दिशा भरून गेल्या.

एकच फूल

सुलभेच्या हातावर लाठी बसली तरी तिची निशाणाची पकड सुटली नाही. बेशुद्ध होईपर्यंत हातातले निशाण सोडायचे नाही असा तिने मनाशी निश्चय केला. निश्चेष्ट मुकुंदाच्या मूर्तीचे स्मरण करून ती उभी राहिली.

पोलीस सुपरिंटेंडेंटचे लक्ष तिच्याकडे जाताच लाठ्या थांबविण्याचा हुकूम त्यांनी सोडला. "बेवकूब! बायकांवर काय हल्ला करता?" ते ओरडले. सुलभा ही तात्यासाहेबांची मुलगी व विजयची पाहुणी आहे हे ठाऊक असल्यामुळेच त्यांचे स्त्रीदाक्षिण्य जागृत झाले होते. बिचारे हुकमाचे ताबेदार असलेले पोलीस! अंतरंगातल्या या गोष्टी त्यांना कशा कळायच्या?

पोलिसांनी काढता पाय घेतला. लगेच लोकांची व्यासपीठाभोवती ही गर्दी झाली. मुकुंद अजून बेशुद्ध होता. सुलभेने साऱ्या लोकांना घरी जायला आणि पोलिसांनी कितीही त्रास दिला तरी न भिता पुन्हा सभेला यायला सांगितले, शेतकऱ्यांची इच्छा मुकुंदाच्या पायांवर डोके ठेवून जायची होती; पण त्याला लगेच इस्पितळात नेले पाहिजे असे सांगून सुलभेने त्यांची रवानगी केली.

पठाणाच्या जखमेची व्यवस्था होत होती तोच मुकुंदाला घेऊन इस्पितळात मंडळी गेली. डॉक्टर मुकुंदाला तपासत होते; तोपर्यंत सुलभा त्याच्याजवळ उभी होती. पण जखम बांधायच्या वेळी मात्र तिला आतापर्यंतचा धीर सुटल्यासारखे झाले. आपल्या डोळ्यांत पाणी उभे राहील या भीतीने केशर व मावशी यांना घेऊन ती बागेत येऊन बसली. गरुड मात्र आतच राहिले.

केशर अपरात्री त्या पडक्या देवळात कशी आली हे एक कोडेच पडले होते सुलभेला. केशर जसजशी हकिकत सांगू लागली, तसतसा सुलभेच्या मनात पूर्ण प्रकाश पडू लागला.

किती विलक्षण हकिकत होती ती! विठू ड्रायव्हर सुलभेची चिठ्ठी घेऊन

केशरकडे आला. रतिलाल सोबतीला जायला तयार झाला म्हणून मनसुखलालनी केशरला जायची परवानगी दिली. रतिलाल विठूला गाडी कोठल्या तरी ठरलेल्या जागी न्यायला सांगत असताना त्याने मध्येच काही निमित्त काढून ती त्या पडक्या देवळाकडे वळविली. गाडी थांबताच झाडीतून एक पठाण बाहेर आला आणि एका हातात सुरा घेऊन दुसर्‍या हाताने केशरला गाडीबाहेर ओढू लागला. विठू काय करीत होता हे केशरला कळलेच नाही. रतिलाल मात्र मोटरीतून बाहेर पडून पिस्तूल हातात घेऊन उभा आहे, असे तिला दिसले. रतिलालकडे दृष्टी जाताच पठाणाने केशरचा हात सोडला आणि तो रतिलालच्या छातीवर सुर्‍याचा रोख धरून धावला. पिस्तूल उडविण्याचे भानही रतिलालला राहिले नाही. पठाणाने एका क्षणात त्याची आतडीच बाहेर काढली असती; पण कोठून कोणाला ठाऊक, कदम एकदम पुढे आला आणि रतिलालच्या हातातील पिस्तूल घेऊन त्याने ते पठाणावर उडविले. तो खाली पडला. एवढ्या वेळात केशर मोटारीतून बाहेर झाडीत जाऊन लपली होती. कदमने तिला पाहिले असावे. तिला धीर देण्याकरिता तो तिच्याकडे वळला. ही संधी पाहून विठू आणि रतिलाल गाडीत बसले आणि त्यांनी गाडी भरधाव सोडली.

पुढची हकिकत सुलभेला ठाऊकच होती. मात्र घडलेल्या प्रसंगातले अनके दुवे केशरला मिळत नव्हते. ते हुडकून काढून सुलभेने साखळी अगदी बरोबर तयार करून दाखविली. गॅरेजजवळ आपण ऐकलेले संभाषण तिने केशरला सांगितले. विठूच्या कर्जबाजारीपणाचा फायदा घेऊन त्याच्या मदतीने केशरला पळवावयाचा त्या पठाणाचा विचार असावा. पण हे बरोबर साधायचे कसे हे त्या दोघांनाही सुचत नसावे. न कळत रतिलालने त्यांना मदत केली. 'केव्हा तरी चिठ्ठी पाठवून मी तुला बोलावीन' असे सुलभेने केशरला म्हटल्याचे त्याने ऐकले होते. सुलभेच्या नावाची खोटी चिठ्ठी विठूने आणून द्यावी मग सोबतीला आपण बरोबर जावे आणि जेथे चिटपाखरूही मदतीला येणार नाही, अशा ठिकाणी केशरला नेऊन तिला जुलमाने आपलीशी करावी असा रतिलालने डाव रचला असावा. आपल्या कारस्थानात विठूला सामील करून घेणे प्राप्तच होते त्याला! विठूने ही गोष्ट वेळेवर त्या पठाणाला कळवून त्याला त्या पडक्या देवळाजवळच्या झाडीत लपायचा सल्ला दिला असावा. पठाण व रतिलाल समोरासमोर आल्यावर पुढे काय घडेल याचा विचारच त्याने केला नसावा. रतिलालला विठूच्याविरुद्ध जाणे शक्य नव्हते. त्याने त्याचे बिंग फोडले असते. पठाण केशरला घेऊन पळून गेला असता तरी रतिलाल मोटारीत असल्यामुळे विठू कुठल्याही आरोपातून सहज निसटू

शकला असता.

या विचित्र प्रसंगाचे बहुतेक धागेदोरे हाती आले होते. शिवाय त्याची चर्चा करून काहीच फायदा होणार नव्हता. म्हणून केशर सुलभेला म्हणाली, ''कोळसा काय, उगाळावा तितका काळाच निघायचा.''

''पण कोळशाला रत्न मानणारे लोक आहेत ना? काळ्या पाण्यावर जायच्या लायकीचा हा रतिलाल उद्या शेतकऱ्यांच्या जमिनी गिळंकृत करणार आणि शेतकऱ्यांवर अन्याय होऊ नये म्हणून धडपडणारा मुकुंद आपल्या जखमा बऱ्या व्हायच्या आतच तुरुंगात जाणार.''

केशर सद्गदित स्वरात म्हणाली, ''सुलभा, प्राण गेला तरी परत जाणार नाही मी आता! तुझ्याबरोबर राहणार; तू जाशील तिथं तुझ्याबरोबर येणार!''

''कुठंही?''

''हो, जगात कुठंही!''

''मला म्हातारीला नेणार ना तुम्ही बरोबर?'' मावशींनी हसत प्रश्न केला.

पहाटे मुकुंद शुद्धीवर आला. सुलभेकडे पाहून त्याने प्रश्न केला, ''निशाणं पोलिसांनी काढून टाकली?''

''नाही. आपला जय झाला!''

''आपला?'' मुकुंदाने हात उचलला. सुलभेने तो हातात घेतला. आपला आनंद व्यक्त करण्याकरिता त्याने सुलभेचा हात दाबला मात्र! ती मोठ्या दुःखाने एखादी कळ सोशीत आहे हे त्याने ओळखले.

''काय होतंय तुला, सुलभा?''

''आनंद झालाय मोठा!''

''मनाला की शरीराला? हातावर लाठी बसलीय ना तुझ्या?''

सुलभा नुसती हसली. मुकुंदाने तिचा तो दुखावलेला हात आपल्या ओठांपाशी नेऊन त्याचे चुंबन घेतले. आनंदाच्या मधुर वृष्टीने त्याची मुद्रा किती उज्ज्वल झाली होती.

त्याचा आनंद पाहून सुलभेचे हृदय मात्र व्याकूळ झाले. मुकुंद शुद्धीवर येत आहे असे पाहून तिला एकटीला त्यांच्या खोलीत बसवून डॉक्टर बाहेर गेले होते. त्याला जी बातमी सांगायची होती ती अशावेळी अत्यंत जिव्हाळ्याच्या माणसाकडून कळणे इष्ट होते.

आपल्या तंद्रीतून सावध होऊन मुकुंदाने सुलभेकडे पाहिले. तिच्या डोळ्यांत अश्रू उभे राहिले होते.

''माझ्यासाठी रडत आहेस तू?''

सुलभेने 'होय' म्हटले!

"या जखमा झाल्या म्हणून?"

सुलभेने मानेने नकार दर्शविला.

"मग?"

"या जखमा बऱ्या होतील. पण–"

"पण काय?"

"ही दुसरी जखम कशी भरून येईल?"

"दुसरी जखम?"

"ताई सोडून गेली रे आपल्याला!"

"ताई!" एवढाच उदगार मुकुंदाच्या रुद्ध कंठातून बाहेर पडला. त्याच्या डोळ्यांतून घळघळ पाणी वाहू लागले. ते पुसण्याकरिता सुलभा पुढे झाली. वाकून ती त्याचे अश्रू पुसणार तोच तिच्याही डोळ्यांतून टपटप अश्रू वाहू लागले. दोघांचे अश्रू एक झाले.

मुकुंदाने एक दिवस तरी जागेवरून हालता कामा नये असे डॉक्टरांनी बजावले असल्यामुळे ताईचा देहच सकाळी सात वाजता त्याच्या खोलीत आणण्याची व्यवस्था डॉक्टरांनी केली. मुकुंदाने शांतपणे ताईच्या मूक मुद्रेकडे पाहिले. तिचे पाय आपल्या कपाळाला लावून घेऊन आणि दोन्ही हात जोडून, जग सोडून गेलेल्या आपल्या प्रेमळ बहिणीला त्याने शेवटचा नमस्कार केला.

त्या पठाणाचे लक्षण एकंदरीत ठीक नव्हतेच. जखम जिव्हारी झाली असल्यामुळे तो जगेल ही जवळजवळ अशक्य गोष्ट होती. मधूनच तो गुरासारखा ओरडे. त्याचा जबाब घेण्यात आला होता. केशरने सांगितलेल्या हकिकतीशी तो जुळतही होता.

त्याच्या ओरडण्यामुळे इतर रोगी भिऊन जात होते. शेवटी त्याची खाट व्हरांड्यात आणून ठेवायचे ठरले. मुकुंदाला ते कळताच आपल्या खोलीत त्या पठाणाची व्यवस्था करण्याविषयी त्याने डॉक्टरांना गळ घातली.

दोन खिडक्यांपाशी दोन खाटांवर पडून मुकुंद आणि तो पठाण एकमेकांकडे पाहू लागले, तेव्हा शेकडो विचित्र प्रसंग पाहिलेल्या त्या वयस्क अमेरिकन डॉक्टराच्या मनातही विचारांचे विलक्षण कल्लोळ उठल्यावाचून राहिले नाहीत. दोघांनाही जखमा झाल्या होत्या; मुकुंद शूर शिपाई होता आणि तो पठाण क्रूर कसाई होता. दीनदुबळ्यांचे रक्षण करणारा देव आणि गरिबांना पिळून व मुली विकून चैन करणारा राक्षस हे दोघे एकाच मनुष्यजातीत निर्माण व्हावेत ही केवढी आश्चर्याची गोष्ट होती. मुकुंदाच्या बिछान्याजवळ जाऊन अत्यंत प्रेमाने तो वृद्ध

डॉक्टर म्हणाला, ''मुकुंद, कालच्या तुमच्या शौर्याबद्दल मी तुमचं अभिनंदन करतो!''

''माझं कर्तव्य मी केलं. डॉक्टर!''

''तुमच्यासारखा तरुण आमच्या अमेरिकेत जन्माला आला असता, तर लोकांनी देवाप्रमाणे त्याची पूजा केली असती; पण इथं– राजकारण हा माझा विषय नाही, पण गेली तीस वर्षे मी हिंदुस्थानात काढली. टिळकांना हद्दपारीची शिक्षा झालेली पाहिली आहे मी. तीस वर्षांतील तुमची तयारी पाहून एक भविष्य मी सांगू शकेन. हिंदुस्थान लवकर स्वतंत्र होणार.''

''वंदे मातरम्!'' मुकुंद आनंदाने उद्गारला.

''वंदे मातरम्.'' दारात उभा असलेला बाबा म्हणाला.

मुकुंदाचे व त्या म्हाताऱ्या मुसलमान शेतकऱ्याचे हे उद्गार ऐकून त्या पठाणाचे ओठ हलले. तो काय पुटपुटला हे त्याचे त्यालाच ठाऊक. मात्र डॉक्टरांनी केलेली मुकुंदाची स्तुती ऐकल्यापासून तो एकसारखा त्याच्याकडे आदराने पाहत होता. कायमचे डोळे मिटण्याच्या वेळी मनुष्याचे डोळे उघडतात की काय कुणाला ठाऊक!

मुकुंदाला फारसे न बोलण्याविषयी सूचना देऊन डॉक्टर निघून गेले. बाबा मुकुंदाजवळ बसून त्याच्या बांधलेल्या जखमांकडे पाहत होता. त्याची पाठ त्या पठाणाकडे होती. बाबाच्या डोळ्यांत पाणी उभे राहिलेले पाहून मुकुंद म्हणाला, ''बाबा, खरी लढाई पुढंच आहे! मी बरा झालो, की पुन्हा सभा भरवू या आपण. शेतकऱ्यांनी सत्याग्रह केल्याशिवाय, तुरुंग भरून टाकल्याशिवाय, सरकारचे नि कारखानदारांचे डोळे उघडायचे नाहीत!''

एकदम आठवण झाल्यासारखे करून मुकुंद म्हणाला, ''कदमला सोडलं का पोलिसांनी?''

''सुलभाताई तिकडे गेल्या आहेत आता!''

''मनोहरची सुटका होते का पाहायला हवं!''

म्हाताऱ्याने उत्तर देण्याच्या आधीच दुसऱ्या खाटेवरून क्षीण आवाज आला, ''मनोहर? मनोहर कालेलकर?''

बाबाने एकदम मागे वळून पाहिले. त्या कण्हणाऱ्या पठाणाकडे त्याची दृष्टी गेली. एकदम त्याला कुठली तरी जुनी गोष्ट आठवली. त्या पठाणाजवळ जाऊन तो म्हणाला, ''तूच; तूच, का तो?''

''होय! मीच तो खुनी! जातभाई म्हणून तुम्ही मला दडवून ठेवलं; नाही तर मीच फाशी गेलो असतो त्या वेळी! नायकिणीचा खून मी केला होता; त्या मनोहरानं नाही.''

मुकुंदाने एकदम अंथरुणावर उठून बसण्याचा प्रयत्न केला; पण पाठीतून जोराची कळ आल्यामुळे त्याला उठता येईना. उन्मादवायू झाल्याप्रमाणे तो पठाण बडबडत होता; "मनोहर गाणं ऐकायला येत असे त्या नायकिणीच्या घरी. मी तिला मुंबईला चल म्हटलं! तिनं माझं ऐकलं नाही! रागाच्या भरात ठार मारलं मी तिला. या मनोहरला अब्रूची भीती घालताच तो पळून गेल्यामुळं माझं काम सोपं झालं. मरणाच्या दारात खोटं कशाला बोलू, बाबा?"

मुकुंद ओरडून म्हणाला, "बाबा, ऐकत काय बसलायस! डॉक्टरांना बोलाव. पोलिसांना बोलाव!"

गरुडांना आणि मावशींना घरी पाठवून देऊन सुलभा केशरला घेऊन पोलीस ठाण्यावर गेली. त्या दोघींची आणि कदमची भेट झालीच नाही. मात्र शिरगावच्या दरबारी छापखान्याने रातोरात घाई करून शिरगाव-दरबार-गॅझेटचा जो जादा अंक काढला होता, तो त्यांना तेथे पाहायला मिळाला. जोंधळा, हरबरा, गूळ आणि मिरची यांचे दरदाम देणाऱ्या त्या दरबारी गॅझेटात आजच्याइतके वाङ्मय कधीच छापून आले नव्हते. कालच्या सभेला शेतकरी कसे गोळा करण्यात आले इथून दिवाणांनी वर्णनाला सुरुवात केली होती. इतिहासातल्या एखाद्या प्रसिद्ध युद्धाचे वर्णनच थोडेफार शब्द बदलून त्यांनी छापायला दिले होते, असा सुलभेला भास झाला. एखाद्या हरिदासाने रावण-कुंभकर्णाचे भयंकर वर्णन करावे तसे मुकुंद, कदम वगैरे मंडळींविषयी त्यांनी लिहिले होते. मनोहरसारखा खुनी मनुष्य या चळवळ्या मंडळींत आहे, असाही त्यांनी एक उल्लेख केला होता. कदमविषयीचा मजकूर वाचून सुलभा व केशर यांना हसूच कोसळले. एका पठाणाच्या तडाख्यातून एक मुलगी सोडविताना त्याने जे प्रसंगावधान दाखविले होते, त्याचा दरबाराला पत्ताच नव्हता. 'दुसऱ्याचे पिस्तूल वापरणारा भयंकर अत्याचारी पुढारी' असा त्याचा गॅझेटात गौरव करण्यात आला होता!

कदमचे उदाहरण देऊन शेतकऱ्यांचे पुढारी म्हणविणाऱ्या लोकांची चळवळ अत्याचारी दिसत असल्यामुळे यापुढे त्यांच्या सभांना बंदी केली आहे, अशी घोषणा दिवाणांनी केली होती. कारखानदार व शेतकरी या दोघांचेही हित सांभाळण्याचा सरकार प्रयत्न करीत असताना शेतकऱ्यांनी सरकारविषयी अविश्वास दर्शविला. म्हणून उद्यापासून शेतकऱ्यांच्या जमिनी पोलिसांच्या पहाऱ्यात कारखान्याला देण्यात येतील, असेही या पत्रकात जाहीर केले होते. मोबदल्याचा विचार सरकार सवडीप्रमाणे करील असे भरभक्कम आश्वासन

देऊन व टेनिस कोर्टापलीकडच्या जमिनी उद्या सकाळी सात वाजता कारखान्याच्या ताब्यात दिल्या जातील, अशी पुस्ती जोडून दिवाणांनी आपला जाहीरनामा पूर्ण केला होता.

सुलभा केशरला घेऊन घरी आली तो तात्यासाहेब व विजय प्रो. गरुडांबरोबर गप्पा मारीत आहेत, असे तिला दिसून आले. उद्या शिरगावला एक चांगला टेनिसचा सामना होणार आहे, एवढाच त्यांच्या बोलण्यावरून सुलभेला अर्थबोध झाला. ती केशरसह आपल्या खोलीकडे निघाली, तेव्हा तात्यासाहेब रुक्ष स्वराने तिला म्हणाले, ''सुलभा, तू स्वत: वाट्टेल ते कर, पण दुसऱ्याच्या मुली बिघडविण्याचा हा उद्योग–'' सुलभेने चवताळलेल्या वाघिणीप्रमाणे त्यांच्याकडे पाहिले. तात्यासाहेब किंचित नरमले. ते मृदू स्वराने म्हणाले, ''आम्ही तरी काय करावं? दोन तासात तीन निरोप आले मनसुखलालचे. केशर तुमच्या मुलीबरोबर आहे असं कळतं. घरी आली की पाठवून द्या!''

सुलभेने केशरकडे पाहिले. केशर तात्यासाहेबांना म्हणाली, ''आईला कळविलंय मी काय ते!''

''काय कळविलंय?''

''मी पुन्हा घरी पाऊल टाकणार नाही म्हणून!''

''म्हणजे?'' तात्यासाहेब आश्चर्याने उद्गारले. मुलींची माथी फिरण्याची साथ गावात आली आहे की काय हे त्यांना कळेना.

आपल्या खोलीत सुलभा केशरला घेऊन गेली तेव्हा मावशी स्वत: चहाचे दोन पेले घेऊन तेथे गेल्या. तात्यांचे एका आठवड्यात आटलेले प्रेम आणि मावशींची आयुष्यात अणुमात्रही कमी न झालेली माया यांची तुलना करता करता सुलभा गहिवरून गेली. तिचे डोळे भरून आलेले पाहताच मावशी म्हणाल्या, ''एवढा झेंडा फडकविलास काल न भिता! आणि आता–''

''आसवं काही भीतीचीच नसतात, मावशी!''

''मग?''

''ती प्रीतीचीही असतात!''

मावशींशी लडिवाळपणानं खेळत सुलभा म्हणाली, ''मावशी, मी कुठं तरी गेले तर मुकुंदाच्या प्रकृतीची तू दररोज चौकशी करशील ना ग?''

''कुठं जाणार आहेस तू?''

''तुला सोडून कुठंच जाणार नाही मी. पण मुकुंदाला इतक्यात काही काम

करता यायचं नाही. पुन्हा सभा भरायची असली तर मलाच नको का सगळीकडे फिरायला?''

''पुन्हा सभा? नको ग बाई ती सभा करणं! त्या पोलिसांना काही माणुसकी आहे का? गरीब माणसांना उगीच मारायचं–''

''घरी बसून गरिबांचा हा मार चुकायचा नाही. मावशी!''

''तुझा हात दुखत असेल; नाही बाळ?''

''मुकुंदाच्या जखमा किती दुखत असतील?''

''खरंच! किती शूर मुलगा आहे तो! तिळभर हललासुद्धा नाही आपल्या जागेवरनं काल रात्री. मला अगदी अभिमन्यूची आठवण झाली बघ!''

''अभिमन्यू कशाला म्हटलंस ग त्याला?''

''का?''

''अभिमन्यू शूर होता. पण तो लढाईत पडला! माझा मुकुंद काही–''

मावशी आणि केशर दोघीही हसू लागल्या. तेव्हा सुलभेच्या ध्यानात आले, की आपण नुसते मुकुंद म्हटले नाही. माझा मुकुंद असे शब्द आपल्या तोंडातून गेले. ती स्वतःशीच हसली.

दारापुढे कुणाचीशी मोटार थांबली. सुलभेने खिडकीतून पाहिले. केशरची आई मोटारीतून उतरत होती. ती व केशर धावत तिला सामोऱ्या गेल्या. दारातच केशरच्या आईने मुलीला मिठी मारली. ''बाळ, घरी चल ग!'' ती रडत रडत म्हणाली.

तिला घट्ट मिठी मारून केशर मानेने नाही म्हणत होती. काय बोलावे हेच सुलभेला कळेना.

इतक्यात तात्यासाहेब व विजय आतून बाहेर आले. तात्यासाहेब दिसताच केशरची आई वेड्यासारखी त्यांच्याकडे पाहू लागली. एकदम गरगर डोळे फिरवून ती ओरडली, ''अरे मांगा!'' सुलभा चकित होऊन पाहू लागली. तात्यासाहेबांकडे बोट दाखवून केशरची आई किंचाळली, ''हाच– हाच तो राक्षस. यानंच त्या न्यायाधीशाकडे नेलं मला. माझी अब्रू घेतली– माझ्या जन्माचा सत्यानाश केला!''

तात्यासाहेबही स्तिमित होऊन केशरच्या आईकडे पाहत होते. आपले पूर्वपाप इतक्या दीर्घकाळाने आणि अशा विचित्र प्रसंगाच्या रूपाने प्रकट होईल, अशी त्यांना कल्पनाही नव्हती.

केशरची आई विलक्षण क्रूर नजरेने तात्यासाहेबांकडे पाहत होती. एकदम तिला मूर्च्छा आली. सुलभेने तिला सावरले म्हणून बरे; नाही तर ती धाडकन जमिनीवर पडली असती.

बावरून गेलेल्या केशरच्या मांडीवर तिच्या आईचे डोके ठेवून सुलभा तात्यासाहेबांना म्हणाली, ''मी केशरला बिघडवीत आहे, असं मघाशी तुम्ही म्हणालात ना? आणि तुम्ही? एका निरपराधी स्त्रीचा बळी देऊन आपल्या वकिलीचा जम तुम्ही बसविला! असल्या पापानं लडबडलेल्या अन्नावर मी लहानाची मोठी झाले याची शरम वाटते मला. मनोहरचं तोंड पाहायला तयार नाही तुम्ही– मग तुमचं तोंड तरी इतरांनी का पाहावं? तात्या, क्षमा करा. आपले आईबाप झाले म्हणून काही त्यांचे सामाजिक गुन्हे सौम्य ठरत नाहीत. तुम्ही आपल्या बायकापोरांवर प्रेम केलं असेल, पण त्यांची चैन चालावी म्हणून या बाईचा बळी देण्याचा तुम्हाला काय अधिकार होता? देव, धर्म, नीती, माणुसकी– तुमचं ते थिऑसॉफीचं वेड म्हणजे ढोंगच होतं का नुसतं? तात्या, मनुष्य मनुष्याचा मित्र आहे. एक मित्र आपल्या सुखासाठी दुसऱ्या मित्राचा कधी बळी देईल का? पण तुम्ही, हे विजय, तो रतिलाल, ही काय माणसं आहेत? नरबळीवाचून संतुष्ट न होणाऱ्या क्रूर देवता आणि तुमच्यासारखे मोठेपणाला हपापलेले लोक यांच्यात काय फरक आहे? पाणी पिऊ नये कुणी असल्या घरांत!''

सुलभा रागाने इतकी बेफाम झाली होती की पुढे पुढे आवाजाबरोबर तिचे शरीरही कापू लागले. तिच्या लालबुंद चेहऱ्याकडे पाहण्याचा केशरला धीरही होईना. तिने जमिनीकडे पाहताच हाक मारली, ''सुलभा!'' सुलभा सावध झाली. जणू काही भयंकर असे काही घडलेच नाही अशा शांत मुद्रेने केशरला ती म्हणाली, ''चल, खूप कामं आहेत आपल्याला.''

सुलभा, केशर व केशरची आई यांना घेऊन मोटार केव्हाच निघून गेली. पण तात्यासाहेब शून्य दृष्टीने पाहत उभेच होते.

दुसरा दिवस उजाडला तरी तात्यासाहेबांच्या दृष्टीत तोच शून्यपणा कायम होता. सुलभा पुन्हा घरी आलीच नाही. आपणाला ती दुरावली ही कल्पना तात्यासाहेबांना अगदी असह्य झाली होती. रात्रभर ते तळमळत होते. मावशींचे गोड शब्द अथवा भावपूर्ण अभंग यांनीसुद्धा त्यांची काहिली कमी होईना.

सकाळीच मावशी बाहेर निघालेल्या पाहून तात्यासाहेबांनी विचारले, ''कुठं निघालात?''

''त्या मुकुंदाला पाहून येते. फार लागलंय त्याला आणि सुलूही सांगून गेली आहे काल!''

मावशींच्या या इतरांबरोबर रंगून जाणाऱ्या अंत:करणाचा तात्यासाहेबांना हेवा वाटला. त्यांच्या मनात आले– आपणही मावशीबरोबर जावे, त्या मुकुंदाची

चौकशी करावी, सुलभेची गाठ पडल्यावर आपण आलो हे तो तिला सांगेल. मग आपल्याविषयी तिच्या मनातली अढी कमी होईल. एकदम त्यांचे मन पालटले. स्वाभिमान विकून त्याच्या मोबदल्यात दया विकत घ्यायची? यापेक्षा–

पुष्पा आणि विजय हातात हात घालून टेनिसचा सामना पाहायला निघाली होती. विजयने विचारले, ''येता का?''

आपल्या अंत:करणातील वाहती जखम तात्यासाहेबांना कशी तरी बंद करायचीच होती. ते हसत म्हणाल, ''वा! टेनिसचा सामना पाहायला मी हजर नाही, असं होईल का कधी?''

पण तुतारीपुढे अलगुजाच्या आवाजाला कोण विचारतो? टेनिस कोर्टापलीकडच्या शेतकऱ्यांच्या जमिनी आज कारखान्याच्या ताब्यात द्यायचे ठरले होते. पोलिसांना कल्पना येण्यापूर्वीच, पहाटे किती तरी शेतकरी सत्याग्रह करण्याकरिता तेथे गोळा झाले होते. खुद्द टेनिसचा सामना खेळणारे खेळाडूच हा सत्याग्रह पाहायला उत्सुक होते. मग टेनिस कोर्टाकडे लोक जातात कशाला? तात्यासाहेब, विजय व पुष्पा यांनाही टेनिस कोर्टापलीकडे समुद्राप्रमाणे पसरलेल्या लोकांतच जाऊन मिसळावे लागले.

त्या दृश्यात दुर्बळालाही स्फूर्ती देण्याची शक्ती होती यांत शंका नाही. आज दिवाण जातीने हजर होते. मनसुखलाल, रतिलाल वगैरे बडी बडी धेंडे इकडून तिकडे गडबड करीत फिरत होती. सूर्याचे किरण पोलिसांच्या बंदुकीवर पडल्यामुळे त्या विलक्षण रीतीने लकाकत होत्या. पण शेताच्या जमिनीभोवती कडे करून उभ्या राहिलेल्या त्या दोन-तीनशे अडाणी माणसांच्या गावी यांपैकी एकही गोष्ट नव्हती असे दिसले. ती सारे माणसे हसत होती. खिदळत होती, आपले कपडे फाटकेतुटके असले तरी आपली मने खंबीर आहेत या भावनेने अभिमानपूर्ण दृष्टीने प्रेक्षकांकडे पाहत होती. आपल्यापेक्षा या अडाणी शेतकऱ्यांपैकी प्रत्येकाच्या आयुष्यात काही तरी अधिकार आहे, असा तात्यासाहेबांनाही क्षणभर भास झाला.

गर्दीतून एक मनुष्य पुढे आला. मनोहरच होता तो. तो एक गाणे मोठ्याने म्हणू लागला. सत्याग्रही लोकांच्या अग्रभागी उभ्या असलेल्या सुलभा आणि केशर त्याने म्हटलेल्या ओळी म्हणत, त्याचे म्हणणे संपले, की सत्याग्रही त्याच ओळी मोठ्याने गात. तात्यासाहेबांनी ते गाणे कधीच ऐकले नव्हते. पण त्यातला अर्थ त्यांचे मन वेधून घेऊ लागला.

त्या गाण्यातला अर्थ असा होता– ''देव दगडात नाही, माणसात आहे. दामात नाही, घामात आहे.''

''आईला उपाशी ठेवून स्वत: पंचपक्वान्ने खाणाऱ्या माणसाला तुम्ही काय

म्हणाल? श्रीमंत लोक हेच करीत नाहीत का? बुद्धी आणि श्रम यांची शक्ती हीच जगाची माता आहे.

"जगायचे असेल तर मनुष्य म्हणून जगू या! पशूसारखे, दगडासारखे जगण्याकरिता काही आपण जन्माला आलो नाही.

"आणि मनुष्य म्हणून आपण मरू या! निरपराधी रक्ताचा स्पर्श धरणीमातेला कधीही सहन होत नाही. आज आपले रक्त सांडेल; पण त्यामुळेच माता क्रूद्ध होईल. ती नुसती रागाने कापू लागली तरी डामडौलाने सारे डोलारे कोसळून पडतील आणि त्यांच्या पायात गाडलेली रत्ने चमकत बाहेर येतील.

हे गाणे संपताच सत्याग्रहींनी 'वंदे मातरम्' म्हणून जयघोष केला, प्रेक्षकांनी त्याचे अनुकरण केले. 'वंदे मातरम्'च्या लाटा गगनाला भिडू लागल्या.

चवताळलेले मनसुखलाल आणि रतिलाल दिवाणांच्या कानाला लागले. दिवाणांनी पोलीस सुपरिंटेंडेंटशी कानगोष्टी केल्या आणि लगेच पोलिसांची एक तुकडी बंदुका सज्ज करून सत्याग्रहींच्या समोर उभी राहिली. सगळीकडे विलक्षण शांतता पसरली.

पोलीस सुपरिंटेंडेंट सत्याग्रहींना उद्देशून म्हणाले, "या जागेतून आताच्या आता चालते व्हा. नाही तर गोळीबार करून तुम्हाला इथून हुसकावून लावावं लागेल!"

सुलभा पुढे येऊन म्हणाली, "ठीक आहे. आपल्या गोळ्या संपतात का आमची माणसं संपतात ते पाहायला हजारो लोक आले आहेत. होऊ द्या तुमचं पवित्र काम सुरू!"

सुलभेचे हे तेजस्वी उत्तर ऐकताच, पोलीस सुपरिंटेंडेंट किंचित वरमले. प्रेक्षकांतून एकदम आवाज आला, "सुलभादेवी की जय!" जनसमूहाने गर्जना केली, "सुलभादेवी की जय!"

त्या पहिल्या आवाजाने सुलभेचे शरीर पुलकित झाले. मुकुंद इथे आला? आणि तो कसा? तिने मागे वळून पाहिले. एका झाडाखाली आरामखुर्चीत मुकुंद पडला होता. त्याच्यामागे मावशी उभ्या होत्या. खुर्चीच्या उजव्या बाजूस तो सज्जन अमेरिकन डॉक्टर आणि डाव्या बाजूला प्रो. गरुड दिसत होते; सुलभेला वाटले– अस्से धावत जावे आणि 'कसं काय आहे, महाराज?' असा प्रश्न मुकुंदाला करावा; पण जगातल्या अनेक इच्छा कुमारिका राहण्याकरिताच जन्माला आलेल्या असतात.

दिवाण, पोलीस सुपरिंटेंडेंट, मनसुखलाल, रतिलाल, विजय वगैरे मंडळींनी बराच वेळ आपली डोकी घासली व शेवटी सर्व सत्याग्रहींना अटक करण्याचे ठरविले. सुपरिंटेंडेंटनी दिवाणाच्या सहीचा अटकेचा हुकूम दाखविताच सुलभा,

केशर व इतर सत्याग्रही त्याच्यामागून चालू लागले; दिवाणाच्या जवळून ही मंडळी गेली तेव्हा सुलभा मोठ्याने म्हणाली, ''विजय, इथल्या तुरुंगात मावतील ना सारे लोक? उद्या इतकीच माणसं येणार आहेत पुन्हा.''

मुकुंदाला भेटल्यावाचून जाणे सुलभेच्या जिवावर आले. सुपरिंटेंडेंटनीही तिला परवानगी दिली. एखादा लहान मुलीप्रमाणे धावतच ती मुकुंदाकडे गेली; तिला पाहताच गरुड सदगदित स्वराने म्हणाले, ''सुलभा, मी दिलेली ती टिप्पणी फाडून टाकायला हवीत. जीवनाचा अर्थ ते जगून कळतो; नुसतं पाहून नाही!'' मावशींच्या डोळ्यांत पाणी उभे राहिलेले पाहून सुलभा म्हणाली, ''मावशी, लवकर सांडगे-पापड करायला लाग हं?'' मग मात्र मावशींना हसू आल्यावाचून राहिले नाही.

साऱ्या सत्याग्रहींकडे पाहत सुलभा म्हणाली, ''ही सारी मंडळी येणार आहेत हं आमच्या लग्नाला.''

तो अमेरिकन डॉक्टर सुलभेकडे मोठ्या कौतुकाने पाहत होता. गरुडांनाही गप्प बसवेना. ते म्हणाले, ''लग्न केव्हा होणार ते तरी आम्हाला सांगून ठेव.''

''मी तुरुंगातून सुटले की लग्न करायचं! होय ना रे मुकुंद?''

''पण तोपर्यंत मी तुरुंगात जाईन कदाचित? मी बाहेर येईन तेव्हा तू तुरुंगात गेलेली असशील!''

''मग तुरुंगातच आपलं लग्न होण्याचा योग दिसतोय! तिथं यांतले किती लोक लग्नसमारंभाला येतील हा प्रश्नच आहे मोठा!''

हे बोलता बोलता गरुडांच्या मागे उभ्या राहिलेल्या तात्यासाहेबांकडे सुलभेचे लक्ष गेले. त्यांची निस्तेज मुद्रा पाहून तिलाही वाईट वाटले. ''येते हं तात्या,'' असे म्हणून ती परत जायला निघाली. इतक्यात तिला कसली तरी आठवण झाली. चटकन, मागे वळून ती मुकुंदाला म्हणाली,

''आजचं बक्षीस काय देणार तू मला?''

''बक्षीस?'' मुकुंदाच्या डोळ्यांपुढे त्या खेड्यातल्या चांदण्यांतील तो मधुर प्रसंग उभा राहिला. तो हसून म्हणाला, ''बक्षीस एकच आहे?''

''काय?''

''हे हिरव्या चाफ्याचं फूल. आज सकाळी डॉक्टरांनी दिलंय हे मला!''

आपल्या हातातले हिरव्या चाफ्याचे फूल त्याने सुलभेला दिले. त्याचा वास घेत घेतच सुलभा सत्याग्रही कैद्यांत जाऊन उभी राहिली.

सत्याग्रहींनी जयघोष केला– ''वंदे मातरम्!''

सुलभेच्या डोळ्यांपुढे हिंदमाता उभी राहिली. तिने मुक्या मनाने मातेला विचारले, 'आई, हे हिरव्या चाफ्याचं फूल तुझ्या पूजेसाठी मी आणलं आहे,

आवडेल ना ते तुला?' माता हसली. तिच्या डोळ्यांत अश्रू चमकू लागले– पण ते दुःखाचे नव्हते, आनंदाचे होते.

क्रौंचवध

वि. स. खांडेकर

क्रौंचपक्ष्याचे एक जोडपे सुखाने झाडावर प्रणयक्रीडा करीत बसले होते. एका पारध्याने बाणाने त्यातले एक पाखरू मारले. ते मरून खाली पडल्याबरोबर त्याच्या जोडीदारणीने जो आक्रोश केला, तो वाल्मीकी ऋषींच्या हृदयाला जाऊन भिडला. वाल्मीकींचा शोक श्लोकाच्या रूपाने प्रगट झाला.

खरी काव्यनिर्मिती अशीच उचंबळून येते. उत्तररामायणातील या काव्याचा आधार घेऊन वि. स. खांडेकरांनी या कादंबरीची निर्मिती केली. अजूनही जगात क्रौंचवध सुरू आहे– दररोज, दर घटकेला. क्रौंचपक्ष्याचे जोडपे हे जगातल्या निष्पाप जीवांचे प्रतीक आहे. जगात क्षणाक्षणाला लाखो निरपराध जीवांची हत्या चालली आहे. पक्ष्यांच्या सुखी जोडप्याला दु:खी करणारा पारधी आणि आजच्या जगातील सत्तांध नेते हे दोघे सारखेच क्रूर आहेत. बुद्धी आणि सत्ता एकत्र आल्याने माणसाच्या सहृदयतेची हत्या झाली आहे.

बुद्धीबरोबर माणूस भावनेचा विचार करू लागेल तर हा क्रौंचवध नक्कीच थांबेल, हाच संदेश वि. स. खांडेकर या कादंबरीतून देऊ पाहतात.

माणसाच्या पहिल्या प्रेमाबद्दल...

पहिले प्रेम

वि. स. खांडेकर

नाकासमोर जाणाऱ्या सरळ, साध्या माणसाच्या जीवनक्रमाचे चित्रण जसे तुम्हाला वृत्तपत्रात आढळणार नाही, तसेच ते ललितवाङ्मयातही प्रामुख्याने प्रतिबिंबित होणार नाही. मानवी जीवनातील युद्धे, भूकंप आणि वादळे हे असल्या वाङ्मयाचे मुख्य विषय असतात. रॉबर्ट लिंडचा हा सिद्धांत निरपवाद नसला, तरी वाङ्मयातल्याच प्रीतीच्या चित्रणाच्या बाबतीत तो बव्हंशी सत्य आहे. प्रत्यक्ष आयुष्यात प्रीतीच्या मार्गावर पारिजातकाची पुष्पे पसरलेली असावीत, असे आपण म्हणत असतो. पण गमतीची गोष्ट ही, की वाङ्मयात मात्र मार्गावरल्या काट्याकुट्यांनी पदोपदी रक्तबंबाळ होणारी प्रीतीची मूर्तीच आपल्याला अधिक मनोहर वाटते; आणि शेवटी मनुष्याला जगात तो अनुभव येतो, त्यात फुलेही नसतात आणि काटेही नसतात. सामान्य मनुष्याच्या प्रीतिमार्गावर फक्त खडे असतात. ते त्याला मधून मधून चांगलेच बोचतात. त्या दुःखाने प्रसंगी तो अगदी रडकुंडीला येतो. पण त्याच वेळी कुठून तरी येणाऱ्या शीतल वायुलहरी त्याचा शीण नाहीसा करून त्याला उल्हसित करीत असतात. तो पुन्हा शीळ घालीत पुढे चालू लागतो.

कुटुंबाच्या सुखासाठी सर्वस्वाचा त्याग करणाऱ्या कुटुंबप्रमुखाची करूण कथा

सुखाचा शोध

वि. स. खांडेकर

'मानवी जीवन हा एक प्रकारचा त्रिवेणी संगम आहे. स्वत:चे सुख आणि विकास ही या संगमातील पहिली नदी. कुटुंबाचे ऋण फेडणे हा त्यातला दुसरा प्रवाह आणि ज्या समाजाचा घटक म्हणून समाजाच्या प्रगतीला हातभार लावणे ही या संगमातील गुप्त सरस्वती.'

मानवी जीवनाचे रहस्य सांगणारे हे क्रांतीकारी विचार वि. स. खांडेकरांनी 'सुखाचा शोध' या कादंबरीतून मांडले आहेत.

'त्यागातच दु:ख असते' ही परंपरागत जीवनमूल्ये प्रमाण मानणारा 'आनंद', एकावरच संसाराचे ओझे लादणारी 'आप्पा आणि भय्या' ही कर्तृत्वहीन माणसे, मनामनाची मिळवणी करण्यात असमर्थ ठरलेली सुशिक्षित 'माणिक' आणि भावनातिरेक व भावनाशून्यता या दोन्ही विकृतींपासून अलिप्त असलेली 'उषा'

ही सर्व पात्रे हेच सांगतात की, परंपरागत आदर्श आंधळेपणाने पाळणे हे व्यक्तीच्या तसेच समाजाच्या दृष्टीनेही अहितकारक ठरते.

मानवी मूल्यांच्या दृष्टीने भोगापेक्षा त्याग श्रेष्ठ आहे; परंतु त्याग कधीही कुपात्री होता कामा नये.

व्यक्तीगत ऋण, कुटुंबऋण आणि समाजऋण ही तीनही सर्वसामान्य माणसाच्या जीवनात अविरोधाने नांदू शकली तरच हे जीवन यशस्वी झाले असे म्हणता येईल.

www.ingramcontent.com/pod-product-compliance
Lightning Source LLC
Chambersburg PA
CBHW050353030726
47503CB00006B/1838
9788177666151